अजून नाही जागी राधा

स्नेहलता जोशी

मेहता पब्लिशिंग हाऊस

Please contact us at **Mehta Publishing House,** Pune 411030.
✆ +91 020-24476924 / 24460313 / Mob. No. 9545000513
Email : production@mehtapublishinghouse.com
Website : www.mehtapublishinghouse.com

AJUN NAHI JAGI RADHA by SNEHALATA JOSHI
अजून नाही जागी राधा : स्नेहलता जोशी / कथासंग्रह

Email author@mehtapublishinghouse.com

प्रकाशक : सुनील अनिल मेहता, मेहता पब्लिशिंग हाऊस,
१९४१ सदाशिव पेठ, माडीवाले कॉलनी, पुणे ४११०३०.

मुद्रक : ट्रिनिटी ॲकॅडमी फॉर कॉर्पोरेट ट्रेनिंग लिमिटेड

मुखपृष्ठ : चंद्रमोहन कुलकर्णी

प्रथमावृत्ती : जानेवारी, २०२२

किंमत : ₹ २१०

P Book ISBN 9789392482670

E Book ISBN 9789392482052
E Books available on : amazonkindle Apple Books Google Play Books

कोणत्याही परिस्थितीत समरसून जगताना
नेहमी सकारात्मक दृष्टिकोन ठेवणारी माझी मोठी बहीण
स्व. मंदाताई (श्रीमती शैलजा गोसावी)
हिच्या प्रेमळ स्मृतीस

मनोगत

'अजून नाही जागी राधा' हा माझा दुसरा कथासंग्रह वाचकांच्या हाती देताना मला खूप आनंद होत आहे. जुलै १९९२ मध्ये माझा 'उमज' हा पहिला कथासंग्रह प्रकाशित झाला. त्याला वाचकांनी भरभरून चांगला प्रतिसाद दिला. 'मेहता पब्लिशिंग हाऊस'तर्फे प्रकाशित होणारा हा कथासंग्रहही वाचकांना आवडेल अशी आशा आहे.

कथा लिहिताना, विशिष्ट विषयावर कथा लिहाव्यात असे बंधन मी स्वतःवर घालून घेत नाही. आजूबाजूचे जग आपल्याला अनंत अनुभव देत असते, म्हणून कथांचे विषयही अगदी भिन्न भिन्न प्रकारचे असणे मला स्वाभाविक वाटते; त्यामुळे विविध विषयांवरील कथांचा समावेश असलेला हा कॅलिडोस्कोप मी वाचकांसमोर ठेवत आहे. 'मेहता पब्लिशिंग हाऊस'सारख्या नामांकित प्रकाशन संस्थेकडून कथासंग्रह प्रकाशित होणे ही माझ्यासाठी गौरवाचीच गोष्ट आहे.

मेहता पब्लिशिंग हाऊसने बारकाईने प्रत्येक बाब तपासून कथासंग्रह परिपूर्ण केला याबद्दल मी त्यांची ऋणी आहे. चंद्रमोहन कुलकर्णी यांनी सुंदर मुखपृष्ठाने हा कथासंग्रह सजविला. या सर्वांची मी अत्यंत आभारी आहे.

— स्नेहलता जोशी

अनुक्रमणिका

अजून नाही जागी राधा

रात्रीचा कुठलातरी खोल प्रहर. अंधाराची दुलई पांघरून अवघे विश्व शांत झोपलेले. दिवसभराचे कष्ट, सुखे आणि दुःखे सर्व काही काळ निशेच्या पदरात सोपवून हरेक जीव विश्रांती घेत होता. तीही अगदी श्रांत, क्लांत, निद्रिस्त जगाचा जणू एक भागच! आणि गाढ झोपेतल्या तिच्या अंतर्मनाला एक अनामिक चाहूल लागली. वाऱ्याच्या मंदमंद झुळकांबरोबर मुरलीचे सूर लहरू लागले. तिच्या निद्रिस्त मनाला हलकेच कुरवाळू लागले. तिने हलकेच डोळे उघडले. आता ते सूर स्पष्टपणे ऐकू येत होते. ती हळूहळू जागी होत उठून बसली. ते मधाळ जीवघेणे स्वर तिला सर्वांगांनी वेढून टाकत होते. भरतीच्या लाटांनी एखाद्या लहान बेटाला चोहोबाजूंनी मिठी घालून कवळावे तसे तिच्या कानांनाच काय, अवघ्या तनामनाला घट्ट बिलगत होते.

'हे कसले सूर? रोजच तर ऐकते पहाटेला ही अवघ्या गोकुळाला खुळं करणारी बासरी; पण, पण ही कुठली वेळ? आणि या बासरीत हे व्याकूळ वेड लावणारं आमंत्रण कसलं? रात्र इतक्यात कशी सरली?'

ती त्या भारलेल्या अवस्थेतच उठली. नकळत झोपडीचं झाप सरकवून बाहेर आली. ते सूर आणखी स्पष्टपणे कानांतून मनात उतरू लागले. तिनं मान वर केली. काळ्याभोर आकाशात चंद्राचं मोहलावण्य आणि चांदण्यांचा पसारा क्षितिजापार

पसरलेला. चार-सहा पावलं टाकून ती अंगणाच्या कडेला जाऊन उभी राहिली. तिनं पुन्हा आकाशाकडे नजर टाकली. अजून शुक्राची चांदणी उगवलेली पुसटशीही दिसत नव्हती. रात्र ऐन भरात होती. मग या अवेळी हे सूर? ती मनाशी हसली. हे तर श्रीहरीच्याच मुरलीचे कौतुक! पाखरांच्या पंखांत, वेळूच्या बेटात, फुलांभोवती गुंजारव करणाऱ्या भ्रमरगीतात, झऱ्याच्या झुळझुळीत, यमुनेच्या ओढाळ पाण्यात, गाई-पाड्यांच्या घुंगुरमाळांत कुठेकुठे म्हणून नाही विसावले म्हणायचे हे सूर? हे त्याचं नेहमीचंच होतं; पण आज हे असं काय बरं जिवाला अगदी पिसं करून सोडणारं? गाढ निद्रेतून उठवून जीव कालवून बोलावून नेणारं...?

तिनं झोपडीकडे वळून पाहिलं; पण तिला परतावंसं वाटेना. ती तशीच चालत वाटेवर आली. पुढेपुढे चालताना तिनं आजूबाजूला न्याहाळून पाहिलं. कुठे म्हणून पहाटेची चाहूल नव्हती. गायी-गुरंही गोठ्यांत अर्धमिटल्या डोळ्यांनी रवंथ करीत होती. घुंगुरकाठीचा आवाज नव्हता की जात्याच्या घरघराटीबरोबर रमलेला भूपाळीचा स्वर नव्हता. पाखरांना जाग नव्हती. पूर्वेकडच्या आकाशात उषेचं एकही पदचिन्ह नव्हतं. चोहीकडे रजनीचंच तर राज्य चालू होतं; पण मग ही मुकुंदाची बासरी? ही कशी काय वाजतेय भलत्या वेळी, पहाटेशिवाय? आता तिचं मन अगदी कावरंबावरं झालं. अधीर चालीनं ती पावलं ओढू लागली; जणू त्या स्वरांवर तरंगतच! गडद अंधारात कुठे ठेचकाळलं, कुठे काही बोचलं, काहीकाहीच उमजलं नाही. देह पिसासारखा हलका झाला होता आणि पायांखालची वाट अलगद मागे सरकू लागली होती.

या वेळी गोकुळ कसं वेगळ्याच जगातलं भासत होतं. गोठे, घरं-दारं सगळं शांत. गोपगोपींचं जग कवाडांत बंदिस्त झालं होतं. एका घराशी येताच ती थबकली. ते घर राधेचं होतं आणि विशेष म्हणजे तिथं निद्रादेवीचंच राज्य दिसत होतं. न राहवून कसल्याशा ऊर्मीनं ती खिडकीतून डोकावली, तर काय नवल! राधा-अनय गाढ निद्रेतच! राधेला त्या स्वरांची चाहूलही लागत नव्हती; तर ती जागी व्हावी तरी कशी? म्हणजे, म्हणजे ही मोहनमाया राधेसाठी नाही? मग पानफूलसुद्धा निद्रिस्त असलेल्या गोकुळातून ही मुरली कुणाला आमंत्रण देतेय? मी एकटीच कशी जागी झाले? म्हणजे हे फक्त माझ्यासाठी... माझ्यासाठीच? तिचं हृदय उचंबळून आलं. अजून राधा जागी नाही, अजून गोकुळ जागे नाही, अशा अवेळी मंजूळपणे घुमणाऱ्या पाव्यानं फक्त मलाच बोलावलंय. ही मुरली माझ्या एकटीसाठी वाजतेय. दुसऱ्या कुणाकुणासाठी नाही.

'मुकुंदा, मी आले रे!' तिच्या मनाने उत्तेजित प्रतिसाद दिला. लंगड्या पायांनी आणखी वेग घेतला. सारा आसमंत अगदी मोकळा आणि हा यमुनेकडे जाणारा मार्ग तिच्या एकटीचाच. ती निर्भर होऊन चालत होती. एरवी या मार्गावरून जाताना, आठ ठिकाणी वाकलेल्या तिच्या खडबडीत निबर देहाचा तिला कधीच विसर पडत नसे.

गायी-गुरांच्या मागे राखणीला जाणं असो की यमुनेवर पाण्याचे घडे घेऊन जाणं असो, तिची नजर पायाखालची माती धुंडाळत राही. मान सदा झुकलेली. नको ते कुणाकडे पाहणं आणि नको कुणाशी संवाद. बाजूनं चालणाऱ्या नीटस घाटदार अंगाच्या गोपी, सहज चपळपणे धावणारे गोप. एवढंच काय, त्या धष्टपुष्ट डौलदार धेनू, यांच्यात आपणच किती विजोड, विशोभित! संकोचाने अंग आणि शरमेने तिचं मन आक्रसून जाई. कपाळभर आठ्यांचे गोंदण, शरीरभर सुरकुत्यांचे जाळे, डोळ्यांत स्वतःबद्दलची बापुडवाणी कणव. सारेच उणेपण, रितेपण. त्या सगळ्यांपासून स्वतःला शक्यतो दूर ठेवणंच बरं, असं म्हणून ती स्वतःभोवती एकटेपणाचं कवच आणखी घट्ट वेढून घ्यायची.

"आज इकडे कशी? बरी आहेस ना गं कुब्जे?" वाटेवर भेटलेल्या एखाद्या गौळणीनं सहज हसत विचारावं, तर

"हूं" तिचं वर न बघता उत्तर आणि झपाट्याने लंगडत बाजूला निघून जाणं. 'कुब्जा, कुब्जा म्हणे!' ती संतापानं पुटपुटायची. तिला ती हाक अगदी नकोशी वाटे. 'माझं खरं नाव काय असेल बरं? म्हणजे घरच्यांनी ठेवलं तरी होतं का काही नाव? का असला कुरूप गोळा पाहून नाव ठेवायचं राहूनच गेलं, कुणास ठाऊक? पण ही हाक मात्र अगदी आवडत नाही. मग आपोआपच समोरच्या माणसाशी पुढचं बोलणं टाळलं जातं. कधी मनातलं बोलावं वाटलं, तर जवळ आपलं असं कुणीच नसतं. जे असतात त्यांची अनामिक भीती वाटते. शब्द ओठांबाहेर पडतच नाहीत. मग स्मरण होतं ते एका श्रीकृष्णाचं. भास होतो की, तोच समोर उभा ठाकलाय अन् सुरू होतं त्याच्याशीच हितगूज; पण हे खरं नाही, भासच आहे, ही काटेरी जाणीव असतेच ना या खडबडीत देहाच्या सत्यासारखी.'

खरंतर तिचं अंतःकरण त्या गोपाळाच्या मधुरभक्तीनं काठोकाठ भरलेलं असायचं; पण त्याला पुढे जाऊन भेटावे, डोळाभर न्याहाळावे इतका धीर कधी व्हायचाच नाही. त्याचे यमुनेकाठचे खेळ, गोप-गोपींबरोबरची रासलीला, राधेची एकतानता, सारेकाही ती लांबूनच फक्त नजरेनं पिऊन घेई. आपल्याच मनाच्या अंगणात ते पुन्हा अनुभवी. दूरवरच्या मोठ्या कदंबामागे स्वतःला संकोचाने लपवीत कान्हाच्या राजस मूर्तीची एखादी ओझरती झलक मिळावी म्हणून घटकाच्या घटका उभी राही. वाकड्या पायांना रग लागे; पण कृष्णमूर्तीचा ध्यास घेतलेल्या तिच्या मनाला कशाची पर्वा नसे. मात्र, कुणाचं लक्ष जाताच तिचं देहभान खटकन जागेवर येई. पराकोटीच्या लज्जेनं ती लपतछपत दूर निघून जाई. सगळ्यांचं हसणं पाठीवर टाकून घरात जाऊन बसे. मनाशी म्हणे, 'कशी सामोरी जाऊ? कशी त्या रूपलावण्याच्या सोहळ्यात सामील होऊ? तो मूर्त चैतन्य, राजस सुकुमार; त्याच्या भोवतीचा मेळाही तसाच! त्यात राधा तर सगळ्यांच्या अग्रभागी. मी ही अशी अष्टवक्रा, आठ ठिकाणी वाकलेला देह. कुरूप. चेष्टेनं कुब्जाच तर म्हणतात ना सगळे मला.

कुबडी! हा देह त्यागेपर्यंत त्या माधवाचे डोळाभर दर्शनही कधी होणार नाही. दुर्दैवी! कदाचित पूर्वजन्मीचं काही दुष्टसंचित बरोबर घेऊन जन्माला आले असेन.

खरंतर गोकुळवासी सारे सुजनच; पण तिलाच कधी स्नेहभाव जागवता आला नाही. 'खेळकरपणा, चेष्टा हा तर गोकुळाचा स्वभावधर्म; पण मला मात्र 'कुब्जा' हा शब्द जिव्हारी लागतो. माझं नशीब, दुसरं काय? नको ती हाक, नको ती मानखंडना. एकटीच आतबाहेर अंधार पांघरून बसेन. मनातच बघेन त्याला, मनातच पूजा करेन आणि कधीतरी त्या पूजेमध्येच संपूनही जाईन; त्याला न भेटताच आणि हेच जर भागधेय असेल, तर असो बापडे!' निराशेच्या अशा खोल कुहरात तिचे मन पार बुडून जाई.

कधी झाली बरं या निराशेची जाणीव? तिला आठवलं, अगदी स्वच्छ. आत्ताच घडल्यासारखं. नंदराजाच्या घरी सगळ्याजणी नटून निघाल्या होत्या; नव्या बाळाला बघायला. जणू सगळे गोकुळच निघाले होते. तिलाही फार उत्सुकता वाटत होती म्हणून तीही सगळ्या गवळणींच्या मागोमाग निघाली. अर्ध्या रस्त्यात गेल्यावर भागिरथीमावशीची नजर तिच्याकडे गेली. ही महाजहांबाज मावशी म्हणाली,

"कुब्जाही येतीय वाटतं बरोबर."

"असू दे गं. तुझ्या काय कडंवर बसती का ती?" दुसरी हसून म्हणाली.

"असू दे, असू दे गंऽ बाई. तान्ह्या पोराला नजर लागू नये म्हणून आपण काळा ठिपका लावतो ना काजळाचा, तशीच साजऱ्या गोकुळाला दृष्ट लागू नये म्हणून देवानंच हिची योजना केलीय वाटतं. असू दे, असू दे." मग सगळ्या जोरात हसल्या. तो अपमान, ती चेष्टा तिच्या काळजाला घरं पाडत गेली आणि त्याच पावली ती माघारी फिरली. हे सगळं राधेच्या कानावर गेलं, तशी सगळ्यांच्या पुढे असणारी राधा "ए, नका गं हसू तिला. ये गं बाई, तूही माझ्याबरोबर", असं म्हणत कुब्जेकडे येऊ लागली; पण राधा पोहोचायच्या आतच ती पाय ओढत, फरपटवत, बाजूच्या कदंब वनात शिरली. आडवाटेने धावत यमुनेच्या डोहावरल्या कातळावर जाऊन बसली. तिच्या डोळ्यांचे डोहही काठोकाठ भरले होते. मन तटतटत होतं, 'का मी नको सगळ्यांना? माझ्यात काय कमी आहे?' मग जराशानं डोळे कोरडे करून तिनं यमुनेच्या आरशासारख्या स्थिर डोहातल्या पाण्यात पाह्यलं आपलं प्रतिबिंब. अष्टवक्रा, कुरूप काया. म्हणूनच अव्हेरतात मला ते सगळे. त्याच क्षणी मनात मानखंडनेचं बाभुळबन उगवलं. निराशा, हेवा, मत्सर अशा काट्यांनी ती स्वतःच रक्तबंबाळ व्हायची; पण कुणाला खंत? दिवस सरत गेले तशी कधीमधी त्या बालकृष्णाच्या भक्तिप्रेमाचा नाजूक मोहर तिच्या मनी फुलू लागला, बाभळीच्या इवल्या पिवळ्या फुलांसारखाच. मग बऱ्याच वेळी मनाच्या त्या सुंदर अवस्थेत एखादा दिवस तरंगून जायचा; पण फक्त दुसऱ्या दिवसाच्या सूर्याला सामोरं जायला क्षीण आधार व्हावा इतकाच. एखाद्या गोपीच्या चेहऱ्यावरची उत्फुल्लता तिला आपल्या चेहऱ्यावर कधी आणता आली नाही.

'मी... मी राधा असते तर? राधा किती वेगळी! तिचं तन आणि मन दोन्हीही किती स्फटिक-नितळ. कुरूपता, अमंगलता, द्वेष, मत्सर कशाचा वारासुद्धा नाही तिला. मी मात्र अंतर्बाह्य कुरूप. देहानं आहेच; पण मनातल्या विषादानंही कुरूपकुरूप झालेय. जराशी चेष्टाही सहन होत नाही. मन सदा उघड्या जखमेसारखं रक्ताळलेलं; हुळहुळणारं. हा न्यूनाचा गंड कधीच का दूर करता येत नाही मला? नाही, तसे गोकुळवासी मूळचे मनाचे दुष्ट नाहीत. कान्हाच किती जीवघेण्या खोड्या करतो, फजिती करतो. त्या सगळ्याजणी चिडतात, लटक्या रागावतात आणि सर्व वि रून पुन्हा त्या खेळीयाच्या खेळात रंगून जातात. तो रंग माझ्या वस्त्रांवर कणभरही का चढत नाही? घनश्यामाचा रंग काळा आणि माझाही अंतर्बाह्य काळाच; पण किती फरक आहे या दोन्हींत! त्याच्या सावळ्या काळेपणात सगळी दुरिते पचवून टाकण्याचे बळ आहे, तर माझ्या काळेपणातून दुबळी मलीनतच बाहेर प्रगट होते. 'घननिळा, तुझा श्यामरंग मला हवा आहे. त्या घनसावळ्या रंगात माझे काळेपण लुप्त होऊ दे. त्यासाठी एकदातरी डोळाभर भेट रे या कुब्जेला!' तिच्या मनीचा हा आक्रोश ओठांपाशीच ओठंगून राही. किती काळ प्रतीक्षा केली आणि आज हे नवल? मध्यानरात्री; अगदी अवेळी ही जादू कसली?

'मी आले रे!' सगळा काळोख भेदून आवेगी प्रतिसाद आसमंतात घुमला आणि वाऱ्याचे पंख लावून ती यमुनातीराकडे धावत सुटली... सैरभैर! अचानक बासरीचे सूर लुप्त झाले आणि कदंबाखालून पाव्यापेक्षाही मधुर आवाज आला, "आलीस? ये कौमुदी. तुझीच तर वाट बघत होतो किती वेळ."

"कौमुदी?" ती चकित होऊन पाहत राहिली. एका हाती बासरी धरून, दुसरा हात तिच्या स्वागतासाठी उभारून कान्हा तिलाच बोलावत होता.

"कान्हा..." ती अडखळत पुढे सरकली. तिचा अजूनही काय घडतंय त्यावर विश्वास बसत नव्हता. पुढे होऊन ती त्याच्या पायांवर कोसळली. कान्हाने तिला अलगद हृदयाशी धरले. ही भावभेट... तिचे झरणारे अश्रू... पण आज ते अवघ्या जीविताच्या कृतार्थतेचे, आनंदाचे होते. या क्षणासाठी तिने जणू युगेयुगे त्याला आळवले होते – 'एकदा तरी दर्शन दे रे अनंता. एकदा तुला पाहीन, पूजीन, पायांवर माथा टेकीन; मग तोच माझा स्वर्ग. तिथेच जीवनाला पुरेपणा येईल. मुक्त होईन मी – पण तो जणू अंत पाहत होता आणि आज सगळ्या आशा मावळत गेल्यावर तो क्षण आला. किती अवचित, किती भावभरला!

तिच्या दूरस्थ भक्तीला किती अद्भुत प्रतिसाद दिला होता केशवाने! त्या मंतरलेल्या अवस्थेतच कृष्णाने तिचा हात धरला आणि कदंबतरूला बांधलेल्या झुल्यावर तिला अलगद बसवले. वनवेलींनी आणि सुगंधी फुलांनी शृंगारलेल्या त्या झुल्यावर बसताच ती मोहरली. अतीव सुखाने तिचे नेत्र मिटले. चांदणं आसमंतात

विरघळत होतं. पलीकडे यमुनेच्या पाण्याची रुणझुण सुरू होती. कदंबाच्या पानापानांतून ते दृश्य डोळ्यांत साठवण्यासाठी चंद्रकोर डोकावत होती. बासरीची आणि झुल्याची लय अंगात भिनत गेली. कृष्ण झोका देत होता. झुला उंचउंच जात होता. जड जमीन खाली राहत होती. मन आनंदाने आभाळभर पसरत होते. मग मंद होतहोत झुल्याची आंदोलने कधी थांबली, ते तिला कळलंच नाही. ती अपलक नेत्रांनी त्याच्याकडे गारूड झाल्यासारखी पाहत राहिली. हे स्वप्न म्हणू की सत्य? वास्तव की नुसता भास? मग त्याने तिला अलगद उतरवून घेतले. तरुतळीच्या हिरवळीवर बसवले आणि आपणही समोर बसला.

'अष्टमीच्या रात्री तूसुद्धा यायचं हं कौमुदी सगळ्यांबरोबर. नेहमी एकटीच त्या वृक्षामागे दडून बसतेस. मला अगदी आवडत नाही हे वागणे तुझं.'

''कशी येऊ रे मधुसूदना मी? मी ही अशी अष्टवक्रा, कुब्जा. धड चालणं नाही, धावणं नाही, फेर धरणं-नाचणं तर फारच लांब!''

''एवढंच ना? चल, आपण दोघं करू की नाच'', तो म्हणाला आणि नको नको रे गोपाळा म्हणत अतीव लज्जेनं थरथरणाऱ्या तिला त्याने बळेच उठविले. आता तिचीही भीड थोडी कमी झाली होती.

''हे बघ असं टाक पाऊल'' तो म्हणत होता. हाताला धरून शिकवत होता. मग सारा संकोच दूर सारून ती लंगडत-अडखळत त्याच्याबरोबर पावले टाकू लागली. खेळात रंगून गेली; इतकी की, काळवेळाचं भान हरपलं.

''दमलीस ना? बघ, आजपासून चार दिवसांवर अष्टमी आहे. तोवर तू रोज रात्री नाच शिकायला यायचंस. मी वाट बघेन इथे. येशील ना?'' त्याने आर्जवाने विचारले.

''तू बोलावलंस आणि कुणी आलं नाही असं कधी झालंय?'' ती मनभरून उत्तरली. आनंदाने डवरलेली चित्तवृत्ती घेऊन ती घराकडे निघाली. आता सगळे आढे-तिढे सुटले होते. निराशेच्या काजळीचे काळे थर वाहून गेले होते. काटेरी देहजाणीव विरून गेली होती. 'किती सुंदर नाचतेस कौमुदी!' त्याच्या एका बोलाने मस्तक उन्नत झाले होते. नजर स्वच्छ झाली. सुरकुतलेल्या वदनावर हसू पसरत गेले आणि तिच्या नेत्रांतून आनंदाचे कारंजे होऊन बाहेर पडू लागले. गात्रंगात्रं धन्य झाली होती. आठ ठिकाणी वाकलेल्या या कायेची आता कुणाला पर्वा होती? 'सुंदर मी होणार, सुंदर मी आहे. त्या पद्मनाभाचे पूर्ण दर्शन झाले. त्याने हृदयाशी धरले, आपुले म्हटले. मग कुरूपता उरलीच कुठे? आज मी कृष्णाची खास सखी झाले. केवढे हे अहोभाग्य! कुणा एकीला न लाभलेले; फक्त मलाच मिळालेले. दुःखाचे काटे सरले, उरली मागे फुले! उरली मागे फुले!!' तिचे मन गात होते.

वेडीला कुठं ठाऊक होतं की, प्रत्येक गोप-गोपीलाही अगदी असंच वाटत असतं की, 'कृष्ण माझा, अगदी माझाच खास जीवातला सखा आहे- त्या हरीची

मायाच अशी विलक्षण की, साऱ्या सजीव-निर्जीवालाही आपलेसे करून टाकी. साधे गोप-गवळी ते. कष्ट करावे आणि मुजोरीला भिऊन राहावे, हेच त्यांच्या नशिबी. दूधदुभते मुलांच्या मुखी न जाता मथुरेला धाडण्याची सक्ती सहन करायची. यमुनेवरचा कालियाचा नंगानाच सोसायचा. त्या प्रत्येक साध्यासुध्या माणसाच्या मनातला न्यूनभाव त्या दामोदरानेच तर दूर केला होता. प्रत्येक गोकुळवासीयाला त्याने आत्मगौरव दिला. हाताला धरून ताठ उभे केले. कंसाविरुद्ध बंड करण्याची ताकद दिली. कालियाविरुद्ध लढण्याचे बळ दिले. इंद्राचा रोष पत्करून गोवर्धनाचे संवर्धन करायला उद्युक्त केले. युगायुगाचे दास्यत्व, जडत्व, नैराश्याचा काळोख दूर सारून प्रत्येकाला चैतन्य दिले. मुक्त श्वास दिला. एकमेकांना जोडून घेण्यासाठी एकत्र येऊन खेळायला, नाचायला लावले. इतका दीर्घ काळ या सर्व मोहनमायेपासून अस्पर्शित राहिलेली तीही आज त्या सर्वांसारखीच 'त्याची' झाली होती.

एवढासा वेळूचा तुकडा त्याच्या हाती गेला की, त्याची वेणू होते; मग हाडामांसाच्या माणसाची काय कथा? तिचा देह जणू कृष्णाची बासरी झाला होता. त्यातून त्याचा स्नेहभरला श्वास लहरत गेला आणि धन्यतेचे भक्तिमय अवीट गोडीचे जीवनसूर उमटले.

इतके दिवस कृष्णाने कोणताही विजय मिळविला की, वाटेवरून त्याची मिरवणूक निघायची. ती त्याच्या वाटेवर गुपचूप आधीच एखादे फूल ठेवून द्यायची. लांब आडोशाला उभी राहून बघण्याचा प्रयत्न करायची. मिरवणुकीच्या गलबल्यात कधीतरी कृष्णाचे पाय त्या फुलाला लागतील, अशी खुळी आशा मनात जागवीत राहायची. दोघांत कितीतरी अंतर होतं, तेव्हा तो साऱ्यांच्या मध्ये, तर ती दूर अलक्षित, समाजाबाहेर. आज अवचित ते सारं द्वैत पार पुसून गेलं होतं. अद्वैताचा, एकरूपतेचा अद्भुत आनंद तिच्या अणुरेणूंतून कारंज्यासारखा उसळी मारून वर येत होता. या हृदयीचे त्या हृदयी घातले जात होते. मी-तूपणाचा भाव पार संपून गेला होता आणि अष्टमीची रात्र आली. तिचा सारा दिवस अनाम्कि हुरहुरीत सरला होता. घुंगुरकाठ्या घेऊन फुलांच्या माळांनी सजून सारे गोकुळवासी केव्हाच यमुनेच्या तीरावर गेले होते. कान्हा बासरी वाजवीत होता. ढोल, घुंगुरकाठ्या, पैंजण, टिपऱ्या सगळ्यांनी ताल धरला होता; पण अजून रासाला रंग चढत नव्हता; कारण मुख्य मुरलीधरच दूर कातळावर मुरली वाजवीत बसला होता.

''तू चल ना रे, आमच्याबरोबर क्रीडेला. आज तू असा अजून दूरदूर का? किती वेळा बोलवायचं रे तुला?'' राधा पुन्हा एकदा त्याच्याजवळ येऊन रुसक्या आवाजात म्हणाली.

''येतो गं. थांब ना जरा.'' तो हसून उत्तरला; पण राधेला कळून चुकलं होतं, 'हा कुणाचीतरी वाट पाहतोय. बासरी घुमवून कुणालातरी बोलावतोय. कोण बरं

राहिलं याच्या जिवाच्या इतकं जवळचं?' तिनं सभोवार नजर टाकली. 'झाडून सगळीजणं तर इथे गोळा झालीत. अगदी कपिला-वत्सला धेनूसुद्धा वासरांना बरोबर घेऊन आल्यात. या कान्हाचं काही कळत नाही बाई. विनवण्या तरी किती करायच्या बाई!' राधा फुरंगटून मंद पावलं टाकत पुन्हा गोपींबरोबर फेर धरायला गेली. काही वेळ संथ गतीने रेंगाळत टिपरी चालली होती आणि अचानक बासरी वाजायची थांबली. अभावितपणे फेर धरणारे पायही स्तब्ध झाले. कृष्ण जिकडे बघत होता तिकडे सगळ्यांनी माना वळवून पाहिलं, तर काय नवल! ती अष्टवक्रा कुब्जा रंगीत वस्त्रे परिधान करून आणि हार-गजरे माळून पायांत पैंजण बांधून उताराकडच्या वाटेवरून दुडक्या चालीनं येत होती.

''ये, ये कौमुदी. तुझीच वाट बघताहेत सारे!'' खुद्द गोविंदानेच पुढे होऊन असे प्रेमभरले स्वागत केल्यावर सगळ्यांच्याच उंचावलेल्या भिवया खाली आल्या. दोन गोपींनी तिचे हात धरून तिला आपल्याबरोबर फेरात सामील करून घेतलं. रात्र चढत गेली, तशी तालाची लय वाढत गेली. पावले वेगाने थिरकू लागली. सगळ्यांची कृष्णासह जणू नृत्यसमाधीच लागली होती. दशदिशा घुंगरांच्या आवाजांनी व्यापून गेल्या. साऱ्यांना नवल वाटत होते ते कुब्जेचे. तिचं एकही पाऊल चुकत नव्हतं. देह वाकत होता, झुकत होता; पण लय बिघडत नव्हती. सगळ्यांबरोबर, सगळ्यांच्याच जोशात तीही धुंद होऊन नाचत होती आणि चेहऱ्यावर पसरला होता रासाचा अनंग रंग; सगळ्यांना चकित करणारा!

खूप उशिरा ढोलाचा नाद कमी झाला. लय किंचित मंद झाली. कृष्ण एका कातळावर विसावला. सारे गोप-गोपी थकून त्याच्या आजूबाजूला बसले; पण ती मात्र थांबली नाही. एकटीच नाचत होती. मग पुन्हा ढोलाची लय वाढली. त्यातच कान्हा बासरी वाजवू लागला. मग इतकी बहार आली की, जणू चांदण्याला केवड्याचा सुगंध आला. ती भान विसरून अचूक लयदार नृत्य करीत होती आणि सारीजणं तिच्याकडे चकित होऊन, मंत्रमुग्धपणे पाहत होती. तिच्या आगळ्या नृत्यलावण्याने आज गोकुळवासीयांना भुलवले. लय आता टिपेला पोहोचली, तशी ती नाचत कृष्णासमोर आली आणि त्या अच्युताचे रूप डोळ्यांत भरून घेताघेता भान हरपून धरणीवर कोसळली. ती वाळूत पडणार इतक्यात एका मृदू हाताने खंबीरपणे तिला सावरले. त्याही अवस्थेत तिला त्या हाताची ओळख पटली. हाच तो स्पर्श; कधी बरं झाला होता मला... आणि तिच्या अर्धमिटल्या नेत्रांसमोर तो प्रसंग लख्खपणे आला.

''या वर्षीपासून इंद्राची पूजा करणे बंद. अरे, तो कोण पाऊस देणारा? जळाने गच्च भरलेल्या मेघांना अडवतो तो उत्तुंग गोवर्धन पर्वत. मग ते मेघांचे घटच्या घट

गोकुळावर रिकामे होतात. साऱ्या वर्षभर ते अमृतमय जल कालिंदीतून वाहत राहते आणि गोकुळाला जीवन देते. गोवर्धनाच्या अंगाखांद्यावरल्या कुरणात आपले गोधन पुष्ट होते. वादळ-वाऱ्याला पल्याड अडवून गोकुळ सुरक्षित ठेवतो तो गोवर्धनच. मग आता सांगा पूजेला कोण योग्य?''

''गोवर्धन!'' साऱ्यांनी एकमुखी निर्णय दिला. मग कृष्णाने गोवर्धनाच्या कपारीतल्या गुहा-विवरं नेमकी पाहून, आतून जोडून घेतली. पूजेचा दिवस आला. तिकडे इंद्र वाट बघत होता. त्याचा मीपणा आणि गर्व आभाळाला टेकलेला होता. त्या दिवशी त्याच्याकडे एकही गोप फिरकला नाही. वाजतगाजत पूजेसाठी ते सारे गेले गोवर्धनाकडे. श्रीहरीसमवेत सर्वांनी त्या पर्वताला पूजा-नैवेद्य अर्पण केला. ते सारे गोवर्धनापुढे कृतज्ञतेने नतमस्तक झालेले पाहिल्यावर इंद्राचे मस्तक फिरले. त्याने वज्र परजले आणि सगळे ढग येऊन गोकुळाच्या माथ्यावर फुटायला लागले. सौदामिनीचे तांडव काळजाचे पाणीपाणी करू लागले. कालिंदीला पुराचा ओघ दोन्ही तीरांच्या मर्यादेत धरून ठेवता येईना. घरेदारे, गोठे झोडपले जाऊ लागले.

''कोपला रे, इंद्रदेव कोपला! आता प्रलयच आला की रे! मेलो आपण बुडालो!'' एक म्हातारा विव्हळून म्हणाला. सगळे गोकुळवासी मग नंदवाड्यात जमले. धेनूंचे कासरे सोडून गोठे रिकामे केले गेले. ''नंदकुमारा, तुझ्या सांगण्यावरून केले रे सारे; पण आता कसे करावे?'' कळवळून सारे विचारू लागले.

''असा धीर सोडू नका गड्यांनो. हे व्हायचे होतेच. चला, सारे माझ्या मागून. राधे, बघ गं. सगळ्यांना सांभाळून आण.'' गिरिधराच्या या शब्दांनी सगळ्यांनाच धीर आला. त्याच्या मागून हातातल्या काठ्यांचा आधार घेत, सगळा संसार गोळा करून गायी-वासरांसह सारे चालू लागले. वाट चिखला-पाण्याची निसरडी होती; पण एकमेकांना हातांचा आधार देत गोपाळाच्या मागून सगळे गोवर्धनापर्यंत सुखरूप पोहोचले. उंचावरच्या गुहागरात सहजी विसावले. सगळ्या गोकुळाला गोवर्धनाने आपल्या पंखाखाली घेतले होते; आता इंद्राच्या कोपाचे भय उरले नव्हते आणि एकदम काय झाले कुणास ठाऊक, राधा तीरासारखी धावत परत गोकुळाकडे गेली. का ते कुणाला कळेना. सगळ्यांचा जीव राधेच्या काळजीने कासावीस झाला होता.

राधा धावत, पावसाचा मारा झेलत एका घरापाशी थांबली आणि तिला ती दिसली. झोपडीत पाणी शिरत होते. अंगुळाअंगुळाने वर चढत होते; पण ती एकटीच शून्यात नजर लावून एकटक पाण्याकडे बघत स्वस्थ बसली होती.

''अशी एकटीच कशी गं मागे राहिलीस? चल ये माझ्याबरोबर.'' म्हणत राधेनं तिचा हात धरला.

''नको,'' ती हात हिसडून तुसडेपणे म्हणाली. ''मला नाही यायचे. मला जगायचेच नाही असले विद्रूप शरीर घेऊन. मरू दे मला. तू जा.''

“नको गं सखे, असं बोलूस. चल ऊठ. पाणी वाढतेय.”

“वाढू दे. मिळू दे मला जलसमाधी.” ती रागाने बोलली.

“तुला घेतल्याशिवाय मी जाणार नाही.” राधाही ठाम होती

“मग नीट ऐक. मी येणार नाही.” तिला राधेचा संताप येत होता.

“चल गं बाई, तुला श्रीकृष्णाची शपथ!” राधेनं शेवटचं अस्त्र बाहेर काढलं. ते शब्द ऐकताच ती भयाने थरथरली.

“नको गं नको. या कुबड्या देहासाठी एवढी मोठी शपथ घालू नकोस. सुटली म्हण. येते तुझ्याबरोबर.” ती केविलवाणी झाली होती. राधेने तिला उठवले. तिचा अष्टवक्र देह सांभाळून, हाताला धरून गोवर्धनापर्यंत सुरक्षित घेऊन आली.

“धन्य धन्य तुझी राधे” सारे गोप-गोपी एकमुखाने उद्‌गारले. आयाबायांनी राधेला पोटाशी धरले. गिरिधरही कौतुकाने राधेकडे पाहत होता. त्या नजरांचे कौतुक झेलत सगळ्यांच्या मध्यबिंदूवर राधा ओलेत्या जलपरीसारखी उभी होती आणि हे सारं जिच्यासाठी झालं, ती कुब्जा मात्र हळूच हात सोडवून घेऊन लांब कपारीत एकटीच संकोचून मान गुडघ्यांत घालून बसली होती.

आताही भोवळलेल्या तिच्या देहाला राधेचा तोच स्पर्श झाला होता. “कौमुदी, ऊठ सखे. किती सुंदर, देखणी दिसतेस तू नाचताना!” राधा तिला उठवत खऱ्या मायेने म्हणत होती. सगळे गोप-गोपी भोवती उभे होते. राधेने तिला जवळ घेतले. आता तिचे मस्तक राधेच्या छातीवर विसावले होते. तिला नेहमी ‘सखे’ म्हणणाऱ्या राधेच्या वत्सल स्तनांवर तिच्या डोळ्यांतून कृतज्ञतेच्या अश्रुधारा बरसत होत्या. “कौमुदी, कौमुदी!” सगळ्यांच्या तोंडून आज ती हाक उमटत होती. राधेचे आणि कौमुदीचे ते अपूर्व मिलन, निरपेक्ष प्रेम पाहण्यासाठी रजनी आपल्या नेत्रांतले काजळ हळूहळू पुसत होती. पहाटही सोन्याची झारी करात घेऊन उषेच्या दरवाजात ओठंगून उभी राहिली होती.

कुब्जा, नव्हे कौमुदी, आता सगळ्यांचीच सखी झाली होती. इतक्यात पुन्हा एकदा ढोलांचे बोल आसमंतात घुमले. सगळ्यांनी पुन्हा एकदा फेर धरला होता आणि सुरूप-कुरूपतेचे देहभान गळालेल्या दोन सख्या, राधा-कौमुदी, फेराच्या मध्यभागी हसत नाचत होत्या.

आणि तो कृष्ण? तो अनंत या साऱ्यापासून दूर कुठेतरी एकटाच जाऊन बसला होता. सगळ्यांना फक्त त्याच्या मुरलीचे सूर ऐकू येत होते. त्या सगळ्यांच्या हृदयात असूनही तो सगळ्यांपासून वेगळा होता – दूरस्थ!

◆

सार्वी

हॉटेल मानसच्या वेटिंग हॉलमध्ये शमिकाची वाट पाहून, मी अगदी कंटाळून गेलो होतो. शंभरदा घड्याळात पाहून झालं होतं. हिचं हे नेहमीचंच! खूप बेत करायचे आणि कुठेच कधी वेळेवर पोहोचायचं नाही. अचानक खिशातला मोबाइल जागा झाला. शमिकाचाच फोन – 'सॉरी...सॉरी. मी नाही येऊ शकत. हाफ डे टाकून निघालेच होते; पण मैत्रिणीचा फोन आला रे... ती सारिका उद्याच निघतेय न्यूझिलंडला आणि आज तिच्यासाठी ऐनवेळीच पार्टी ॲरेंज केलीय सी ऑफची. किती दिवसांनी आमचा ग्रुप एकत्र येतोय... वगैरे वगैरे.' 'ठीक आहे' मी वैतागून फोन कट केला. कुठल्या गोष्टीला किती महत्त्व द्यायचं हे या बेअक्कल मुलीला कधी कळणार, कुणास ठाऊक? मी मूर्खासारखा हिची वाट बघतोय इथं. स्टुडिओतली कामं अर्धी टाकून आपण हिची वाट बघत बसायचं आणि ही? मी जाम चडफडलो. जवळजवळ दोन वाजत आले होते. इतक्या छान हॉटेलात एवढा वेळ ताटकळून नंतर आपण आपलं एकट्यानंच जेवायचं, ही कल्पनाच नको वाटत होती; पण काय करणार? नवऱ्याला कबूल केलेल्या शब्दापेक्षा मैत्रिणीचं आमंत्रण जास्त प्रभावी ठरलं. मी उठून डायनिंग हॉलकडे गेलो. सगळी टेबलं अगदी गच्च भरलेली. साहजिकच होतं. डिसेंबरच्या सुट्ट्यांचा सीझन ऐन बहरात होता. आप्तइष्ट, मित्र-मैत्रिणी अशा सगळ्यांसह

जो तो हसतखेळत निवांत जेवत होता. ज्यांची जेवणं झाली होती, ते आइस्क्रीम नाहीतर कॉफी मागवून मस्त एंजॉय करत होते. लवकर जागा रिकामी होण्याचं चिन्हं दिसत नव्हतं आणि बिर्याणीच्या वासानं माझी भूक तर केव्हाचीच खवळलेली होती. 'जाऊ दे, मरू दे. असंच जावं परत आणि कोपऱ्यावरच्या टपरीत मस्त वडा-पाव खावा, झालं!', असा भन्नाट विचार मनात येऊन मी वळणार, तोच माझी नजर लांबवरच्या कोपऱ्यातल्या एका चेहऱ्याकडे गेली. 'सावी...' मी जरा मोठ्यानंच म्हणालो. सगळा वैताग, कंटाळा एकदम डिलीट झाला. माझ्या मनाने एकदम कोलांटीउडीच मारली आणि मी तिच्याकडे जाऊ लागलो. आश्चर्य म्हणजे सावी टेबलावर एकटीच जेवत होती. समोरची खुर्ची चक्क रिकामी. 'वाव! आंधळा मागतो एक डोळा नि देव देतो दोन'सारखी माझी अवस्था झाली. एवढ्यात तिचंही माझ्याकडे लक्ष गेलं. तिनं हसून मान डोलवली.

''मॅडम, एका भुकेल्या माणसावर दया कराल का? मला इथे बसू द्याल का, प्लीज?'' मी नाटकीपणे म्हणालो आणि सावीला हसू फुटलं. म्हणाली, ''नक्कीच. माझं संपत आलंय जवळजवळ; पण बस ना तू. ऑर्डर देऊ या.''

एका मोठ्या बीमजवळच्या छोट्याशा टेबलाजवळ सावी बसली होती; त्यामुळे हॉटेल एवढं भरलेलं असूनही आम्हाला छान प्रायव्हसी मिळाली होती.

''नशीब चांगलं म्हणून तू भेटलीस गं सावी, देवासारखी. चुकलो, देवीसारखी! नाहीतर भुकेने चक्कर येऊन पडलो असतो.'' सावीला माझ्या बोलण्याचं हसू आलं. सावीचं हसणं मी नेहमीच बघत राहायचो. ते अगदी मोहक, आश्वासक असायचं. ती एकदम जोरात हसायची नाही; पण तिचा संपूर्ण चेहराच हास्यानं उजळून जायचा. आत्ताही तिचं हसणं क्षणभर ओठाशी थांबून बाहेर पडलं आणि तिच्या सुंदर टपोऱ्या डोळ्यांत येऊन थबकलं. किती जुनी दोस्ती आमची; पण दरवेळी सावीला पाहिलं की वाटतं, मीच काय कुणीही मान्य करेल की, इतर तमाम सुंदर बायकांना देवांनी ज्या साच्यातून बनवलं असेल; त्या मुशीतून ही नक्कीच घडवली गेली नाही. हिच्या एकटीसाठीच देवांनी खास साचा बनवला असेल आणि हिला घडवल्यानंतर तो मोडून टाकला असेल; कायमचाच! ती ऐन तारुण्यात कॉलेजकन्यका असताना कशी दिसत होती हे पाहण्याचं भाग्य मला नव्हतं लाभलं; पण लोक सांगतात ना! 'अरे? आत्ताचं काय घेऊन बसलास, तेव्हा ती काय दिसायची यार! वर्णन करणं अशक्य. एक खरं की, पुरुषच काय, बायका-पोरीसुद्धा मानेला रग लागेपर्यंत वळून पाहायच्या. तिला बघून काळीज हललं नाही असा माणूसच नाही.' आता पन्नाशीतही तिचं रूपलावण्य लाजवाबच होतं म्हणा! मी आजूबाजूला नजर टाकली. कितीतरी तरुण स्त्रिया, मुली, ऑल पेंटेड फेसेस, फडतूस, एकसारखे दिसणारे ते मेकअपच्या थराखालचे चेहरे बघायला मला बिलकूल आवडत नाही. आपले मूळचे नैसर्गिक

रूप या बायका फाजील रूज-लिपस्टिक फासून का निस्तेज करून टाकतात, हे त्याच जाणोत. सावीही कॉस्मेटिक्स वापरते; नाही असे नाही; पण किती निराळ्या प्रकारे! त्यामुळे तिचे मूळचे सौंदर्य आणखी खुलून दिसेल, मूळच्या रेखीव चेहऱ्याला किंचित अधिक शार्पनेस येईल इतपतच. तिचे केसही डाय केलेलेच असणार; पण ते रेशमी चमकदार केस तिच्या चेहऱ्याला सुंदर आउटलाइन देत होते.

सावी...सावी... मनुष्यस्वभावाचं फार अवघड कोडं. सुटेल सहज, असं वाटत असताना अधिक गुंतवून ठेवणारं. प्रत्येक प्रसंगी आपल्या वागण्याने नवाच प्रश्न उभा करणारं. 'शोध आता उत्तर' म्हणून समोरच्याला आव्हान देणारं. वागणं तर असं की, प्रत्येक वेळी विरुद्ध टोकांच्या प्रवृत्तींचं दर्शन देणारं एक अदभुत रसायन. तिची प्रत्येक हालचाल, वावरणं, बोलणं, उठणं, बसणं, चालणं सगळं इतकं चटपटीत की वाटावं, आयुष्यात आळस-कंटाळा असे शब्द कधी तिच्या वाऱ्यालाही उभे राहत नसतील. अजूनही तशीच स्लिम! चवळीची शेंग, तारुण्याची जणू नवी नव्हाळीच ओसंडून वाहू देणारी. आज तर तिनं साधी रेघारेघांची ब्राऊन प्युअर सिल्कसाडी आणि साधं स्लीव्हलेस ब्लाउज घातलेलं होतं. गळ्यात साधं एकेरी मंगळसूत्र, तशाच साध्या बांगड्या आणि कर्णफुलं. बस इतकंच; पण ते सगळं तिला रिच दिसत होतं. सावीचं वैशिष्ट्यच असं की, ड्रेस, साडी, मेकअप कोणतंही, कसंही असो; सगळं सहज झोकात कॅरी करणं तिला जमत असे. नेहमीप्रमाणे नकळत तिचं निरीक्षण करताना तिच्या हातांकडे नजर गेली आणि माझ्या आर्टिस्ट मित्राचे – शैलेशचे – शब्द आठवले, 'तिच्या हाताचे पंजे बघ एखाद्या भक्ष्य शोधणाऱ्या घारीच्या पसरलेल्या पंखांसारखे दिसतात की नाही.' मी नेहमी निरखून बघे तिच्या हातांकडे. तिच्या शरीराला किंचित विशोभित असे तिच्या हातांचे पंजे, जरा खडबडीत, बोटाबोटांत फटी असणारे, लालसर रंगवलेली नखं. शैल्या म्हणतो ते थोडं खरंही असेल, 'भक्ष्य पकडणारे...' मी स्वतःशीच विचार करत होतो.

"आज एकटाच?" सावीनंच भानावर आणलं.

"बायकोनं ऐनवेळी कल्टी मारली. तू?" मी विचारलं.

"तसंच काहीसं"; असं म्हणत ती एकाग्रतेने आइस्क्रीमच्या कपाकडे बघत राहिली. मग निमूटपणे चमचाचमचा चाखत राहिली. आत्ता काही वेळ तरी काहीही विचारलं तरी ती हां, हूं पेक्षा जास्त उत्तर देणार नाही, हे मला अनुभवानं माहीत झालं होतं. फार क्वचित कधीतरी ती अशी 'लो' असायची.

अशाच एका उदास संध्याकाळी सावीची माझी पहिली भेट झाली होती. मी नुकतंच स्टुडिओत काम सुरू केलं होतं. त्या संध्याकाळी स्टुडिओत एकटाच बसलो होतो. भिंतीवर माझ्या चित्रकृती लावलेल्या होत्या. वातावरण कुंद. बाहेर पावसाच्या सरींवर सरी कोसळत होत्या. असल्या वातावरणात कोण फिरकतंय माझं

प्रदर्शन बघायला? मी एकटाच बसून पावसाचंच काहीबाही रेखाटत होतो. एवढ्यात ती स्टुडिओच्या दारात दिसली आलेली. मी तिला पाहिलं आणि बघतच राहिलो, तोंड उघडं टाकून. अशा प्रतिसादाची सवय असल्यासारखी ती सहजपणे आत आली. मी काय बोलावं न बोलावं; अशा हँग झालेल्या अवस्थेत नुसता उभा आणि ती सावकाश एकेका चित्रापुढून सरकत होती. मग मी माझ्या नकळत खाली बसलो. ती निवांत स्टुडिओभर फिरून माझी कला निरखत पुढे जात होती आणि माझ्याही नकळत समोरच कागदावर माझी पेन्सिल सरकत होती.

'आर यू स्केचिंग मी?'' अचानक वळून तिनं हसत विचारलं.

'ओ नो... ओ येस...' मी गडबडलो. कशी कोण जाणे, समोरच्या कागदावर तिचीच छबी रेखाटली गेली होती. एखाद्या हंसीसारखी डौलदारपणे ती समोर येऊन उभी राहिली.

''मी सावी, आय मीन सावित्री जयवंत,'' तिनंच ओळख करून दिली. ''फार सुंदर रेखाटन आहे तुमचं. शिवाय पलीकडची ती म्यूरल्स.''

''तुम्हाला बरंच कळतंय.'' मी उगीच काहीतरी म्हणालो.

''नाही हो. उगाच इकडूनतिकडून वाचलेले शब्द वापरले झालं. मुख्य उद्देश तुझ्यासारख्या कलाकाराची ओळख व्हावी हाच. सॉरी हं! पहिल्याच भेटीत 'तुझ्या' म्हणाले.''

''नेव्हर माइंड! आवडलं मला ते.'' मी थरारलो. सावित्री जयवंतसारख्या लिव्हिंग लिजन्ड सुंदरीनं आपणहून माझ्याशी ओळख काढायला माझ्या स्टुडिओत यावं? मला इतकं ग्रेट वाटलं!

''बघू स्केच'' म्हणत तिनं माझ्यासमोरचा कागद हाती घेतला. ''बसा ना.'' मी म्हणेपर्यंत ती खुर्चीत बसलेलीसुद्धा होती. 'वॉव ऑसम! काय जादू आहे रे हातात!'' ती मनमोकळेपणे म्हणाली. मग गप्पा रंगवत गेली. मी कॉफी मागवली. मग गप्पांचा रंग गहिरा गहिरा झाला होता. खूप वेळानं ती जायला उठली. म्हणाली, ''परत येईन. नाऊ वी आर फ्रेंड्स.''

ती सगळी रात्र मी वेगळ्याच मूडमध्ये होतो. माझ्यातल्या कलाकाराला तिचं सौंदर्य, तरल भाव, रेखीव देहयष्टी सगळंच लोभवून नेत होतं आणि माझ्यातल्या माणसाला तिचा मोकळा स्वभाव, दिलखुलास वागणं मैत्रीसाठी घेतलेला पुढाकार सगळंच विलक्षण, वेगळं वाटत होतं. दुसऱ्या दिवशी मी आमच्या नव्याजुन्या आर्टिस्ट ग्रूपमध्ये हे उत्साहानं सगळं सांगितलं, तर सीनियर आर्टिस्ट कमलेशनं, शैल्याला टाळी दिली. डोळे मिचकावून ते म्हणाले, 'ब-क-रा!' ''म्हणजे?'' मी त्यांच्या प्रतिक्रियेने दचकून विचारलं. ''काही नाही रे. या हायक्लासवाल्या बायका! त्यांचं काही खरं नसतं. त्यांच्याच क्लासमधल्या लोकांनी त्यांना वाळीत टाकलं की,

मग कुणा गायक, लेखक, नाहीतर आपल्यासारख्या चित्रकार लोकांशी मैत्री वाढवण्यासाठी कलेबिलेत इंटरेस्ट असल्याचं दाखवत येतात आपणहून ओळख काढायला.''

त्याच्या रिमार्कने मी पार विरजून गेलो. कसंबसं म्हणालो, ''पण वाळीत का टाकतील तिला? मला तर ती फार जेन्युइन वाटली.'' ''तेच तर'' सगळे फिदी-फिदी हसत होते. मला त्यांचं ते वागणं अजिबात आवडलं नाही. मी उठून निघून आलो तिथून. मग अधूनमधून सावी येत राहिली. हळूहळू मी तिच्याबरोबर कुठेकुठे चांगल्या प्रदर्शनाला, नाटकाला जात राहिलो. शेवटी सावीच्या मित्र-मैत्रिणींच्या ग्रुपचा मी घट्ट मेंबर होऊन गेलो. त्या सर्वांकडून आणि कुठूनकुठून मिळालेल्या माहितीवरून सावीच्या आयुष्याचं चित्र मनात साकारू लागलं; पण तुकड्या-तुकड्यानं गोष्टी समजत होत्या आणि ते एकमेकांशी पूर्णपणे विसंगत असे तुकडे जोडून जे चित्र निर्माण होत गेलं ते अनाकलनीय, चक्रावून टाकणारं होतं.

सावित्री - सावी – एका वतनदार, उच्चभ्रू, खानदानी कुटुंबात जन्मलेली सुंदर मुलगी. तिचं नावही आजीनंच ठेवलं होतं, जुन्या वळणाचं. सावित्री. आजीच्या डोळ्यांदेखत व्हायला हवं म्हणून सावीचं लग्न कॉलेजात दुसऱ्या वर्षाला असताना अठराव्या वर्षीच करून दिलं गेलं. नवरा अतिश्रीमंत पण सावीपेक्षा वयानं बराच मोठा असा एक उद्योजक होता. सावीला कुणी पसंती विचारलीच नव्हती. सासरी आल्यावर मात्र तिच्या आयुष्यानं एकदम वेगळाच टर्न घेतला. आतापर्यंत कडक शिस्तीत, मन मारून राहिलेली आणि मनाविरुद्ध लग्न करावं लागलेली सावी बिथरल्यासारखी झाली होती. ती अत्यंत चैनी-विलासी, सैल आणि स्वैर बनली. जणू सगळ्यांचा सूडच घेत होती ती. पैसा आणि अप्रतिम सौंदर्य यांचा त्या वेळी म्हणे तिला इतका माज होता की, घरातल्या कोणाची पर्वा न करता मनाला येईल तसं ती वागत गेली. क्लब, पार्ट्या, रेस, व्यसनं, नवनवीन दोस्त – एक ना दोन! ती इतकी बेफाम आणि अविचारी झाली की, स्वतःच्या बेलगाम वागण्यानं शहरभर होणाऱ्या बदनामीची तिला चाड नव्हती की परिणामांची पर्वा नव्हती. शेवटी व्हायचा तो प्रकार झालाच. एका भयानक सेक्स स्कँडलमध्ये तिचं नाव घेऊन लोक कुजबुजायला लागले म्हटल्यावर नवऱ्यानं तिला घटस्फोटच देऊन टाकला. तिनं त्याच स्कँडलमध्ये गुंतलेल्या एकाबरोबर लग्न केलं काय नि अवघ्या वर्षभरात त्याच्यापासून पळून गेली काय. मग तर प्रेमवीरांची रांगच लागली. एक श्रीमंत पण वाईट चालीची स्त्री अशी कुप्रसिद्धी वाट्याला आलेल्या सावीचं डोळे दिपवणारं रूप आणि तितकंच घृणास्पद स्वैर वागणं दोन्हीही लोकांच्या डोळ्यांत खुपत होतं. सभ्य समाजातले लोक तिचं नाव निघताच नाकं मुरडायचे.

हे सगळं अर्थात मी फक्त ऐकून होतो. प्रत्यक्षात तिच्या मित्र-मैत्रिणींचा जो एक स्वतंत्र ग्रूप होता, त्याचं तिच्याबद्दलचं मत फार निराळं होतं. त्या ग्रूपला तिचं हे

वागणं फारसं आवडत नसलं, तरी त्यांचं 'ती एक मैत्रीण म्हणून, मुख्य म्हणजे माणूस म्हणून, फार चांगली आहे,' असं अगदी विरुद्ध टोकाचं मत होतं तिच्याबद्दल. बाहेर आपल्या प्रियकरांशी कायम प्रतारणा करणारी सावी मित्र-मैत्रिणींशी फार एकनिष्ठ होती. तिथलं तिचं वागणं कधीही उथळ, स्वैर किंवा चुकूनही खालच्या पातळीवर जाणारं नसायचं. मित्रांच्या मदतीला धावून जाणं, कधी पैशाची तर कधी मानसिक आधाराची गरज भागवणं, कुणाच्या आजारपणात चक्क शुश्रूषा करणं, रात्ररात्र जागरणं करणं हे सावी सहजपणे करायची. मित्रांची सुख-दुःखं वाटून घ्यावीत; पण कुणाचीही पाठीवर निंदा-कुचाळकी करू नये, आपणहून कुणा मित्राला दुखवू नये; जे वाटतं, ते मात्र तोंडावर मनमोकळं सांगावं, इतकं साधंसरळ पण दुर्मिळांतलं दुर्मिळ असं वागणं होतं तिचं मैत्रीच्या बाबतीत. मीसुद्धा कायम बुचकळ्यात पडायचो. सावीच्या स्वभावाचं विश्लेषण करण्याचा प्रयत्न करायचो. बाहेरचं जग तिला धुत्कारत असताना तिचा ग्रूप का तिला जवळ करतो बरं? तिला वाईट समजून मित्र का बरं दूर लोटत नाहीत? मग मला तिच्यातला एक असामान्य गुण लक्षात आला. सावी मनानं स्वच्छ, अगदी निष्कपट होती. तिच्याजवळ ढोंगीपणा औषधालाही नव्हता. अंतःकरण अतिशय उदार होतं तिचं. काही असो, सावीच्या रूपानं मला एक अप्रतिम समंजस मैत्रीण मिळाली होती. आपण मूळचे जसे आहोत, तसे दिसू नये म्हणून आपण माणसं रोज वेगवेगळे मुखवटे घालतो. आपल्याबाबत लोकांचं कायम चांगलं मत राहावं म्हणून सतत कॉशस असतो. खऱ्या भावना, खऱ्या इच्छा, खरी मते, वासना, बरंचसं सबकॉन्शस मनामध्ये दाबून टाकतो. सावी मात्र याबाबत फार वेगळी होती. तिला जसं वाटे, तसं ती जगे आणि जसं जगे, तसंच सांगे. आपल्या चुका, गैरवर्तन यांतलं तिनं काहीही कधीही नाकारलं नाही. एकदा मैत्री झाल्यावर आपल्या भयंकर भूतकाळाबद्दल बोलायलाही ती कधी कचरत नसे. हे विलक्षण धैर्य हाच तो गुण. नो गिल्ट, नो एक्सक्यूझ, नो जस्टीफिकेशन, नथिंग! कधीकधी ती फार मोकळं बोलते असं वाटलं, तरी तिचं बोलणं ऐकत राहावं, असंही वाटे. म्हणूनच तिच्या सर्व अवगुणांशी विसंगत असा एकमेव गुण, तो म्हणजे तिचा अतीव प्रामाणिकपणा, सगळ्या मित्र-मैत्रिणींना स्वतःपाशी जोडून ठेवणारा. ग्रूपला सावी खूप सच्ची, खूप आपली वाटायची.

सावीचं आणि माझं नातं आणखी वेगळ्याच पातळीवर जुळलेलं होतं. सावी फक्त माझ्या मैत्रीखातर माझ्या स्टुडिओत मॉडेल बनायची. तिला तोही सेन्स फार चांगला होता. तिची निरनिराळ्या पोझेसमधली पोर्ट्रेट्स करताना मी देहभान हरपून जाई. कधीकधी ओलेत्याने, तर कधीकधी जवळजवळ न्यूडही; पण शपथेवर सांगतो, मी तर कलाकारच होतो; पण सावीमध्ये चुकूनही फ्लर्ट स्त्रीचं दर्शन मला झालं नाही. माझी कला अगदी कळसास नेण्यात सावीचं मॉडेलिंगचं योगदान फार

मोठं होतं. मी कलाकार म्हणून खूप नाव मिळवलं, पोर्ट्रेट्स गाजली, भरपूर प्रसिद्धी - पैसाही मिळाला. तसा मग आर्टिस्ट वर्तुळात असूयेचाही सूर उमटलाच. एकदा खवचटपणे शैल्या म्हणाला,

"सावी तुझी मॉडेल म्हटल्यावर मग काय मज्जाच मज्जा!"

"असं नसतं रे शैलेश." मी दुखावून म्हणालो.

"मग कसं असतं रे?" त्यानं कुत्सितपणे विचारलं

"शैल्या, ताजमहाल बघितलास?"

"हे काय विचारणं झालं? दिवसा पाहिला, रात्रीच्या चांदण्यातही पाहिला. भरपूर चित्रं काढली सगळ्या अँगल्सनी. जगातली इतकी सुंदर देखणी वास्तू!"

"हो ना? मग समज, परवानगी मिळाली तुला, तर जाऊन राहशील त्या संगमरवरी वास्तूत?"

"ह्या! काय येडा आहेस का? ते अप्रतिम सौंदर्य फक्त बघायचं असतं आणि आपण तर हाडाचे कलावंत. हे सौंदर्य उपभोगाकरता नसतं दरवेळी."

"मग तसंच हेही आहे शैलेश." शैलेश काय समजायचं ते बरोबर समजला. त्यानंतर माझ्या आणि सावीच्या मैत्रीबद्दल कुणीही वावगा उद्गार काढला नाही.

पण मी म्हटलं ना, सावी हे मनुष्यस्वभावाचं अजब कोडं आहे म्हणून? अत्यंत अनप्रेडिक्टेबल. सावी आता सावरलीय, निवळलीय, वळणावर आलीय, असं आम्ही म्हणत असतानाच तिनं एक प्रचंड धक्का दिला. चाळिशीची सावी एकवीस वर्षांच्या कपिलच्या प्रेमात पडली आणि धाडकन त्याच्याशी लग्न करूनही मोकळी झाली; कुणाला काही न सांगतासवरता! बरेच दिवस झाले तरी ती ग्रूपकडे फिरकली नाही की माझ्या स्टुडिओतही चक्कर मारायला आली नाही. हे मात्र सावीच्या स्वभावात बसणारं नव्हतं. आतापर्यंत तिच्या एकेका प्रेमप्रकरणाबद्दल सावी स्वच्छपणे तर कधी तटस्थपणे बोलायची. कधीही खरंखोटं मिसळून सांगणं नाही. गिल्ट तर नसायचाच कधी. आहे हे असं आहे. उघड्या पुस्तकासारखं आयुष्य! पाहिजे तो चॅप्टर वाचा. गेला क्षण तो गेला; आताचा आहे तो माझा क्षण. त्या क्षणाचं देणं, त्या वेळची मनाची, देहाची मागणी म्हणा, देणी म्हणा, त्या त्या वेळी देऊन टाकली. आता काय त्याचं? आताचा क्षण माझा. प्रियकराचा कंटाळा आला की, प्रेमाचं ढोंग करत बसायचं नाही. खोटं, नाटकी जगायचं नाही, असं विलक्षण तत्त्वज्ञान! अर्थात स्वतःपुरतंच. मला वाटायचं, वरवर फार उथळ-चंचल वाटली, तरी सावी प्रत्येक प्रियकरात काहीतरी खूप खरं, चिरंतन टिकणारं असं शोधते आहे. भ्रमनिरास झाल्यावर हात झटकून पुढे जाते आहे. ही कधी शांत, स्थिर होणारच नाही का? तिच्यासाठी माझ्यासारख्या सच्च्या मित्रांना फार वाईट वाटे; पण सहानुभूती दाखवायची सोय नव्हती; कारण सावीला ते कधीच आवडलं नसतं.

कपिलप्रकरणाचा मात्र सावीच्या ग्रूपला सात्त्विक संताप आला होता. आतापर्यंत तिच्या प्रत्येक चढउतारावर साथीला असणारा ग्रूप पार बिथरला. त्यांच्या मते सावीनं तिच्या आयुष्यात केलेला हा सर्वांत मोठा वेडेपणा होता. कुणीही तिच्याशी फोनवरही संपर्क साधला नाही. त्यांच्या मते हे लग्न म्हणजे एका कोवळ्या अननुभवी मुलाचा घेतलेला निर्लज्ज फायदा होता. कधी नव्हे ते सर्वांनीच तोंड सोडलं होतं सावीवर. 'आचरटपणाचा कळस', 'चाळिशीत पोहोचली तरी शेण खाणं थांबत नाही' अशा विखारी कॉमेंट्स ऐकू येऊ लागल्या. त्या दिवशी असाच ग्रूपबरोबर सुन्न होऊन बसलो होतो.

''तुला काय वाटतं, किती महिने टिकेल सावीचं हे लग्न?''

''तिचं काय बाबा, लग्नलग्न खेळून कंटाळा आला की, येईल उठून एखाद्या दिवशी परत.''

''आणि त्या एकवीस वर्षांच्या पोराचं काय?''

''त्याची दया येते रे! कच्चा खाणार सावी त्याला. उसाचा करवा दातांनी चावून, रस गिळून मग चोयटी फेकून द्यावी, तसं करेल. इतर पुरुषांचं ठीक होतं. ते जरा प्रौढ, पैसेवाले आणि पोहोचलेले असायचे. या पोराचं काय? सावीनं सोडलं, तर वेड लागेल त्याला; नाहीतर जीव देईल.''

''अरे, असं वाईट बोलू नये'' कुणीतरी नाटकीपणे म्हणत होतं. ''समजा, सावीला मूल झालं तर?''

''आत्ता? काय जोक करतोस? दिसते सावी आत्ताही बावीस-पंचविशीची. आहेच ती चिरयौवना. नो डाऊट; पण त्या पोराला नसलं कळलं, तरी आपल्याला तिचा प्रत्येक वाढदिवस आठवतोय ना!''

तेवढ्यात मिराशी फसकन हसून म्हणाला, ''दोन्हीही भूमिका कपिलच करील की! नवराही तोच आणि मुलगाही तोच.''

आता मात्र मला ते ऐकवेना. हा तिचा एकेकाळचा ग्रूप. आता मात्र प्रत्येकजण जिभेची खाज भागवून घेत होता. मग मी तिथून निघून आलो. परत ग्रूपकडे फिरकलो नाही. सावीही कितीतरी दिवस अगदी संपर्कक्षेत्राच्या बाहेरच राहिली.

आणि एक दिवस अचानक रस्त्यात भेटली. गळ्यात शबनम पिशवी अडकवून कुठेतरी घाईघाईने निघाल्यासारखी जात होती. मला बघताच म्हणाली, ''ए, बरा भेटलास. चल एक कप कॉफी पाज.''

''कशी आहेस सावी?'' मी विचारलं.

''खूप छान! पण एक मदत कर मला. मी आता इनव्हेस्टमेंटमध्ये काम सुरू केलंय. एक इन्शुरन्स पॉलिसी घेऊन टाक बरं माझ्याकडून.''

''सावी, तू आणि इन्शुरन्स?''

"करावं लागतं रे बाबा संसारासाठी; पण मला आवडतंय हे. संसारासाठी पै पै जमवण्यात, कष्ट करून एकएक वस्तू घेण्यात गृहिणीपणाचं काय सुख असतं, ते मी पुरेपूर अनुभवते आहे. खूप समाधानी वाटतं. अर्थात तूच एकटा हे समजून घेऊ शकतोस."

मी पुन्हा थक्क. हीच का ती सावी, एकीकडून पैसे मिळवून लगेच दुसरीकडे उधळून टाकणारी?

"पण तुला कष्ट करायची काय गरज? तुझ्याकडे पूर्वीची कितीतरी संपत्ती..."

"नाही. त्यातला एकही रुपया मला माझ्या संसारासाठी वापरायचा नाही. आणि तुला आश्चर्य वाटलं असेल ना माझं हे रूप बघून?"

"खरं सांगायचं तर हे मला झेपतच नाही"; मी प्रांजळपणे म्हणालो. "सावी, तू इतकं निराळं कशी जगू शकतेस? तेही आनंदानं?"

"साहजिकच आहे तुला आश्चर्य वाटणं. मी पण स्वतःबद्दल अशी कधी कल्पना केली नव्हती; पण बघ ना, आजपर्यंत मी मला एकाच पोझमध्ये बघितलं. जगण्याचा एकच पॅटर्न. मग मला स्वतःलाही वाटायला लागलं होतं की, मी अशीच आहे – मुक्त, चैनी वगैरे. इतरांनाही असंच वाटतं. हिनं म्हणजे असंच असलं पाहिजे. आपण मग आपल्यालाच एका साच्यात बसवून टाकतो घट्ट; पण मग वाटलं, आयुष्याला कूस बदलू दे ना. ठेव स्वतःला वेगळ्या भूमिकेत. बघ जरा स्वतःला चार माणसांसारखं साध्या रूपात. तसंच केलं. मग आता वाटतंय, 'अरेच्या! मी अशीही आहे की! म्हणजे असू शकते की सहज. आणि हे मला पूर्वीच्या कुठल्याही प्रकारच्या जगण्यापेक्षा फारफार आवडतंय; निदान आत्ता तरी."

"सावी, हे सगळं इतकं सोपं होतं?" मी साशंकपणे विचारलं.

"का नसावं?" तिचा उलट प्रश्न.

"हो बाई, तुला काहीच अशक्य नाही. स्वतःच्या भावनांशी अत्यंत प्रामाणिक राहून जगण्याचं एक निराळंच तंत्र जमलंय तुला." मी कबूल केलं.

"पटलं ना? मग काढ चेक आणि कर सह्या." ती फॉर्म पुढे करत म्हणाली.

"करतो करतो", मी हसून म्हटलं. वाटलं, या निमित्तानं तरी सावीशी संवाद राहील. झालंही तसंच. काही ना काही काम काढून ती येत राहिली. मी तिच्यातले बदल निरखत होतो.

"काय म्हणतात रे सगळे माझ्याबद्दल? सौ चूँहे खाके बिल्ली चली हज को, असलंच काहीतरी बोलत असतील ना?" सावीच्या चेहऱ्यावरची चिंता लपत नव्हती.

"सावी, तू कधीपासून लोकांच्या बोलण्याची चिंता करायला लागलीस?" मी रोखून बघत विचारलं.

"कपिलशी संसार मांडल्यापासून. सांग ना रे काय म्हणतात?

"सावी, तुझ्याशी खोटं बोलणं मला जमणार नाही आणि तुलाही ते आवडणार नाही. तू तितकी धीट आहेसच तर ऐक. तमाम पुरुषमंडळी नाकं मुरडताहेत. तुझ्या चारित्र्याबद्दल पुन्हा चवीनं चर्चा करताहेत. सावी, वाईट वाटलं ना ऐकून?"

"पूर्वी नसतं वाटलं; पण आज मात्र थोडं वाईट वाटतंय; पण ते जाऊ दे, जग असंच असतं. समजा, मला नावं ठेवणाऱ्यांपैकी एखाद्याला मी चोरून भेटायला बोलावलं तर?" सावीनं खोडकरपणे विचारलं.

"लाळ टपकत येईल." मीही रोखठोक उत्तर दिलं.

"तेच तर! या नीतिअनीतीच्या गप्पा चारचौघांत रे! फार दिवसांपूर्वी ऐकलेला एक किस्सा मला आठवतोय."

"कुठला गं?"

"कदाचित एखाद्या नाटकातलाच प्रसंग असेल. नाटकातलं नाटकच म्हण ना. एका नाटकात काम करणारी प्रथितयश सुंदर अभिनेत्री. अतिशय गुणी, देखणी आणि तितकीच गरजू. सारं घर फक्त तिच्याच पैशावर चालायचं. खूप बिनधास्त भूमिकाही ती सहज करायची; त्यामुळेच की काय, लोकही तिच्याबद्दल वेगळं बोलायचे. तिची एक विशिष्ट प्रतिमा रंगवायचे. तिच्यासाठी नाटकाला गर्दी होणं, एकटीनं नाटक खेचून नेणं हे तिचं यश खरंतर अनेक सहकारी पुरुषांना सहन व्हायचं नाही. तिचा द्वेष करण्याचं मुख्य कारण ती कुणाला बधत नव्हती, स्वतःला तिनं जपून सुरक्षित ठेवलं होतं या सगळ्यांपासून, हेच होतं. मग ती दुखावलेली नटमंडळी तिच्याबद्दल मुद्दामच वाईट शेरे मारायची. चारित्र्यावर शिंतोडे उडवायची. ती ते सगळं शांतपणे सहन करायची. कुणाला प्रतिउत्तर देणं, खुलासे करणं या भानगडीत पडायची नाही. एक दिवस अशीच नाटकाच्या तालमीसाठी मंडळी जमली होती. ती एकटीच स्त्री-कलाकार होती. नाटकाचं स्क्रिप्ट यायला थोडा वेळ होता, म्हणून मग एकानं आयडिया काढली की, प्रत्येकानं काही ना काही करून दाखवायचं. टाइमपास म्हणूनच अर्थात. जोक, गाणं, कोडं असं काहीही चालणार होतं. हिची टर्न आली तशी ती म्हणाली, "मी तुम्हाला फक्त एक प्रश्न विचारणार आहे. त्याचं उत्तर प्रत्येकानं चिठ्ठीवर लिहून द्यायचं."

"विचारा विचारा", म्हणत सगळे कागद-पेन घेऊन सरसावले. ती म्हणाली, "तुम्हाला परिचित अशा पाच पतिव्रतांची नावे लिहा."

"काय सोपा प्रश्न विचारलाय बाईंनी", म्हणत सगळ्यांनी फटाफट उत्तरं लिहून दिली. अहिल्या, द्रौपदी, तारा, सीता, मंदोदरी या नावांबरोबरच कुणीकुणी गार्गी, मैत्रेयी, अनसूया अशी सुचतील ती पौराणिक नावं टाकून दिली होती. उत्तरं वाचून तिनं पुन्हा प्रश्न केला,

"तुम्ही प्रश्न नीट ऐकला होतात ना?"

"अहो बाई, या पुराणातल्या पतिव्रता अख्ख्या दुनियेला ठाऊक आहेत."

"पण मी 'तुम्हाला परिचित असलेल्या' असं म्हटलं होतं. तुम्ही यांतल्या कुणाला पाहिलंत? कुणाशी बोललात?"

"हे अतीच झालं हं! त्यांच्याशी बोलणार कसं? आणि आजच्या जमान्यातल्या कुणाचं नावं लिहायचं? तुमचं लिहायचं होतं की काय?" यावर प्रचंड हशा न् टाळ्या झाल्या.

या खवचटपणावर फक्त हसून ती म्हणाली "माझं राहू द्या हो."

"मग कुणाचं लिहायचं होतं सांगा की!" पुन्हा तिरकस प्रश्न आला.

"का? सावंत, तुमच्या आईचं नाव का नाही? पंत, तुमच्या दोघी विवाहित बहिणी आहेत ना गावातच. सगळ्यात महत्त्वाचं म्हणजे तुमच्या सगळ्यांच्या सौभाग्यवतीही आहेतच की! त्यांची नावं का नाही आठवली तुम्हाला? का त्या पवित्र नाहीत? पतिव्रता नाहीत?"

सगळे चपराक मारल्यासारखे चूपचाप बसले. हो म्हटलेलं नव्हतं आणि नाही म्हणणं म्हणजे नामुष्की.

"सावी; पण तुला आताच का आठवलं हे?" मी विचारलं.

"नाही सांगता येत; पण आठवलं खरं. पण मी आता पळते रे! उशीर होईल, कपिल यायचाय ऑफिसमधनं. त्याच्यासाठी चहा-नाश्ता तयार ठेवायचाय. अच्छा! भेटू मग", म्हणत ती निघूनही गेली.

अगदी मनापासून सांगतो, तेव्हाही सावी मला फारफार जेन्युइन वाटली. ऐकून, बघून खूप बरंही वाटलं होतं; पण धाकधूक होतीच, बाईसाहेबांचा हा मूड किती दिवस टिकेल? का परत आपलं 'ये रे माझ्या मागल्या' असं होईल? हे लग्न टिकणार नाही; यावर सगळ्यांचंच एकमत होतं. खरंतर ते टिकू नये, असंच सगळ्यांना मनापासून वाटत असावं. घटस्फोट होणारच, यावर सगळे ठाम होते.

पण सगळे सपशेल तोंडावर आपटले. सावीचं हृदयपरिवर्तन घडायला तिचं वाढतं वय कारणीभूत ठरलं की कपिलचं निरागस सरळसाधं उत्कट प्रेम प्रथमच तिच्या मनाला जाऊन भिडलं, मला माहीत नाही; पण एक गोष्ट खरी की, सावी त्याची अगदी आदर्श पत्नी बनून गेली होती. कपिल सर्वसाधारण आर्थिक परिस्थितीतला तर हिला इतकं उधळण्याची सवय; पण ती सामान्य गृहिणीसारखी काटकसर करी. घरातली सगळी कामं स्वतः करी. अगदी धुण्या-भांड्यापासून नवऱ्याला ऑफिसला निघताना रुमाल-मोजे काढून देण्यापर्यंत. शिवाय फावल्या वेळात चार पैसेही कमवीत होती. सगळं एखाद्या घरंदाज गृहिणीसारखं चाले. तिचं राहणं-वागणं सगळंच इतकं बदललं होतं की, तिच्या चाळीत आणि परिसरात तिला संस्कारशील

सोज्ज्वळ स्त्री समजलं जाऊ लागलं. तिच्याबद्दल काय खमंग कंडी पिकवायला मिळते, यावर टपून बसलेल्यांची घोर निराशा केली तिनं. सगळ्यांच्या जिभा जणू लुळ्याच पडल्या. कपिल आनंदी आणि सुखी कसा राहील, या एकाच गोष्टीसाठी सावीची धडपड चाले. दिवस-महिने आणि चक्क वर्षेही उलटली. शेवटी 'लागली एकदाची मार्गाला' म्हणत मित्रमंडळींनी निःश्वास टाकला आणि हळूहळू सगळा धुरळा खाली बसला. सावी आणि सावीची प्रकरणे या दोन्ही गोष्टी जणू विस्मरणात जाऊन बसल्या. सावीबद्दल आता कुणी वाईट बोलत नव्हतं. मला गमतीनं असं वाटू लागलं की, अगदी आदर्श पत्नी म्हणून जगून सावी यदाकदाचित कधी म्हातारी होईल, तेव्हा तिचा बदनाम भूतकाळ तिच्यापासून पार तुटलेला असेल. जणू ते आयुष्य कुणा एका वेगळ्याच स्त्रीनं जगलेलं असावं; असा.

पण नशिबात काय वाढून ठेवलंय कुणाला सांगता येतं का? डोळ्याचं पातं लवतं न लवतं तोच होत्याचं नव्हतं झालं. दहा वर्षांचा गुलकंदी प्रेमाचा संसार केल्यानंतर कपिल त्याच्याच ऑफिसमधल्या चैत्रालीच्या प्रेमात पडला. किती लपवल्या तरी या गोष्टी लपून राहत नाहीतच. चैत्राली खरंच एक छान मुलगी होती. तिचे वडील परराष्ट्र कचेरीत मोठ्या पदावर होते. ती तरुण, गोरीपान आणि आकर्षक होती, तरीही सावीच्या नखाचीही तिला सर येणार नव्हती, हा भाग अर्थातच वेगळा! पण तिची ती म्हणून एक चांगली मुलगी होती. बऱ्याचजणांना या प्रकाराची कुणकुण लागलेली होतीच. पुष्कळांनी त्या दोघांना एकत्र फिरताना पाहिलं होतं. फक्त सावीला हे सगळं कळलंय का, हे समजायला मार्ग नव्हता आणि माहीत झाल्यावर आयुष्यात अशा मानहानिकारक प्रसंगाला प्रथमच सामोरं जावं लागल्यावर सावी कसं तोंड देईल, कशी रिॲक्ट होईल, याचा अंदाज कुणालाच बांधता येत नव्हता. आतापर्यंत कायम तिनंच प्रियकरांना लाथाडलं होतं, कुणीही आपणहून तिला सोडून गेला नव्हता. मला वाटलं, चैत्रालीप्रकरण सावी एका फटक्यात संपवून टाकेल. सावीचं धैर्य, चातुर्य आणि प्रसंगी कठोरपणे निर्णय घेणं सगळंच मला चांगलं माहीत होतं आणि इतका प्राणपणाने जपलेला संसार ती सहज कशी दुसरीच्या स्वाधीन करील? आणि आज ती अचानक अशी भेटलीय. मी तिच्यासमोर बसून नुसता विचार करीत होतो. काय घडत असेल बरं सावीच्या आयुष्यात आत्ता नेमकं? सावी तर तशीच दिसत होती, आनंदी दिलखुलास! तिच्या वागण्या-बोलण्यातून खूप काही बिघडल्याची पुसटशी खूणही दिसत नव्हती. आमच्या गप्पा पुन्हा सुरू झाल्या. ती हलकंफुलकं पण सेन्सिबल बोलत होती. गप्पांच्या ओघात येणाऱ्या गमतीदार किश्श्यांना चटकन दाद देत होती. मग मात्र मी अशा कन्क्लुजनला आलो की, असा काही चमत्कार झाला असेल की, कपिलच्या बदललेल्या भावनांची सावीला कल्पनाच आली नसेल अजून. मीच माझ्या मनाला समजावून देत

होतो. म्हणजे असं झालं असेल की, सावीचं कपिलवरचं प्रेम इतकं उत्कट गाढ आहे की, कपिलचं तिच्यावरचं प्रेम कधी तसूभरसुद्धा कमी होईल, अशी कल्पनाच तिच्या मनाला शिवत नसेल. असं होतं ना कधीकधी अति विश्वासापोटी. अगदी जवळच्या माणसाबद्दल बाजूच्या जगाला जे माहीत होतं, त्याबद्दल जिवलग मात्र अनभिज्ञच असतो. माझ्या तर्काची साखळी वाढतच चालली होती.

"किती वाजले रे?" तिच्या प्रश्नानं मी वर्तमानात आलो.

"पावणेतीन."

"अरे बाप रे! मला आता बिल मागवायला हवं." ती गडबडून म्हणाली,

"बिलाचं राहू दे; पण घाई काय आहे? जेवण होईपर्यंत कंपनी देणार नाहीस का?"

"अर्थातच देणार; पण लवकर हं!"

"का गं? घाईत आहेस?"

"कपिलला भेटायचंय साडेतीन वाजता."

"अरेच्चा! बाय द वे, कपिल कसा आहे?"

"अगदी मस्त! मजेत." असं म्हणून ती जरासं हसली आणि कधी नव्हे ते प्रथमच तिच्या हास्यातला खोटेपणा मला जाणवला. क्षणभर थबकून माझ्याकडे सहेतुक नजर टाकीत ती म्हणाली, "तुम्हा आर्टिस्ट लोकांना नेहमीपेक्षा वेगळ्या, चमत्कारिक मूडच्या सिच्युएशन्स आवडतात ना?"

मी काहीच अंदाज न येऊन नुसता प्रश्नार्थक चेहरा केला; तर तीच स्वतःहून म्हणाली, "इमॅजिनेशन हा तुमचा प्रांत; पण आत्ता मी तुला जे सांगणार आहे, त्याची तू कधीच कल्पना करू शकणार नाहीस.

'म्हणजे हिला आत्ताशी कळलेलं असणार कपिलचं नवं प्रेमप्रकरण' मी मनाशी म्हणालो. 'मग आता काय कपिलचं समुपदेशन करायला निघालीय की काय ही?'

"कपिल नेहमीसारखाच ऑफिसला पोहोचल्यावर मग मी त्याला फोन करून भेटायला बोलावलंय सी.सी.डी.त."

"कॅफेत?" मी आश्चर्यानं विचारलं.

"हं! म्हणजे माझ्या घरकुलात नसतं जमलं ना मला ते सांगायला."

"काय सांगायचंय?"

"कपिलनं मला डायव्होर्स द्यावा असं सांगणार आहे, मी त्याला."

"नाही नाही!" मी एवढ्या जोरात ओरडलो की, बाजूच्या चार टेबलांनी आमच्याकडे चमकून पाहिलं. इतका क्षुब्ध झालो होतो की, बोलायला शब्द सापडेनात. कसंबसं म्हणालो, "अगं, कपिलचं आणि तुझं छान जुळलंय असंच मला वाटत होतं."

“सगळ्या जगाला जे ठाऊक झालंय, ते मला समजलं नसेल, असं तुला वाटलं तरी कसं?” ती संथपणे म्हणाली. यावर गप्प बसणं भागच होतं. ‘तू काय बोलतेस ते मला समजत नाही’ वगैरे पोकळ बुडबुड्यासारखे शब्द जिच्यासमोर फोडावेत; अशी सावी खासच नव्हती. काही क्षण सुन्नपणे गेल्यावर मी विचारलं, “ ‘मला डायव्होर्स दे,’ असं तू स्वतःच कसं सांगू शकतेस? स्वतःहूनच अशी परवानगी द्यायची?”

सावीनं यावर फक्त खांदे उडवले. मी रेटून विचारलं,

“आणि तुला काय माहीत गं, कपिलला तिच्याशी लग्न करायचंय की नाही ते?“

“तो तिच्या प्रेमात आकंठ बुडालाय.”

“पण त्याने स्वतः कबूल केलंय का तुझ्याजवळ?”

“नाही. मला सगळं माहीत आहे याचाच त्याला पत्ता नाहीय. माझ्याशी फार चांगला वागतो रे तो. गरीब बिच्चारा! माझ्या भावनांना धक्का लागू नये म्हणून आटोकाट प्रयत्न करावे लागतात त्याला. फार जपतो तो माझ्या मनाला.”

“हो ना? मग ऐक. जरा धीरानं घे. ही त्या दोघांतली एक पासिंग फेज असेल. हे प्रेमबीम सगळं जाईल संपून त्याचं थोड्याच दिवसांत.”

“का? का संपून जावं सगळं?” सावी जराशी उसळून म्हणाली. “चैत्राली सुंदर आहे, त्याच्या वयाची आहे. एकमेकांना शोभेशी आहेत दोघं. आत्ताचं त्यांचं प्रेम फार महत्त्वाचं. ते आकर्षण संपून गेलं तर काय उपयोग? किती प्रेमात आहेत कपिल-चैत्राली आजच्या घडीला!” मी पुन्हा थक्क! एखाद्या मित्र-मैत्रिणीच्या प्रेमाच्या किश्श्याबाबत बोलावं तशी सावी सांगत होती. स्वतःच्या जोडीदाराच्या प्रतारणेकडे इतकं तटस्थ, दूरस्थ होऊन कसं पाहता येतं एखाद्याला? त्याही अवस्थेत मी चकित झालो होतो. सावी ग्रेट आहे, खरंच ग्रेट!

“मग तुझ्या प्रेमाचं काय?” मी मुद्दामच विचारलं.

“ऐक. मी एकोणीस वर्षांनी मोठी आहे कपिलपेक्षा. एकदा एखाद्या पुरुषाचं आपल्या आईच्या वयाच्या पत्नीवरील प्रेम उडालं, तर तुला वाटतं, ते प्रेम पुन्हा परत कधी बसेल तिच्यावर? आर्टिस्ट आहेस तू. इतरांपेक्षा मनुष्यस्वभावाबद्दल तुला नक्कीच जास्त कळतं.”

“पण तू का इतका स्वार्थत्याग करावास?” मी मुद्दा सोडत नव्हतो.

“स्वार्थत्याग वगैरे अजिबात नाही,” ती शांतपणे म्हणाली. “जेव्हा कपिलनं मला लग्नाबद्दल प्रथम विचारलं होतं, म्हणजे दहा वर्षांपूर्वी, तेव्हाच मी त्याला वचन दिलं होतं. म्हणाले होते, ‘कपिल, तुला या लग्नातून जेव्हा मोकळं व्हावंसं वाटेल, तेव्हा तुला मोकळं होता येईल.’ आणि आता ती वेळ आलीय. मला वाटतं,

आमच्या वयात इतकं अंतर आहे; तर मी घेतलेला निर्णय बरोबरच आहे.''

''कपिलनं असं वचन मागितलं होतं तुझ्याकडे?'' मी चकितपणे विचारलं.

''छे, छे! त्यानं अजिबातच मागितलं नव्हतं. ते माझं मीच आपणहून दिलेलं वचन आहे.''

''मग त्यानं तेव्हा न मागितलेलं वचन तू आता पुरं करायला निघाली आहेस?''

''हो,'' ती ठामपणे म्हणाली. ''नक्कीच! माणसानं नेहमी खरं आणि सभ्यपणे वागावं. तसं मी नाही वागले, तर ती कपिलची नाही तर आमच्या नात्याची फसवणूक ठरेल.''

''एवढं सगळं ठरवलंस तर कपिलला इथेच लंचला का नाही बोलावून घेतलंस तुझ्याबरोबर? इथं एकटीच कशी?''

ती क्षणभर गप्प बसली. तिच्या बोटांची चाळवाचाळव झाली. आता तिच्या हाताचे पंजे भक्ष्य पकडण्यासाठी उघडलेल्या पंखांसारखे दिसले नाहीत, तर स्वतःच्या संसारासाठी खस्ता खाणाऱ्या गृहिणीच्या हातासारखे कष्टाळू दिसले. ती एकएक शब्द तोलून बोलू लागली,

''आज मी इथं लंच घेते आहे ना, हेच ते टेबल. दहा वर्षांपूर्वी इथंच समोरासमोर बसून कपिलनं आणि मी लंच घेतलं होतं. इथंच त्यानं मला प्रपोज केलं होतं. आत्ता मी बसले आहे ना, अशीच या खुर्चीत बसले होते. दहा वर्षं फारफार सुखा-समाधानात गेली कपिलबरोबर. हे सगळं कायमचं संपण्याआधी पुन्हा एकदा सगळं मनानं अनुभवावं म्हणून मुद्दाम हेच टेबल बुक केलं होतं. कपिल समोर असता, तर शक्य नसतं झालं ते.''

''आता एवढं सगळं ठरवलंच आहेस, तर बोलणंच खुंटलं; पण मग एखादं प्रकरण संपल्यावर तू जशी रिलिव्ह्ड व्हायचीस, तशी का दिसत नाहीस? तू बेचैन का दिसतेस?'' मी कळीचाच प्रश्न विचारला जणू!

''त्रास देणारी एकच गोष्ट आहे रे! ती म्हणजे दहा वर्षांपूर्वी मी जेवढी कपिलच्या प्रेमात होते तेवढीच आजही आहे; कदाचित जास्तच!'' आता सावी गंभीर झाली होती. तिनं तिचे ओठ घट्ट दाबून धरले होते. जराशाने अगदी गदगदलेल्या स्वरात म्हणाली, ''निघायला हवं आता मला. मी वाट बघायला लावलेलं कपिलला अगदी आवडायचं नाही.'' सावीनं माझ्याकडे काहीशी असहाय नजर टाकली आणि मला लख्खकन जाणवलं की, खुर्चीतून उठण्याचं बळ तिच्यात राहिलेलं नाही. मी संभ्रमात पडलो. हात देऊन उठवावं का तिला? आवडेल का तिला अशा नाजूक क्षणी ते? काही क्षण असेच गेले. मग पुन्हा तिनं तिचं नेहमीचं स्मित चेहऱ्यावर आणलं आणि तटकन उठून उभी राहिली.

“मी येऊ का तुझ्याबरोबर?” मी काळजीनं विचारलं.

“हॉटेलच्या दारापर्यंत चल हवं तर.” ती हसून म्हणाली. आम्ही हिरवळीवरून चालत गेटपाशी आलो. मी विचारलं,

“टॅक्सी बोलावू?”

“नको रे! जवळच तर आहे कॅफे. चालतच जाईन. आजच्या दिवसाचं वातावरणही छान आहे.” मग वळून माझा हात घट्ट धरून म्हणाली, “फार बरं वाटलं, तू भेटलास. सगळं ओझं हलकं झालंय. आता मनातलं बोलायला तुझ्याशिवाय उरलंय तरी कोण?” तिचा स्वर जड झाला होता. सावीला असं बघणं मला सहन होत नव्हतं. सावी म्हणाली, “पंधरा दिवसांनी यू.एस.ला निघतेय; पण सहा महिन्यांनी परत येणार आहे. पुन्हा भेटशील ना?”

“साऽऽवी!” मलाही भरून आलं होतं. “तू फक्त हाक मार; मी आहेच. तू कशीही अस, कुठेही अस; आपल्या मैत्रीत कधीच अंतर पडणार नाही.”

तिनं मग नुसतंच हसून मान हलवली, निरोप घेतल्यासारखी आणि पटकन वळून चालायला लागली. फारशी वर्दळ नसलेल्या रस्त्यावरून पाठमोरी चालत जाताना मी तिला पाहत राहिलो. हवा अगदी संथ आल्हाददायक होती. निळ्या आभाळातून एक ढग रमतगमत चालला होता. सावी कुठेही वाकलेली, झुकलेली दिसत नव्हती. तिची मानही आता अगदी ताठ दिसत होती. एखाद्या वीरांगनेसारखी! तिची ती आकृती, नेहमीसारखीच बांधेसूद, कमनीय. जाणारे-येणारे तिच्याकडे वळूनवळून पाहत होते, नेहमीसारखेच. कुणीतरी ओळखीचं दिसलं, तेव्हा नेहमीच्याच डौलात किंचित झुकून तिनं अभिवादन केलेलं दिसलं. हे सगळं बघताना मनात येत होतं, ‘आत्ता ही चिरयौवना आपलं भंगलेलं हृदय घेऊन निघालेली आहे, अशी शंका हजारांत एकाला तरी येईल का? म्हणूनच मी पुनःपुन्हा म्हणतो, असं न मागितलेलं वचन निभावणारी सावी, ही खरी सावित्री, फार प्रामाणिक, फार सच्ची स्त्री आहे.’

◆

'हवा'च तू

"जिवन्या, आत्ता हितनं माला बघून पसार झाली ती भवानी कोन व्हती रं?" मी कुर्ऱ्यात इचारलं.

"कोनी का असना, तुला काय घेनं?" जिवन्यानं पन ताठ्यातच उलट सवाल केला, तसा माला संशय आला.

"जिवन्या खरं सांग, सुताराची आस्मीच व्हती ना?"

"तुला म्हायती हाय ना, मग कशाला इचारतीस परतपरत?"

"का? का नगो रे इचारू? आस्मी का आलती हितं?"

"मी बलावलं म्हनून आली. तुझं काय म्हननं हाये?" तो वाकड्यात गेला.

"तू? आस्मीला...हितं...एकटीला... या येळंला? काय... काय... काम तरी काय काढलं म्हनायचं येवढं?" मी बारीक डोळं करून आणखी संशयानं इचारलं. तशी जरा नरमाईनं तो म्हनला,

"काम काई नाही गं बाये. वावरातल्या पडळीच्या फळ्यांचं खिळं ठोकायचं व्हतं तवा."

"मग? आस्मी आल्ती व्हय खिळं ठोकाया?" मी चढ्या आवाजात बोलले.

“तू उगी डोस्कं खाऊ नको. मी फक्त मोठा हातोडा पाठवून दे म्हनून निरोप धाडला व्हता सुताराकडं.”

“व्हय का? मग आस्मी स्वतः घिऊन आली वाटतं हातुडा?”

“दुसरं कुनी येन्यासारकं नसंल म्हनून आली आसंल आस्मिता.”

“कशाला सोंग करतोस माझ्या म्होरं? मी पांदीच्या वरल्या बाजूला उभी राहून बघत व्हते; चांगली गुळमट बोलत व्हती की, इळभर बया तुझ्यासंगं. मी जवळ आले म्हनताना तू खुणावलं आसशील तिला, म्हणून तर पाय लावून पळाली. मनात पाप नसतं तर पळाली आसती का? येवडं करूनबी तू लई साळसूदपणा दाखवतोस रे?”

जरा जादाच वाढवून मी त्याच्यावर आरोप करीत व्हते. खरं बोलायचं तर मी आस्मीला ओझरतंच पायलं व्हतं.

“ए, तू माझ्यावर घारीवानी नजर ठिवून का आसतीस गं? आन् येवढा वरचा आवाज काढून मला जाब विचारनारी तू कोन गं? मी भेटंन तिला नायतर लगीन बी करीन, तू कोन जवातवा आडिवनारी?” जिवन्या मला चिडवण्यासाठी मुद्दामच लग्नापर्यंत पोहोचला, तवा माझी सटकलीच. मला विचारतोय ‘तू कोन?’ मी या गावच्या तालेवार सरपंचाची पोरगी. लाखांत अशी देखणी. माझ्याम्होरं घोटाळणाऱ्या कित्तीक पोरांना तर मी हिंग लावून बी इचारत न्हाई. कुनी जादा शानपना केला तर चपलीचा परसाद ठरल्याला. तवा माझ्या वाटंला कोन कंदी जायचं न्हाई. पर जिवन्याची गोष्ट लई मंजी लई येगळी; खास व्हती. तो माझ्या मनात भरला व्हता. लई दिसापासनंच मीहून त्याला भाव द्यायची. त्याच्याशी बोलायचा एकबी मोका सोडायची न्हाई. जिवन्या तसा देखना गडी; पन लई तडकफडक. सदा तालमीत घुमायचं नंतर आपलं शेत बरं की आपुन बरं. पोरींपासनं दहा हात लांब ऱ्हायचा. आमच्या शेताच्या पल्याडच त्याचं बी शेत व्हतं. तवा आमच्या भेटीबी आपसुखच व्हायच्या. हिरोगत चिकन्या जिवन्यावर माझा जीव जडला व्हता. इतका की, मनातनं मी त्याला माझा जोडीदारच समजायची. माझं लगीन व्हईल ते त्याच्याशीच. जिवन्याला पन मी आवडत आसनच की मनातनं! पन गडी लई खडूस! इतर पोरांसारखा तर तो माझ्यामागं कधी नसायचाच; पन मी बोलाय गेले तर कंदी भाव द्यायचा न्हाई. त्यानंच मग माझी ईर्षा जादाच वाढायची. जिवन्या माझा मंजी माझाच हाय. त्याच्यासंगं इतर कुनी पोरीनं बोललेलं, त्याच्याकडं निस्तं बघितलेलं बी मला खपायचं न्हाय. जिवन्याला काय म्हाईत नाय का हे? तरी खुशाल आस्मी येऊन गुलुगुलु बोलती? दुसरी एखादी पोरगी आसती तर मी माफ केलं असतं, पन आस्मी? तिच्याशी तर ल्हानपनापासूनच उभा दावा व्हता माझा.

त्याचं असं झालतं की, ल्हानपणी आम्ही पोरी भांडीकुंडी मांडून भातुकली

खेळत व्हतो. भावला-भावलीचं लग्न लई दणक्यात लावलं आमी. सांजंला खेळ भरून ठेवाय गेले तं माझा सजवलेला भावलाच दिसंना कुठं. मी तवाधरनंच लाडावलेली अन् चिडकूट स्वभावाची, मी रडूनरडून घर घेतलं की डोक्यावर. शेजारची रंजी म्हनाली की, तुझा न् आस्मीचाच सगळा खेळ व्हता, तर आस्मीनंच नेला वाटतं तुझा भावला.' ऐकलं आन् मी सुसाट पळत आस्मीच्या घरी गेले आन् रागानं 'माझा भावला का चोरलास गं?' म्हनून सरळ तिच्या झिंज्या उपटाय लागले. ती हातपाय आपटून वरडाय लागली. तवर माझी आय आली धावत अन् तिनं मला आवरलं. ''काकी, मी मुद्दाम न्हाई घेतला भावला. सगळा खेळ भरून घेताना चुकून आला तो माझ्याकडं. मी आनून देनारच व्हते आत्ता, तर आई म्हनली अंधार पडाय लागलाय, उद्याच्याला दे.''

मी काय बी ऐकलं न्हाई. तिच्या हातातला भावला इतक्या जोरात हिसकून घेतला की, तो दाणकन जोत्यावर आदळला. त्याचं हातपाय निखळलं आन् मान बी कलंडली. मी परत भोकाड पसरलं. आयनं कशीतरी समजूत काढून आनलं मला घरी परत. घरी आल्यावर तुटक्या भावल्याकडं बघत मी आयला म्हनलं, ''उगाच मारलं का गं मी आस्मीला? मुद्दाम नवता कागं नेलता तिनं माझा भावला?''

''मंजिरे, कसला गं तुझा स्वभाव?'' आय कावून म्हनाली.

''आय गं जाऊ दे. मी उद्या ना आस्मीला माझी फुलाफुलाची किर्लीप निऊन दिन. तिला लई आवडली होती ती. मग ती नाय रागवायची माझ्यावर.'' दुसरे दिशी शाळेत मधल्या सुट्टीत मी आस्मीकडे गेले किलीप घिऊन, तर ती मला बघून पळूनच गेली भिऊन. तवाधरनं ती माझ्यासंगं बोलत नवती. पन आस्मीनं तवापासून माझ्यावर खुन्नस धरलीवती मनातनं. माझ्यामागं माझ्या मैतरणींना सांगायची, 'मंजी लई ताठ आहे. स्वतःला काय अप्सरा समजती का काय? मंजी अशी न् मंजी तशी.' मैतरणीपण समदं तिखट-मीठ लावून सांगायच्या मला. मग आस्मीपन माझ्या डोक्यात जायला लागली. तवाधरनं तर आत्तापातोर आम्ही येकमेकीला पान्यातच बघायचो. त्याच वैरिणीशी माझा जिवन्या बोलताना दिसल्यावर माझ्या मनाला इंगळी डसंल नायतर काय? वर जिवन्यापन मला वाकडंतिकडं बोलत व्हता तिच्यावरनं. मंग तर माझा राग अन् मत्सर पार मस्तकात गेला. जिवन्याशी मी कडाकडा भांडाय लागले. तो बी मला चिडवत ऱ्हायला. आखिरीला तो पन खवळला. मामला पार हातघायवर आला अन् शेवटाला ठण्ण! बाजूच्या धोंड्यावर माझं डोस्कं आदळलं की त्यानं. देवा परमेश्वरा! डोळ्यांम्होरं काजवे चमकले. पाय कापाय लागले. तरी माझी आय सारखी सांगत असायची, 'मंजे, तुझा संशयखोर स्वभाव, आन् तुझं संतापी डोस्कं ताब्यात ठेव. बाकी समदे गुण आसूनबी बाईच्या जातीनं आसं तिळाचा ताड करून उचलली जीभ लावली टाळ्याला आसं करू नये.

घात करून घेशील येखाद्या वक्ताला. आधी उगाच संतापायचं आन् मागनं पस्तावा करत स्वतःच्या तोंडात हानून घ्यायचं हे कसलं तुझं इपरीत वागनं? क्षणात कडक ऊन तर क्षणात धबाबा पाऊस! जन्माची पस्तावशील आसल्या वागन्यानं.' तेच खरं झालं की रे देवा! त्या एका दणक्यानंच माझा राग-मत्सर समदं जाग्यावर आलं. मी पस्तावा कराय लागले. 'मीच मूर्ख. मीच खाजवून खरूज काढली. मीच हात दावून अवलक्षण करून घेतलं; का, तर ती त्याच्याबरोबर निस्ती दिसली म्हनून. संशयी मन म्हंजे महाझोटिंग, संशयानं माझा घात केला म्हनूनच आता जिवन्या मला ठार मारतोय. ठण्ण! दुसरा दणका बसला आन् समदंच खल्लास!

माझा जीव गेला; पन हे भलतंच काय दिसाय लागलंय मला? म्हंजे मेले मी आन् मारनारा जिवन्याच गोठल्यावानी झाल्याला दिसतोय. माझ्याकडं टक लावून बघतोय पापणी बी न लवता. 'असा कसा रं पत्थर काळजाचा निघालास जिवन्या? माझा राग दिसला तुला; पण प्रीत कधी समजली न्हाई का रं?' मी आक्रोश केला. बघताबघता पांगलेले काळे ढग परत आभाळात एका जागी जमावेत तसा माझा गेलेला राग न् ईर्षा परत मनात गोळा झाली. 'जिवन्या माझ्याकडं सरळसरळ बघतोय म्हंजे माझा आत्मा या अंधारात बी दिसतोय वाटतं त्याला नक्कीच.' इचार करता-करता एक आयडिया सण्दिशी फुटक्या डोस्क्यात चमकली. जिती असताना माझ्या रूपाची याच्यावर इतकुशीपन छाप पडली नाही. माझ्या देखनेपनाला यानं कंदी भाव दिला न्हाय का धडवानी माझ्याशी बोलला न्हाय. 'थांब, आत मेल्यावर तुला झपाटूनच टाकते अख्खाच्या अख्खा!' झपाटते? म्हंजे मी... मी भूत? माझ्या अंगाव सर्रकन काटा आला. बाकी समद्या गोष्टींत मी लई झाशीची रानी आसले, तरी ल्हानपनापासूनच भूत-खेत, प्रेत-समंध, हडळ-मुंजा आसं म्हनल्यावर मला लई भ्या वाटायचं. मागं एकदा कडूसं पडल्यावर शेताकडनं मी घरला निगाले व्हते. जिवन्याच्या संगतीनं पांदीतून चालत व्हते तवा त्याला म्हनले, 'जिवन्या, आज आमुशा की रं! मला भुताचं लई भ्या वाटतं.' तशी खो खो हासत तो म्हनला व्हता, 'बावळटच हैस. भूतंबितं काय बी खरं नसतं. मी न्हाई मानत आसलं काई आन् घाबरत बी न्हाई.'

तवाचं त्याचं ते बोलनं बराबर आठवलं अन् लई मज्जा वाटली. आता मला भुताला भ्याचं कारनच नव्हतं, मीच भूत झाले व्हते ना! लई ऐकलं होतं भुताबद्दल आता तसंच हडळीसारखी मी बी एखाद्या दगडाव बशीन, माझंच मुंडकं काढून माझ्या गुडघ्याव ठिवीन आन् निवांत लांबसडक केसं इंचरून मस्त हेयरस्टाइल करीन. मग पुन्हा माझ्या हातानी माझं डोकं माझ्या मानंवर ठिवीन. काय बी करू शकते मी. मला कशाची भीती? भीती तुलाच. काय म्हनायचा, 'भूतबीत काय खरं नसतं?' आता दावतेच तुला भूत कसं आसतं न् कसं झपाटतं ते.

मी दात खाऊन बडबडले.

अजूनबी जिवन्या थेट माझ्यासमूर उभा व्हता. एकटक नजर न हलवता बघत व्हता. त्याच्या त्या नजरेनं मी जास्तच रागाला आले. म्हनलं, मी तर मेले पन् जाता-जाता याला जल्माची आद्दल घडंल इतकं घाबरून सोडायचं. म्हनून मी माझं तोंड अगदी त्याच्या तोंडाजवळ न्हेलं. पन तो ढीम; बधेना अजिबात आन् वर सरळ नजर लावून आपला बघतोच हाय जनू माझ्या आरपार बघता येत असल्यागत. मला डाउट याला लागला, 'मी याला दिसतंच न्हाय का काय?' तवर तो पाऊल उचलून चालायबी लागला की सरळ. मग मातर मला भ्याच वाटलं जरा. ताजी ताजी भूत झाल्ते ना! एकदम कशी भ्याची सवं जाईल? मग आठवलं, एकदा भूत बनल्यावर या जित्या मानसाला काय म्हनून भ्याचं? येडी कुठली! पन जिवन्याचा तसा धाकच व्हता ना! एकापरी तो चटदिशी सुटंना. मग मीहूनच चार पावलं मागं सरले आन् बाजूला होवूनशान त्याला वाट करून दिली. तो नाकाम्होरं बघत निघूनबी गेला. जरा भानावर येऊन बघेतोवर पांदीतल्या झाडांच्या दाट सावल्यांत मिसळूनबी गेला की! दौतीतनं शाई सांडावी तसा आमुशेचा अंधार आभाळातून सांडत व्हता.

मी बी निगाले त्याच्या मागूमाग. तो काय लांब गेलाय आसं वाटत नव्हतं. येखादं इमानी जनावर कासरा नसला तरी मालकामागं जावं, तशी मी वढल्यासारखी त्याच्या पावलावर पाऊल ठिवून चालले. नशिबी तशी लग्नातली सप्तपदी नव्हती, तर ही असली व्हती म्हनायची! म्हातोबाचं देऊळ दिसलं तशी आपोआप हात जोडाय लागले; पन झटक्यात हात माघारी घेतले आन् देवाची नजर चुकवून कशीतरी वळून कुंभारआळीत शिरले. कुंभारआळीत जल्माचा अंधारच असतो. पन मला आता सरावल्यागत स्पष्ट दिसत व्हतं. माझं भ्या बी पळून लांब गेलं व्हतं सात डोंगरांच्या पल्याड. आता येकच विच्चार, जिवन्याचा सूड घ्याचा. मी भराभर पावलं उचलून त्याला वलांडून पुढं गेले. त्याच्या म्होरं धा पावलं गेल्यावर गर्रकन वळले आन् त्याच्या म्होरं उभी ठाकले. माझे दोनी हात भुतावानी लांब पसरले; दोन्ही बाजूला आन् खालीवर फडफडवले. हां म्हंजे, टिवीवरल्या भुताच्या शिरियल बघून भुतं कशी वागत्यात, हालचाल करत्यात ते बराबर म्हायती व्हतं ना मला. तसलाच भेसूर आवाज काढून इवळायला लागले व्हूऽऽव्हूऽऽ. तर हा पठ्ठ्या घाबरायच्या बदली मिशीतल्या मिशीत हासतोय. बया, म्हंजे फुकटंच गेलं काय सगळं? याला मी दिसतेय का न्हाई दिसत? काईच कळंना. न्हाई न्हाई! दिसत असनारच त्याला मी; पन जिवन्याचा भुताखेताव इश्वासच न्हाई ना! म्हनून त्याला वाटत आसंल की, हा निस्ता भास हाय, भूत नाय. आस्सं काय? आता चड्डी पिवळी हुईपर्यंत कसा भीत न्हाई तेच म्याबी बघते, आसं म्हनून मी तोंडात बोटं घालू घालू शीळ घातली. नंतर किंचाळाया लागले, 'ए मारेकऱ्या, ए माझ्या खुन्या!' त्या किंचाळीसरशी

फाटकन एक खिडकी उघडली. 'कोन वरडतंय रे तिकडं? काय गडबड चाल्लीय?' गंगानानाचा भरड आवाज ऐकू आला. 'अरे माझ्या कर्मा!' म्हंजे बाकीच्या लोकांना बराबर ऐकू गेल्तं माझं किंचाळनं. मी येकदम गपगार उभी राह्यले अंधारात. याला धडा शिकवायचा तर नजरेतनं सुटू द्यायला नगो होतं. मग त्यात बाकीच्या लोकांचा घोळ कशाला उगी? म्हनून मी गप झाले तर तो मला चिडवल्यागत हासला आन् ऐटीत चालाय लागला. ते बघून, तर माझा राग लईच उकळायला लागला. 'आत्ताच एक खून करून निघालाय गडी आसं वाटंल तरी का कुनाला याच्याकडं बघून? थोबाडावर निसतं हसू, काळजी नाय का तिळायेवढी भीती नाय. मजेत फिराया निगालाय जनू गावात.' येकायेकी मला जिवन्याचं कौतिकच वाटाय लागलं. माझा जिवन्या हायच तसा भाद्दर गडी. त्याला कशाची काय पडलेली नसती, कुनी जगा नाय तर मरा, याला काय बी फरक पडत न्हाय. मुर्दाड मेला!

इचार करताकरता मला कायतरी नवीन येगळंच सुचाय लागलं. आता धा मिन्टामागं तर चांगली हाडामांसाची जितीजागती ईस वरसाची पोरगी व्हते मी. एका क्षणात भूत की हो झालं माझं! पन् भूत म्हंजे मी एकदम फ्री झाले की मानसांच्या दुनियेतनं! काय पन करा, कुटं बी जा, कुनाचं भ्या नाय, कशाचं बंधन नाय. मला मस्त मोकळंमोकळं वाटलं. मी वाऱ्यावर निघाले, दोन्ही हात पसरून. बारीक शीळ घातली. नेहमीसारखी खीः खीः करून हासले. घशातून बसका आवाज काढून साद घातली 'जिऽ व ऽ न्या... जीऽ वऽ न' आतातरी याला ऐकू जायला पायजेलच; पण तो कसला निबरगट्ट! आपल्याच तालात गल्ली पार करून बाजाररस्त्याला लागला की आता!

परत माझ्या टकुऱ्यात भारी आयडिया आली. टाळी वाजवून मी म्हटलं, आता तरी भिनारच रे तू! रस्त्यात हिकडंतिकडं नारळाच्या झावळ्या पडलेल्या व्हत्या. मी वाऱ्याच्या पावलानं फुडं गेले आन् त्या झावळ्या येकाला येक टेकून रस्त्याच्या मधीमधी उभ्या केल्या. एक मोठी फांदी हातात उंच धरून झेंड्यागत नाचवत त्याच्या म्होरं चालत ऱ्हायले. वाटलं, 'आपुआप उभारल्या गेलेल्या झावळ्या न् हवेत नाचणारी फांदी बघून तरी याची फाटंलच फाटंल. चांगली दातखीळच बसू दे मेल्याची.' पण कशाचं काय! सगळंच मुसळ केरात. तो फांद्या चुकवत नायतर तुडवत सहज चालत चालला होता. मग मी हातातली फांदी मातीत सोडून फराफरा ओढायला सुरुवात केली. तवर तो माझ्या बी म्होरं गेला. कसं नशीब मरनानंतर बी चुकत नाय बगा. मी जिती असताना त्यानं किती बी हाडहाड केलं तरी त्याचं मन जिंकन्यासाठी त्याच्या मागंमागं करायची. किती मी चिवट आन् आता माजं भूत बी तेवडंच चिवट; सूड घेन्यासाठी फिरतंय त्याच्या मागंमागं. पाण्याच्या धारंला लागलेल्या ओंडक्यावानी अलगद चाललंय वाहात अंधाराच्या पुरातनं.

मधीच एकदा जिवन्यानं वळून पायलं माझ्याकडं. या टायमाला मातर त्याच्या डोळ्यांत माझी वळख दिसली. मी नक्की दिसली असनार; पण तो कसला डांबिस! पच्छात्ताप नाय का भ्या नाय; उलट, फड जितलेल्या कुस्तीगिरावानी घमेंड दिसत व्हती तोंडावर. मी चिरडीला आले ते बघून. 'मला ठार करून हसतोस ना? घे, घे, हासून घे आत्ता, मग रडायचीच बारी आणते का न्हाई बघ तुझ्यावर.'

'जिवन्याचा सूड घ्याचा तुला? ज्याच्यावर जीव ववाळून टाकला व्हतास त्याचा सूड?' माझ्या मनाच्या कोन्यातून भलताच आवाज आला आन् माझ्या अवसानघातकी मनानं परत एकदा पल्टी मारली. माझ्या रागाची लहर मध्यातनंच वसरायला लागली. खाल्ल्या आळीतल्या इरोदी गटातली मेंबरं एकदम सरपंचाच्या सत्तेतल्या गटात येऊन बसावी; तसं झालं.

'मेल्यावर दुश्मनी, मत्सर, राग, दुष्टावा, सगळंसगळं संप्तं. नाही संपलं तर लटकता तुम्ही सालोसाल भूतयोनीत,' देवळात वामनबुवा सांगत असायचे. 'राग-लोभ संपले तरच मिळते स्वर्गाची वाट' चार-दोन येळेला ऐकलं व्हतं, ते नेमकं आठवलं. 'म्हंजे मी कायमची भूत व्हनार? नगो नगो मंजिरे, पंधरा मिन्टं तर झाल्यात तुला मरून. आत्ताच वैर सोड. जिवन्याच्या सूडाचा नाद सोड; नायतर लई उशीर व्हईल.' आतनं परतपरत आवाज येत होता.

'हुंदे उशीर,' मी पन हटवादीपने म्हनाले. 'मी आता भूत हाये म्हनल्यावर घाई काय करायची? मी त्याला कंदी बी झपाटू शकते, तशी कंदी बी सोडू शकते की! त्याला काय लई न्हाई तरास द्याचा. फकस्त एक डाव त्याची घाबरून तंतरली पायजेल. तोंडाला फेस येइतो हिव भरंल असं भ्या दावायचं. कायमची आठवन राहील मग माझी. मग द्यायचंच की सोडून! आपल्याला तरी काय भूत होऊन लटकायची हौस नाय. फक्त एक डाव. मग मी जानार माझ्या मार्गानं सर्गात. मग तिथं बी माझ्या देखन्या रूपाकडं बघून यक्ष-किन्नर म्हनतील, 'अप्सरा आली'. माझं डोस्कं भन्नाट चाललं व्हतं. तितक्यात जिवन्या गपकन थांबला आन् अख्खाच्या अख्खा माझ्या म्होरं उभारला. मग मी सोडते का काय? हाताची धाच्या धा बोटं काट्यावानी फाकवून, हात त्याच्यासमोर ताठ धरून मी जीव खावून वराडले, "जिवन्या, आत्ता दाताड इचकून माझ्याकडं बघून हासताना ग्वाड वाटतंय तुला. बटाट्या डोळ्यांनी टकाटका बघून राह्यलास. तुला वाटतंय तूच जितलास मला ठार मारून. येड्या, तू न्हाई, मीच बाजी कशी पलटवते बघ आता मी.. मी... हा:हा:हा मी हासले आन् आजूबाजूच्या चार-सा खिडक्या धडाडा उघडल्या गेल्या.

"काय कालवा चाललाय रं तिकडं? दिगानाना, कोन वरडतंय रे भुतावानी या वक्ताला?'' मी झाडाबुडी काळोखात व्हते. सगळ्या पब्लिकनं ऐकली वाटतं माझी बोबाबोंब. आत्ता जिवन्याचं काय खरं नाय. मी हासून त्याच्याकडं बघतीय तर तो

शाना जसं काय पायलंच नाय, काय ऐकलं बी नाय, असं तोंड करून चालत निगाला.

'मंजिरे, बास आता. सोड त्याला', परत आवाज आला मनातनं. 'मंजे, त्याला अद्दल घडवायच्या नादात तू हे काय भलतंच करतीस? पयली चूक तुझीच. तिला निस्तं त्याच्याबरोबर बघितलंस; येवडं संशय घ्यायसारखं काय नव्हतंच. आस्मी डोस्क्यात गेल्याली होतीच तुझ्या आन् जिवन्यापन प्रेमाची कदर करीत नव्हता. त्याला आस्मीवरून डिवचावं, प्रीतीची जाणीव करून द्यावी म्हणून बळंच भांडन काढलंस ना? पन तुझ्या संशयी भांडखोरपनामुळं ते भडकलं. जिवन्याला भडकायला तूच भाग पाडलंस. त्याची काय बी चूक न्हवतीच. त्याला तरी काय तुझा खून करायचा व्हता का? झाला संतापाच्या भरात. जाऊ दे आता. नायतरी त्याच्यावर खराखरा जीव हुता ना तुझा? सोड ते सगळं. जा आपली आपल्या वाटेनं. उशीर झाला तर जगाला कळंल ना त्यानंच तुला ठार मारलं ते. मग त्याला फाशी व्हईल आन् त्याच्या मरनाचं पाप तुझ्या आत्म्यावर बसंल कायमचं. मग कुठला स्वर्ग आन् कुठली तू अप्सरा?'

'खरंच की बया.' मी वळले स्वर्गात जायला. आता परत मी हात पसरले. पन भुतासारखे नाय तर परीच्या पंखासारखे आन् उंच उडायचा प्रयत्न केला. पन् काय म्हनावं नशिबाला? कुनीतरी गच पकडून, खेचून न्यावी तशी मी त्याच्यामागं फरफटत फरफटत शेवटपर्यंत चालले. मला कळंना, हे आक्रित कसं न काय घडतंय? येवडी मी भूत होऊन बी आजूबाजूची लोकं मला ऐकत्यात. आता तर बाजूला उभी ऱ्हाऊन बगत्यात बी माझ्याकडं चांगल्या जित्या मानसाकडं बघावं तसं. पन ज्याला घाबरवण्यासाठी मी भूत झाले, येवडा गोंधळ घातला, त्याला मातर मी जराबी दिसत नसावी? आसं कसं झालं? हा जिवन्या आता अजून चाललाय तरी कुठं गावाभायेरच्या रस्त्यावरनं? वर मी बी वडली जातेय इमानी कुत्र्यावानी. सर्गात जायचंय; पण उडता येत न्हाई. आन् मागं बी फिरता येत न्हाई. मीच झपाटल्यावानी चाललेय की मागं. माझ्या पदरात काय बी पडलं न्हाई. जीव लईच रडकुंडीला आलता; तेवढ्यात मोठा पिवळा लाइटीचा दिवा दिसला, आन् माझ्या भुतानं आनंदानं लईच उंच उडी मारली. 'हे तर पोलीस-ठेसन.''

'पावलास रे देवा या भुताला' मी श्वास टाकून बोलले, 'म्हंजे जिवन्या आता पोलिसांना शरण जातोय, नक्कीच. खुनाची कबुली देनार आता.''

''तू, तू ढकललंस त्याला पोलीस-ठेसनाच्या रस्त्याकडं.' परत आतला आवाज चिरकला. 'मूर्खे, घात केलास ना त्याचा आखिरीला? तुला काय पायजे व्हतं? जिवन्यानं तुझ्या भुताला बघून डोळे पांढरे करावं, घाबरून किंकाळ्या फोडाव्या का येडंखुळं होऊन जावं? तुझा जिवन्या इतका भित्रुडा व्हता का गं? प्रेम केलतं म्हने प्रेम! ज्याच्यावर जीव ववाळून टाकायचा त्याच्याच फाशीचं पाप बसतंय

बघ बोडक्यावर कायमचं.' त्या चिरकटन्यानं माझा रंगच उडाला. पाय लटालटा कापाय लागले. 'कायमची भूत व्हनार मी आता? बया गं बया!' मी रडाय-वरडाय लागले. 'मी न्हाई केलं ते, मी न्हाई. त्यानं मरावं अशी माझी कंदी बी विच्छा न्हवती. 'जी..व..न, तू माझं काय बी केलंस तरी मी तुला न्हाई मरू द्याची, फासावर न्हाई जाऊ द्याची. जी..व..न, नगो रे असा एकसारखा टक लावून माझ्याकडं बगूस. अजूनबी येळ गेल्याली न्हाई.. येळ... गेली.. न्हायी... जी..व..न! मागं फिर.'

मी येवढी काकुळती येऊन रडतीय हिकडं तवर तो जाऊन पोलीस ठेसनाच्या दाराशी जाऊन उभा बी राह्यला की माझ्याकडं निवांत बघत! तवर पाच-सहा पोलीस शिपाई एकामागूमाग एक भायेर आले आन् त्याच्या आजूबाजूला कडं करून उभे ऱ्हायले. आता न्हाई होत सुटका जीवनची माझ्या.

'जीऽ वऽ न माझ्या राजा, माफ कर रे मला.' मी हुंदक्याव हुंदके देत बोलत व्हते. 'माझा मत्सर नडला रे. तुला बी म्हायती हाय, माझा किती जीव व्हता तुझ्यावर. आजून बी हाय. म्हनूनच तू मरू नगोस, फाशी जाऊ नगोस. काय बी बोलू नगोस आन् कबूल बी करू नगोस.'

इतका गोमगाला झाला तरी जेच्या म्होरं उभी राहून मी बोलत व्हते, त्या जिवन्याची नखायेवडीबी चाहूल त्या पोलिसांना कशी लागत न्हवती? मी आ वासून आन् डोळे फाडफाडून त्याच्याकडं बगत व्हते. पोलीस बी त्याला पकडायचं सोडून माझ्याकडंच बगत व्हते. त्यांतला एकजण कुजबुजत म्हनत व्हता, 'हीच ती, सरपंचांची मंजिरी. हिनंच केलं ते. मेंदूच फोडून बाहेर काढला हिनं त्याचा रागाच्या भरात अन् स्वतःच आपल्या पायानं आलीय पोलीस-स्टेशनला कबुली द्यायला.'

तर दुसरा घाबरून म्हनाला,

'तिच्या डोक्याकडं बघ आधी. बिच्चारी मंजी, त्याला मारलं ते हातोड्यानं मारलं अन् मग स्वतःचं डोकं पण दगडावर आपटून घेतलेलं दिसतंय.' मग तो शिपाई पुढं आला आणि मऊ आवाजात म्हनाला, 'आता जे काय बोलशील ते तुझ्याविरुद्ध पुरावा म्हणून नोंदलं जाईल.' मला काय बी कळत न्हवतं. 'जीऽ वऽ न' मी हात पसरून पोलिसांच्या पलीकडं उभा असलेल्या जीवनकडं बघत टाहो फोडला. सरतेशेवटी त्याचा दगडावानी घट्ट चेहरा हासरा झाला. ''देवा रे'' शिपाई ओरडला, 'हिला जसा काही जीवन खराखराच दिसतोय. चेहरा बघ तिचा, कसा झपाटल्यासारखा झालाय.' 'खरंच रे. त्याला ठार करून स्वतःच घायाळ झालीय बिच्चारी! सगळे एविडन्स तिच्या विरुद्धच दिसताहेत. डोकं फिरलंय का काय हिचं? फाशी नाही; पण जन्मठेप होईल असं वाटतंय.'

◆

जस्ट अ ग्लास ऑफ मिल्क

‘हे बघ बाळा, आता हे शेवटचं विचारतेय तुला. आणि एक लक्षात ठेव, काहीही असलं, अगदी काहीही; तरी मी तुला रागावणार नाही. तुलाही ते चांगलंच माहिती आहे. मग आता सांग बरं नेमकं काय काय झालंय?’ गौरीनं शेवटचं शेवटचं म्हणून कितव्यांदातरी विचारलं. त्यावर सेजलनं नुसतीच मान वर केली. केव्हाचं हमसूनहमसून रडणं चाललं होतं. कारण सांगत नव्हती. नुसतंच रडणं. इतका वेळ गौरीला सेजलची नुसती काळजीच वाटत होती; पण आता हळूहळू मनात भीतीही दाटायला लागली. शंका-कुशंका आणि नाहीनाही त्या शक्यता, अर्थात वाईटच; एकमेकींना ढोसून पुढे येत होत्या. सेजल, गौरीची नात म्हणजे मुलीची मुलगी. दुधावरची साय! उपमा जुनीच; पण अनुभव खरंच नवा. वैभवीची ही कन्या अगदी सेन्सिटिव्ह, हळव्या मनाची. नुसतं भाताचं फूल. त्यात पुन्हा वैभवी अन् जावई तिकडे अमेरिकेला गेलेले चार वर्षांपूर्वी. सेजलचं शिक्षण अर्धवट तिकडे अर्धं इकडे असं नको म्हणून गौरीनंच तेव्हा सुचवलं होतं, ‘सेजलला राहू दे इथेच. मी घेईन काळजी. तू निर्धास्त मनाने जा.’ सेजलही अगदी आनंदात आजी-आजोबांबरोबर राहत होती. गौरीला जाणवलं, ‘तेव्हा खूप खुशीनं ही गोड जबाबदारी घेतली होती. पुढे लेक-जावयाचं परदेशी राहणं वर्षावर्षानं लांबत गेलं; तरी नात

जवळ असल्यानं प्रत्येक दिवसाला नवी कोवळीक होती. 'जसजशी सेजल वाढत गेली, तसतशी माझ्या मनात का कोण जाणे, कसलीतरी वेगळीच अस्वस्थता म्हणा, काळजी म्हणा शिरकाव करू लागली. काही म्हणा, आपलं मूल वाढवणं वेगळंच; त्यात काही कमीजास्त झालं तरी सगळी जबाबदारी तर आपलीच असते. कुणाला उत्तरं, खुलासे द्यावे लागत नाहीत. अर्थात इथेही मला कुणी जाब विचारणारं आहे, असं नाही. तरीही ही कुणा दुसऱ्याची ठेव, दुसऱ्याची जबाबदारी अशा भावनेनं किंचित दडपणाखालीच वाढवणूक होते का नातीची? असेल. ते काहीही असलं तरी सेजल म्हणजे या घराचं चैतन्य, खूप खूप आनंद.' पण आता हा आनंदाचा निर्झर असा सुकलेला बघून गौरीच्या हृदयालाच तडे पडत होते जसे. 'सेजू बाळा,' गौरीनं पुन्हा एकदा प्रयत्न केला, तरी सेजल काही न बोलता उठून बाल्कनीत जाऊन उभी राहिली. नाक, डोळे लाल नि चेहरा उदास.

तिच्याकडे हताशपणे बघणाऱ्या गौरीचं मन आता काळजीनं फारच पोखरून निघत होतं. धड कामही सुचेना. मग सवयीनं मन मागच्या-पुढच्या पिढ्यांचा लेखाजोखा मांडायला बसलं. 'मी हिच्याएवढी होते, तेव्हा कसं बरं असायचं? चौदा-पंधरा वर्षांची मुलगी रडतेय म्हटल्यावर आईनं नाहीतर काकूनं 'काय झालं गं रडायला?' असं फारतर एक-दोनदा विचारलं असतं. उत्तर येत नाही म्हटल्यावर परत कामाच्या रगाड्याकडे वळताना 'चार लोकांत राहायचं तर दोन द्यायचे नि दोन घ्यायचे. असं मुळूमुळू रडू नये. पाघळी कुणीकडची!' असं दटावूनच गेल्या असत्या त्या. हळव्या मनाच्या मुलीला 'रडूबाई, पाघळी' अशी शेलकी विशेषणं होती. आईला खरंच वेळ असता तर नुसतं जवळ घेऊन पदरानं नाक-डोळे पुसून, 'मोठी झालीयेस बाबी, एवढ्या तेवढ्यावरनं रडू नये मुलीच्या जातीनं. सासरी कसं व्हायचं बरं मग?' अशी समजून काढली गेली असती. म्हणजे आत्ता ती का रडतेय त्याचं कारण समजून घेणं फारसं महत्त्वाचं नसायचंच. सासरी यापेक्षा कितीतरी सोसावं लागेल, त्यासाठी मनाची तयारी व्हायला हवी तिच्या. मग हळूहळू वाढत्या वयाबरोबर रडणं थांबलं. लग्नानंतर तर नोकरी आणि घर यांबरोबर लढणंच सुरू झालं आणि वैभवीला वाढवताना? वैभवी... सेजलची आई... ती कशी बरं होती सेजलएवढी असताना?

स्वतःच्या विचारांचं गौरीला क्षणभर हसू आलं. 'त्या वेळी वैभवीचा इतका बारीक विचार करायला फुरसत तरी मिळत होती का मला? कसं होतं ते लाइफ! बाप रे!! नोकरी, घर, सगळ्यांचे डबे, मुलांचे क्लासेस, परीक्षा. त्यातच प्रमोशन, बदल्या, घरं बदलणं, हजार गोष्टी. आयुष्याला बंदुकीच्या गोळीचा वेग होता. प्रत्येक काम अचूकपणे, नेम धरून वेळेच्या आत करायचं; पण नशिबानं पवन आणि वैभवी चांगलीच कणखर होती. वैभवी अशी सेन्टी झालेली, रडलेली कधी आठवत नाही.

वैभवीच्या बाबतीत घडलं असेलच ना काही असं; पण ती आपलं आपण परस्पर निभावत होती की मुळातच समजूतदार होती? काही आठवतच नाही मधलं नीट. काळ कसा हरीणपायानं गेला. काळ काय त्याच्या गतीनंच जात असतो. आपल्याला त्यात किती गोष्टी उरकायच्या असतात, त्यावर आपण त्याचा वेग ठरवतो, तेव्हा स्वतःच्या मनाचे सोडाच, मुलीच्या मनाचेही लाड करायला, तिच्या भावविश्वात खोलवर शिरून भावना कुरवाळत बसायला, उसासे टाकायला, मनं पिंजून काढायला कशाला तरी वेळ होता का? म्हणजे थोड्याफार फरकानं मी माझ्या आईसारखीच वागत होते का वैभवीशी? कुणास ठाऊक? नशिबानं सगळं नीट निभावलं बाई; तेव्हा वैभवी रोज डायरी लिहायची, कविता, चारोळ्या करायची. गॅलरीमध्ये उभं राहून मोबाइलवर बोलणं तर सदाच चाललेलं असायचं; पण गुपचूप तिची डायरी वाचावी किंवा मोबाइल चेक करावा आणि तिच्या मनाच्या घडामोडी, तिच्या अंतरंगात काय दडलंय हे शोधून बघावं, असं मला कधी का वाटलं नाही? आजच्याइतकी काळजी, घायकुतेपणा तेव्हा का नव्हता माझ्यात? मी बेफिकीर होते, विश्वास टाकून निर्धास्त होते की वेळच फार कमी पडत होता? नाही, म्हणजे वेळेचं एक असेल; पण तो माझ्याही तरुण वयाचा, आयुष्याशी, अडचणींशी उमेदीनं सहज दोन हात करता येण्याचा, आत्मविश्वासाचा काळ होता माझा. हो, बरोबर. म्हणूनच इतकी जीवनकातरकाळजी वाटली नसेल.'

'वैभवीचं हे पिल्लू मात्र थरथरत्या अंगाचं आणि सशाच्या काळजाचं निघतंय की काय? सेजल लहान असताना गोष्टीतल्या सिंड्रेलाचे हाल वाचताना दरवेळी तिच्या डोळ्यांत पाणी भरायचं आणि राजपुत्राशी लग्न झाल्याचं वाचताना डोळाभर हसू ओसंडायचं. मग ते हसू ओठांवर, गालावर नि अंगभर सांडायचं. या पाखराचं करतानाही काळ फार आनंदानं जात होता. त्या पाखराच्या पंखावरचे अलवार रंग, बारीक नक्षी सगळं निरखताना वर्षांची फुलपाखरंही भराभर उडत गेली. आता त्या पंखांत बळ यायचा काळ आलाय, सेजलही आता त्या वेड्या-शहाण्या वयात आहे. वैभवीही जात होतीच की त्या वयातून. मैत्रिणींचं रुसणंफुगणं, कॉलेजमध्ये थोडाफार मुला-मुलींचा ग्रूप, हळव्या गोष्टी, किरकोळ मुद्दा असो की गंभीर- अटीतटीची चर्चा, कधी सुंदर कविता, कुणाविषयी अस्फुट भावना, मनाच्या चोरकप्प्यातली गुपितं, काही स्वप्नाळू तरंगायला लावणारे क्षण, कधी क्षुब्ध करणारे अनुभव, कधी नकळत उगाचच येणारं खुळं उदासपण असे सगळे अनुभव तिनंही मनापासून घेतलेच असणार की! पण माझ्यापर्यंत त्यातलं फारच थोडं पोहोचत असणार. तिचं तिनंच पेललं असेल आस्वाद घेत नि अनुभव झेलत. आतून तिची ती परिपक्व होत गेली असेल. मला गंमत वाटली क्षणभर. मी, वैभवी आणि सेजल तिघींच्याही त्या त्या वेळच्या गोष्टी मी आता पारड्यात तोलून का बघतेय? सेजल अशी हळुवार

वयातली आणि मी उतरत्या वयाने म्हणा किंवा आजीच्या नात्यामुळे म्हणा, जास्तच अळूमाळू झालेली. त्यात आता आई-बाबांपासून दूर राहते म्हणून जास्तच जपणं, पडल्या-झडल्याचं कौतुक करणं. आईच्या भूमिकेपर्यंत पोहोचण्याची धडपड करून, तिच्या जास्तीतजास्त जवळ जाणं, खूप गप्पागोष्टी, शंकांना सविस्तर उत्तरं देणं – कधी ताबडतोब तर कधी अभ्यास करून शोधून. तिच्यासाठी आता भरपूर वेळ देता येतोय, याचंच केवढं अप्रूप वाटतं. तोच केंद्रबिंदू मानून तिच्याचभोवती रिंगण घालणं. वाटायचं, तेव्हा माझ्या मुलांचं वाढणं पाहायला पुरेसा वेळ नाही मिळाला तर आता हे रोपटं तरारताना पाहणं हे भाग्यच! हा आनंद मनभरून उपभोगावा म्हणून सेजलच्या प्रत्येक अनुभवात तिची मैत्रीण होऊन तिच्याबरोबर समांतर चालण्याची तारेवरची कसरत करतानाही बरं वाटतंय. हे खरंतर दुधावरची साय विस्कटू नये म्हणून जपणंच आहे. आजीपण, आईपण, पालक, मैत्रीण सगळ्या भूमिकांची कधीकधी फार सरमिसळ होते; पण ते सगळं गोड असं वेगळंच जगणं मी अनुभवत होते. तीही शाळेतल्या, क्लासमधल्या आणि आता अकरावीतल्या - ज्युनियर कॉलेजमधल्या गमतीजमती आजीशी शेअर करते. सगळ्या विषयांवर माझ्याशी चर्चा करते. मैत्रिणी आणि त्याचबरोबर भरपूर मित्रांचाही घरात कल्ला चाललेला असतो. 'सेजलच्या घरी सर्वांचेच लाड, म्हणून सगळेजण या घरावर खूश! सेजलवर खूश म्हणून ती आमच्यावर खूश. तिची खुशी हे या घराला मिळालेलं कुमारावस्थेचं देणं. तिच्याबरोबर सारं घर पूर्वी रांगलं, धावलं, रुसलं नि आता तारुण्याच्या पहाटवाऱ्यानं मोहरलंही. मी हे सगळं असोशीनं जपतेय. प्रत्येक क्षणातला आनंद मधुकणांसारखा साठवून ठेवण्याचा प्रयत्न करतेय; पण आता हे सगळं असं असतानाही कधीकधी मन धास्तावल्यासारखं होतं. दिवसागणिक जबाबदारींची दूरस्थ जाणीव आणि नाव नसलेली काळजी मनात चोरपावलांनी कधी शिरून बसतेय कळतच नाही.'

मन सुखावणाऱ्या स्वप्नातून जाग यावी तसे गौरीचे विचार वास्तवाकडे यायला लागले. वास्तवाकडून - 'कसे कुणास ठाऊक' - अतिवास्तवाकडे झुकायला लागले. 'या मुला-मुलींचा हा बिनधास्तपणा, आपण दिलेली एवढी मोकळीक! माझं काही चुकत तर नाही ना? एरवी सेजल चांगली मजेत असते. तिला आजीचा किती अभिमान! सांगत असते, माझी आजी - गोडुली आजी. अगदी फ्रेंडली, मॉडर्न आजी आहे. दीपिकाच्या आजीसारखे येता-जाता डोस देत नाही. माझे आजोबासुद्धा कसे शांत. उगीच 'हे करा; ते करू नका' असं सांगून पकवत नाहीत. माझ्या आजीसारखी मस्त आजी कुण्णाचीच नसेल. अगं, तो माझा मित्र विपुल, त्याच्या गाडीवर मागे बसून त्याच्या घरी गेले गं त्या दिवशी नोट्स आणायला तर त्याची आजी अगदी बारीक डोळे करून; मायक्रोस्कोपमधून बघावं तशी, कशीतरीच

माझ्याकडे बघत होती. वर आतल्या खोलीत जाताजाता बडबडत होती, 'मैत्रीण म्हणे विपुलची! हूं, काय नुसती खुळं; मुली तरी कशा येतात खुशाल एकेकट्या मुलांच्या मागे बसून म्हणते मी? आमच्या वेळी नव्हतं हो असं!' मी जाम वैतागले. 'आमच्या वेळी म्हणे! अरे, आवरा रे यांना! सांगा त्यांना, तुमची वेळ केव्हाच निघून गेली, तुम्हीच राहिलात मागे. तुम्हाला आमच्यासारखं जगता येत नाही, ही काय आमची चूक? म्हणूनच 'माय आजी इज द बेस्ट ॲण्ड द ग्रेटेस्ट वन! सॉलिड आहे, मॉडर्न आहे. एकदम फ्री आहे!'

असं सगळं जर 'ऑल इज वेल' आहे, तर आज 'गायी पाण्यावर का बरं आल्यात?' या मुलींना कसं सांगायचं की, त्या आजी म्हणाल्या तसं आमच्या वेळचं खरंच वेगळं होतं? खूप बंदिस्त म्हणून सुरक्षित आहे असं तेव्हा वाटायचं; निदान वरवर तरी. आताचा जमाना इतका सरळसोट राहिलाय का? आजकालच्या लहान मुलींना आणि मुलांनासुद्धा कसल्याकसल्या वाईट प्रसंगांतून जावं लागतंय. प्रसंगी प्राणालाही मुकावं लागतंय. रोज जिवाला नवा घोर लावणारी बातमी असतेच. मग अशा जमान्यात 'येईल ताळ्यावर जराशानं किंवा रडून झालं की होईल मोकळी!', असं म्हणून सोडून देता येतं का? मनातलं विचारचक्र थांबत नव्हतं. अधनंमधनं सेजलच्या पाठीवर हात ठेवून विचारणं आणि आता बोलेल, मग सांगेल म्हणत तिच्या चेहऱ्याकडे बघत बसणं आलं. जीव त्या प्रश्नाच्या खुंटीला कधीचा टांगून राहिलेला होता. काय बरं झालं असेल? इतकं रडतीये म्हटल्यावर खरंच गंभीर कारण तर नसेल ना? क्लासमधल्या मैत्रिणीचं की कॉलेजमधल्या एखाद्या मित्राचं काही...? बाप रे! आपण फारच मोकळीक दिली का? आता रात्री वैभवीचा फोन येईल, तिला काय सांगू? सांगू की नको? गौरीच्या मनाला त्या येणाऱ्या फोनचा निराळाच धाक वाटू लागला.

सेजलनं बाथरूममध्ये जाऊन वॉश घेतला. स्वतःचं थोडंफार आवरून खुणेनचं क्लासला जातेय असं सांगून निघून गेली. खरंतर गौरीलाही मंडळातल्या भिशीला जायचं होतं; पण पायांतलं त्राण गेल्यासारखी खूप म्हातारी होऊन ती बसून राहिली. जरा मनाला विरंगुळा म्हणून टीव्ही लावला, तर बातम्याच लागलेल्या. नेमक्या रोज टीव्हीवरून, वर्तमानपत्रातनं वाईट बातम्या कानामनावर आदळतच होत्या. सामूहिक बलात्कार झालेल्या मुलीचा दुःखद अंत, देशभर उद्रेक; तरीही ताज्या बलात्काराच्या बातम्या क्रूर लाटांसारख्या अंगावर येतच होत्या. घराजवळून मुलगी बेपत्ता, छोट्या-छोट्या तीन बहिणींचे विहिरीत सापडलेले मृतदेह, रात्रीच्या पार्टीत नववीपासून अकरावीपर्यंतच्या वयातल्या मुली सापडल्या, रेव्ह पार्ट्या. 'नको नको वाटणारं तेच समोर येतंय का आज?' गौरीला आणखी अस्वस्थ वाटू लागलं. 'सेजलही जातेच की कधीकधी ट्रेकिंगला. कधीतरी पार्टीलाही जाते. आता इथून पुढे तिला मोकळीक

द्यावी की सरळ बंदी घालावी? मी तिला जाऊ देते, हे चुकतंय का? चुकतच असावं. आजची भिशीही चुकलीच माझी... भिशी, भिशी...'

भिशी म्हणताच गौरीच्या विचारांनी वेगळाच ट्रॅक पकडला. मागच्या महिन्यात जयूकडे भिशीला काय काय एकेक गमती ऐकायला मिळाल्या होत्या. जयू नुकतीच यूएसला काही महिन्यांसाठी जाऊन, राहून आलेली होती. मुळातच तिला लिखाणाची हौस. त्यातून वेगळं काही वाचलेलं-लिहिलेलं ती भिशीत वाचून दाखवायची. त्या दिवशी तिनं वाचून दाखवलेला अनुभव अजूनही जसाच्या तसा आठवतोय. जयूने वाचायला सुरुवात केली होती,

'हा किस्सा म्हणा, अनुभव म्हणा; आहे न्यू यॉर्कच्या दुधाचा. मी माझ्या मुलाकडे राहायला गेले होते. तिकडची स्वच्छता, शिस्त, सामाजिक जीवनातली प्रामाणिक सभ्यता, भव्यपणा, वैभवी दर्जेदार जगणं वगैरे खरंच छान होतं. माझी एक मावसबहीण वयानं बरीच लहान आहे माझ्यापेक्षा. कार्तिकी नाव तिचं. ती फार वर्षांपासून तिकडेच राहते. भारतात फार क्वचित येणं होतं तिचं. मुलंही अर्थातच अमेरिकन संस्कृतीशी नाळ जोडलेली. तरीही कार्तिकी आणि तिचे यजमान दोघंही घरात जाणीवपूर्वक मराठी बोलतात. आठवणीने सगळे सणवार करतात. मराठी मंडळं तर असतातच. आपल्या संस्कृतीशी मुलांचा परिचय राहावा म्हणून सगळी धडपड चाले तिची. एक खरं की, आपल्या मुळांपासून दूरदेशी जाऊ लागलो की, मायभूमीपासूनचं भौगोलिक अंतर आणि मानसिक अंतर याचं प्रमाण व्यस्त होत जातं. मराठी भूमीत इंग्रजी शाळांचं प्राबल्य, तर परकी भूमीवर मराठीचा संपर्क तुटू नये म्हणून वीकएंडला दूरवरच्या एखाद्या मराठी ग्रुपने मुद्दाम चालवलेल्या मराठी शाळेत मुलांना पाठवणं. तर या अशा कार्तिकीकडे मला आग्रहाचं आमंत्रण होतं. 'सकाळपासूनच ये, वीकएंड आहे, तर मुलंही भेटतील.' म्हणून मग माझ्या मुलानं सकाळीच तिच्याकडे सोडलं मला. तिनं हसून स्वागत केलं खरं; पण फोनवरनं जेवढ्या उत्साहात आमंत्रण दिलं गेलं, तेवढ्या उत्साहात काही कार्तिकी दिसत नव्हती. काहीशी तणावाखालीच होती ती. तिचं घर – घर कसलं? पॅलेसच म्हणायला हवा मुंबईच्या भाषेत – मोठी सुबक गार्डन, भव्य हॉल, कलात्मकतेनं सजवलेल्या कितीतरी बेडरूम्स! सगळं वैभव नुसतं ओसंडून वाहणारं. मला खूप छान वाटलं. 'भाग्यवान आणि कर्तृत्ववान आहात हं तुम्ही दोघं', मी मनापासून कौतुक करत म्हणाले.

'थँक्स!' कार्तिकी हसून म्हणाली. तेवढ्यात तिची मुलगी सोनिया तिथं आली.

''सोनिया, ही जयूमावशी.'' कार्तिकीनं ओळख करून दिली.

''हाय!'' सोनिया औपचारिकपणे म्हणाली. तिला इंडियातल्या पाहुण्यांत इंटरेस्ट नसावा, असं दिसलं.

‘‘मम्मा, आय ॲम गोइंग नाऊ. ऑलरेडी लेट...’’

‘‘हो, जा तू; पण एक मिनिटच.’’ कार्तिकी तिला थांबवत म्हणाली. ‘जरा आत ये.’ मग माझ्याकडे वळून ‘बैस हं जरा. हिचं बघते जरा’ म्हणत जोडूनच असलेल्या किचनकडे गेली.

‘‘गेटिंग लेट मम्मा.’’ सोनिया कुरकुरत होती.

‘‘हो, जा तू; पण हे दूध पिऊन जा एवढं.’’ कार्तिकी दुधाच्या ग्लासकडे बोट करून म्हणाली.

‘‘सॉरी! मी आत्ताच सँडविचेस...’’

‘‘माहिती आहे; पण जस्ट अ ग्लास ऑफ मिल्क सोन्या, दॅट्स ऑल!’’

‘‘नो मम्मा. आता रॉकीबरोबर जातेय– तिकडे खायचं-प्यायचं आहेच.’’

‘‘भुकेचा प्रश्न नाहीय डियर नुसता; पण हेल्थसाठी...’’

‘‘कमॉन मॉम! नो लेक्चर ॲट धिस अवर.’’

‘‘ओ. के., ओ. के. पण प्लीज सोना, दूध घेच तू. त्याशिवाय जायचंच नाही.’’ इकडे मला कार्तिकीचं हसू आलं. चौदा-पंधरा वर्षांच्या मुलीला आपल्या हातानं आई दूध देतेय. कुठंही जा, भारतीय आया सारख्याच!

‘‘आजच काय हे फॅड मम्मी? रोज तुझं लक्ष तरी असतं का इतकं माझ्या दूध पिण्याकडे? आत्ताच हे काय ‘दूध घे, दूध घे?’ बोअर! ॲण्ड लिसन, आय ॲम नॉट अ किड.’’

‘‘रोजची गोष्ट वेगळी; आजची वेगळी. दूध घेच पटकन.’’ कार्तिकी अजिजीनं म्हणत होती.

‘‘नथिंग डुइंग. नो मीन्स नो!’’ सोनिया आता संतापली होती. तिच्या इतक्या पर्सनल गोष्टीत मॉमने कधी नव्हे, तो इतका इंटरफिअरन्स चालवलेला तिला अगदी सहन होत नव्हता.

‘प्लीज सोनिया’ म्हणत आईनं लेकीच्या हातात ग्लास कोंबलाच. शेवटी तशाच तिरीमिरीनं लेकीनं तो बेसिनमध्ये ओतून दिला. नंतर मागे न बघता पर्स उचलून निघूनही गेली. इकडे आई डोक्याला हात लावून हताशपणे माझ्यासमोर बसलेली. सगळीच ऑकवर्ड पोझिशन! शेवटी मीच कार्तिकीजवळ जाऊन बसले आणि म्हणाले,

‘तसा हा तुमचा अगदी फॅमिली मॅटर आहे; पण मी इथेच होते तर मोठी बहीण म्हणून विचारते... म्हणजे विचारू का?’

कार्तिकीनं ‘हो’ म्हणून फक्त मान हलवली. त्याच इशाऱ्यावर दामटून मी विचारलं,

‘तू तरी या ग्लासभर दुधासाठी इतकी डेस्परेटली का मागे लागली होतीस?

म्हणजे खरंतर ही तर दुधाची वेळ नाही. मला माहीत आहे, तुमच्या न्यू यॉर्कचं दूध जगात श्रेष्ठ दर्जाचं आहे. त्याचं तुला कौतुकही आहे. इतकं न्यूट्रीशियस दूध, वर तू आपल्या स्टाइलने बनवलं असशील केशर, वेलची अन् ड्रायफ्रूट्स टाकून; पण एखाद्या वेळी नाही घेतलं तिनं दूध तर काय बिघडलं इतकं?'

'सगळंच बिघडलंय.'

'म्हणजे?' मला काही कळेना. मग कार्तिकीच बोलू लागली.

'तुला माहीत आहे का सोनिया कुठं गेली ते?' तिनं विचारलं.

'नाही; पण म्हणजे विशेष मेक-अप करून मित्राबरोबर जाते, त्या अर्थी...' मी चाचरत बोलले.

'तेच. डेटवर गेल्यात बाईसाहेब रॉकीबरोबर.'

'उघडच आहे ते; पण मग दुधाचं काय? असं काय नोठं टाकलं होतंस त्यात?'

'ताई, अगं, सोनिया इथेच जन्मली - वाढली. नो डाउट! ती इथल्या जमान्याप्रमाणेच वागणार. ॲक्सेप्टेड; पण तरीही ती आज डेटवर जाते म्हणाली अन् जिवाला धास्ती वाटली बघ. स्वातंत्र्य तर सगळंच हवं; पण ते नीट वापरण्याविषयी अक्कल येण्याइतपत मोठीही झालेली नाही ती अजून; म्हणून मग मीच हे दुधात टाकलं होतं. तिनं एक रॅपर दाखवलं मला, कॉन्ट्रासेटिव्ह पिल्स! मी भयचकित झाले. आता लक्षात आलं, ती लेकीला दूध पिऊन जाण्याचा आग्रह का करीत होती ते.

'धन्य आहे! पण तुला हे सुचलं तरी कसं?'

'सुचायचं काय त्यात? इथल्या बऱ्याच आया हेच करतात. अर्थात आपली लेक काय करतेय हे बघायला जागेवर असल्या तर! सकस आहार, शुद्ध हवा, सुंदर वातावरण सगळं पोषक असतं, मग अंगापिंडानं मुलं-मुली भरदार उंच फोफावतात. सगळं माहीत होतं लहान वयातच; म्हणून मग शरीरही वयात यायची फारच घाई करतं. बॉयफ्रेंड्स असणं, डेटवर जाणं या इथल्या रुटीन गोष्टी. ते झालं नाही तरच ॲबनॉर्मल म्हणायचं; पण मग दिसतात ना बारा-चौदाच्या मुली, एका खांद्यावर दप्तर आणि दुसऱ्या खांद्यावर पोर घेऊन फिरणाऱ्या!' ती उद्वेगानं बोलत होती.

'तू इतका अगदी टोकाचा विचार का करतेस?'

'न करून सांगते कोणाला? निसर्ग काय इंडियन मुलीला माफ करणारे का? हा कोण रॉकी, असेल सोळा नाहीतर अठराचा. तो जबाबदारी घेणार आहे का?'

'असंच होईल असं का म्हणतेस? ते एकमेकांना समजून घेत असतील. सहवास एंजॉय करीत असतील. डेट म्हणजे काय तेवढं नि तेच असतं का?' उलट मीच तिची समजूत काढत होते.

'नसतंच असंही नाही ना! मैत्रीच्या इतर गोष्टींबरोबर ती शक्यताही सहजच

असते. मग आई म्हणून जीव कसा कातरला जातो म्हणून सांगू? बरं, इतकी पर्सनल गोष्ट आणि नाजूक. तिला विचारू तरी कसं की 'बाई गं, काय प्रिकॉशन घेतेस यासाठी?' अजून एवढी हिम्मत नाही झाली बाई मला. त्यातून सोनिया संतापली तर? ही भीती होतीच. म्हणून मग हा मार्ग शोधला, जुनाच फॉर्म्युला! तर ही महामाया दूध ओतून निघून गेली. माजुर्डी, मूर्ख, ॲरोगंट! कार्तिकी संतापली होती, स्वतःच्या हताशपणावर आणि लेकीच्या अंतरंगापर्यंत पोहोचता येण्याचा मार्ग न सापडलेल्या अपयशी आईपणावर.

'हे बघ, असं काहीही होणार नाही. खूप शहाण्या असतात आजकालच्या मुली.' मी कशीबशी तिची समजूत घातली आणि परतले; पण कायमचं लक्षात राहिलं ते 'न्यू यॉर्कचं दूध.'

जयूकडचा न्यू यॉर्कच्या दुधाचा किस्सा ऐकून, तेव्हा भिशीच्या मूडमध्ये किती हसल्या होत्या सगळ्याजणी. आता मात्र तो आठवला आणि गौरी सुन्न झाली. न्यू यॉर्क काय नि मुंबई काय; सगळंच ग्लोबल झालंय आता. तिकडच्या गोष्टींचं अनुकरण लगेच होतं इकडे. मित्रबित्रं असतात ढीगभर; पण घरात रीतसर सांगून डेटवर जायची पद्धत अजून तरी इकडे निघाली नाही. पण सांगितलं नाही म्हणून गोष्टी घडायच्या राहत असतील का? चोरूनलपून, कदाचित जास्तच वाईट पद्धतीनं घडत असतील. मोकळेपणातला आनंद नसल्यानं सुख ओरबाडण्याचीच प्रवृत्ती असेल. पेपरला एकएक वाचून हादरायला होतं. परवाच्या रेव्ह पार्टीत सापडलेल्या मुली, बेहोश होऊन मित्रांच्या गळ्यात पडलेल्या आणि पकडल्यावर ओढणीनं नाहीतर पुस्तकानं तोंड झाकणाऱ्या. चौदा-पंधराच्या म्हणजे सेजलच्याच वयाच्या की! बहुतेकींच्या घरी पत्ताच नव्हता मुली नेमक्या कुठे गेल्यात त्याचा. 'देवा रे! सेजलच्या बाबतीत असलं - म्हणजे असं काही - भलतंच घडलं नसेल ना? ही तर कुठेकुठे जात असते. कधी ट्रेकला, कधी सिनेमा, कधी पार्टीला. एखाद्या मित्रानं गोड बोलून फसवलं तर नसेल ना? परमेश्वरा! काय तोंड दाखवू मी माझ्या लेकीला?' कल्पनेनंच गौरीच्या हृदयात धडधडायला लागलं. कपाळ घामानं डबडबलं.

'आता काय करावं या टीनएजर मुलीचं? मोठा नाजूक काळ असतो हा. धड ना लहान, धड ना पूर्ण तरुण. आयुष्याला, शरीर-मनाला, करिअरला सगळ्यालाच आकार येण्याचा खरा स्थित्यंतराचा काळ हा. मुलांबरोबर जाऊ नको म्हणणं म्हणजे मागासलेपणा आणि मुख्य म्हणजे अविश्वास. त्या जाणारच. म्हणून मग आपणहूनच जा म्हणायचं, नि वर आपणच परवानगी देतो, असं सुधारकी समाधान वाटून घ्यायचं. उगीचंच घेतली का मी सेजलची जबाबदारी?'

'शी! काय भलतेच विचार करतेय मी?' गौरीनं मान झटकली. खरंतर सेजलला समजून घ्यायचं तर आपली जुनी मोजमापं बाजूला ठेवून तिचे अनुभव

शेअर करायला हवेत. चौदा-पंधरा वर्षांच्या मुलीसारखा विचार करायला हवा, समांतर चालायला हवं तिच्या. गौरी उठून आत गेली आणि तिनं गवार निवडायला घेतली; पण स्वतःला नातीच्या जागी ठेवून बघण्याचा चाळा थांबत नव्हता. चौदा-पंधराची मुलगी असताना कशी होते मी? दहावीपर्यंत मुलींचीच शाळा, मग मुलींचंच कॉलेज. नोकरी लागली, तेव्हा कुठे खरा पुरुषांबरोबर एकत्र वावर सुरू झाला. अर्थात तेव्हा चांगलीच मोठी झाले होते मी आणि लग्नही झालंच की लगेच! म्हणजे ज्या समाजात मी वावरत होते, त्याच्या अर्ध्या अंगापासून एका अदृश्य भिंतीने मला वेगळंच ठेवलं होतं की मोठं होईपर्यंत! म्हणजे जगाचे अपुरे अनुभव घेत अपुरेपणानंच वाढलो का आपण? त्या वेळी एकत्र शिक्षण, मैत्री, एकत्र ग्रुप ट्रेकिंग असं काहीच अनुभवलं नाही. या खरंतर केवढ्या सुंदर गोष्टी! आमच्या आयुष्यात कधी आल्याच नाहीत; म्हणून आताच्या पिढीतल्या मुलांची ही मैत्रीची नाती बघताना एकीकडे खूप छान वाटतं, तर दुसरीकडे या मोकळेपणाची शेवटची टोके कुठपर्यंत पोहोचतील ते सांगवत नाही, म्हणून पोटात भीतीही साउते.

'ज्या समाजात आज माझ्या नातीला जगायचंय, तो फार सरमिसळ आहे. वरून सुधारल्यासारखा. सगळं आलबेल असलेल्या आपल्यासारख्या घरांचा. भरपूर सुधारलेल्यांसारखा; पण आतून? कधीकधी फार असमंजस, बेजबाबदार, कोरडा, व्यवहारी. कधीकधी खूप क्रूरसुद्धा! त्यातून प्रेमाच्या कल्पना, मायेची, भावनांची प्रकटीकरणे फारच बटबटीत, मटेरियलिस्टिक झालीत. तरलता, स्वप्नाळूपणा, अस्फुटता यांतली त्या वेळची भावमधुरता संपून गेलीय का? सगळं समोर स्पष्ट हवं असतं यांना. गिफ्ट मिळाल्याशिवाय जवळच्या माणसांची माया मुलांना कळत नाही. नुसत्या प्रेमाच्या स्पर्शाने, नुसत्या आशीर्वादाने कुणाचं भागत नाही. व्यक्त व्हायला वस्तूच लागतात. 'माझं तुझ्यावर प्रेम आहे,' हे येता-जाता सिद्ध करावं लागतं. परवाचा ऑस्ट्रेलियातून आलेल्या श्रावणीच्या मुलीचा किस्सा तर अफलातूनच. श्रावणी सांगत होती की, तिच्या छोट्या मुलीनं एकदा तिला सरळच विचारलं, 'मम्मी, तुझं नि डॅडचं एकमेकांवर लव्ह नाही का?' श्रावणी चकितच झाली. तिनं खोदून-खोदून लेकीला विचारलं तशी ती चिमुरडी म्हणाली, 'आमच्या स्कूलमधला विकी, मॉंटी, जेनी सगळ्यांचे मम्मी-पपा कसे एकमेकांना हग करतात, किस करतात; तुम्ही तसं काहीच नाही करत. म्हणून तर मॉंटी म्हणाला की, 'दे डोंट लव्ह इच अदर. मे बी ते डिवोर्सच घेतील बघ.' हे सांगताना ती मुलगी इतकी घाबरलेली अन् रडवेली झाली होती की, आम्हाला हसावं की रडावं तेच कळेना. ती तर विचारत होती, व्हाय डोंट यू किस ममा? तिला जवळ घेऊन आपल्या कल्चरबद्दल सांगून बघितलं; पण ते तिला कळेचना. तिचं रडणं थांबेना म्हणून शेवटी तिच्यासमोर आम्ही एकमेकांना मिठीत घेऊन, चुंबनांची खैरात केली, तेव्हा

कुठं तिच्या चेहऱ्यावर हसू फुटलं, तेव्हा ते ऐकताना किती कौतुक वाटलं होतं; पण आता मात्र कीव येतेय.' गौरी गंभीर झाली.

'ए गौरीआजी, एक स्टोरी सांग ना प्लीज!' चिनू धाडकन दार ढकलून कधी आत आली, कळलंच नाही. सेजलनं जाताना दार नीट ओढून घेतलेलं नव्हतं वाटतं. ही चिनू, शेजारी आलेली एक परदेशी पाहुणी. ठरावीक ऋतूत इकडच्या पाणथळीवर जगभरातले पक्षी येतात, तशी सुटीत आलेली न्यूझिलंडहून. सहा वर्षांची चिनू इथं फारच खूश होती. बिल्डिंगमध्ये कोणाकडेही सहज गेलं तरी चालतं. इथे सगळे ताई, दादा, मामा, आजी नि आजोबा. त्यातून खूप गोष्टी सांगणारी, खूप गप्पा मारणारी, खेळणारी गौरीआजी तर चिनूला भारी प्रिय!

गौरी गोष्ट आठवेतोवरच चिनूनं विचारलं,

'गौरीआजी, सुरेशआज्जो कुठंय गं?'

'आहे वर स्टडीत' गौरी म्हणाली, तशी चिनू एकदम गंभीर झाली. तिनं विचारलं, 'तू खाली काम करत असतेस आणि आज्जो सारखा स्टडीत. गौरीआजी मला एक सांगतेस?'

'काय गं चिनूराणी? नवी गोष्ट सांगू?'

'गोष्ट नंतर. मला सांग, तुझं नि आज्जोचं जमतं? तुमचं भांडण झालंय का? तुम्ही बोलत नाही, लाँग ड्राइव्हला जात नाही, मग...'

'जमतं बाई, खूप जमतं; काही भांडण नाही.' गौरी वैतागली आणि म्हणाली, 'असं का विचारलंस ते सांग.' चिनू आल्याचा आनंद आता पार ओसरला होता. गौरीच्या नाराज चेहऱ्याकडे बघून चिनू म्हणाली, 'गौरी आज्जी, आमच्या इकडे डॉलीची मम्मी-पप्पा पण बोलत नव्हते ना खूप दिवस. म्हणजे जितूनं तेव्हा मला सांगितलं की, डॉलीचा पप्पा खूप वाईट होता. मग तिच्या मम्मीनं देऊन टाकला त्याला डिवोर्स. मग दुसरा एक जिमीअंकल होता चांगला. तो घेतला तिनं हजबंड म्हणून. मंथएंडला डॉलीला पप्पा भेटतो, तिला गिफ्ट पण देतो. तरीपण ती पप्पाला खूप मिस करते, रडते. पुअर डॉली! तुम्ही नाही ना भांडत तसं?' चिनूनं निरागसपणे विचारलं.

गौरीचं मन अगदी उसवून गेलं. काय दिवस उगवलाय हा आज? बाहुला-बाहुलीचं लग्न, सिंड्रेलाची स्वप्नाळू गोष्ट, बार्बी डॉलचं किचन, सगळं बाजूला पडलं आणि या कोवळ्या जिभेवर अभद्र शब्द आला- 'डिवोर्स'. हसऱ्या गोबऱ्या चेहऱ्यावर आई-पप्पांच्याच काय पण आजी-आज्जोच्यासुद्धा सहजीवनाविषयी शंका अन् काळजी स्पष्ट उमटलेली दिसली. आता हिची कशी बरं समजूत काढावी? मग गौरीनं विचारलं,

'चिनू, तुझी तिकडची फास्ट फ्रेंड कोण गं?'

‘स्वीटी, माय बेस्ट फ्रेंड!’

‘मग तुझं भांडण कधीच होत नसेल तिच्याशी.’

‘होतं की! लास्ट मंथलाच झालेलं. तिची डॉल तुटली होती, तिच्याच हातनं. मम्मी रागावेल म्हणून खोट्टं सांगितलं तिनं चिनूनं तोडली असं, तेव्हा आमचं मोठ्ठं भांडण झालं.’

‘मग तू कायमची कट्टी केलीस तिच्याशी?’

‘त्या दिवशी घेतली कट्टी. मग ती सॉरी म्हणाली. नेहमी असंच करते ती. सॉरी म्हणते मग परत बट्टी होते.’

‘चिनू, आमचं मोठ्या माणसांचं पण असंच असतं. मोठ्या माणसांची पण छोटी-छोटी भांडणं होतात की! मग आम्ही कायम कट्टी करायची का?’

‘नाहीच मुळी.’ चिनू उत्साहानं म्हणाली.

‘मी आणि आज्जो पण चांगले फ्रेंड्स आहोत बरं का.’

‘हो?’ ती डोळे मोठे करत म्हणाली, ‘मग छान आहे; पण मला असं वाटतं कधीकधी कोणाकोणाच्या मम्मी-डॅडीकडे बघून की, ते कायमची कट्टी घेतील. सोडून लांबलांब जातील.’ तिच्या चेहऱ्यावरची चिंता पाहून हृदय कालवलं. एवढ्या-एवढ्याशा मुलांच्या मनावर आजूबाजूच्या मोठ्या माणसांच्या वागण्याचं केवढं दडपण येतंय! इनसिक्युअर वाटतंय, डिवोर्स शब्दाची अदृश्य तलवार त्यांच्याही डोक्यावर टांगलीय. या मुलांना अगोचर म्हणता येत नाही की भाबडी. हे बोलणं ‘चिमखडे बोल’ या सदरात टाकून त्यांच्या हुशारीच्या कौतुकानं सुखावण्याचे नाही. या मुलांच्या मनातल्या भयगंडाची चाहूल कशी कुणाला लागत नाही? गोष्ट बाजूलाच राहिली आणि वाटीतला खाऊ खाऊन चिनू खेळायला निघून गेली. जाता-जाता गौरीआजीच्या डोक्यात चिंतेचा आणखी एक मोठा भुंगा सोडून उड्या मारत पळून गेली.

टीव्हीवर पुन्हा बातम्यांचा रतीब सुरू झाला. सगळ्याचं सार एकच, शेवटी फशी पडते ती मुलगीच. बलात्कार, जिवंत पुरली जाणारी अर्भकं, फेकून दिलेले भ्रूण, गर्भातच संपणारे मुलींचे जीव. माणसाच्या हिंस्रपणाच्या, मुलींच्या तुडवणुकीच्या आणखी ठळक होऊन येणाऱ्या बातम्या, फोटो, बाइट्स, चर्चा. नकोच ते. तिनं खटकन टीव्ही बंद केला. ‘आता ही बया क्लासहून आल्यावर तरी काही सांगते की नाही? नक्कीच काहीतरी विचित्र घडलं असणार, त्याशिवाय का इतकी रडली? काही भलतं-सलतं झालं असलं तर? काय म्हणतील मला लेक-जावई? त्यांना तोंड कसं दाखवू? म्हणतील, तुझं लक्ष नव्हतं का? असं कसं सांभाळलंस? की संस्कार उणे पडले तुझे? बाप रे! परमेश्वरा, काय करू मी आता?’ पुढच्या प्रसंगाची भेसूर मालिका तिच्याभोवती फेर धरून नाचू लागली.

'माझिया मना जरा थांब ना ।
तुझे धावणे अन् मला वेदना ।।'

सगळ्यांत जास्त वेदना देणारं कोण असेल तर आपलंच मन. ऐकल्यावर चाल आवडली म्हणून लक्षात राहिलेलं हे गाणं; पण आज कळतंय, कवीने इतक्या काकुळतीनं मनाला थांबण्यासाठी का विनवलंय ते. हा विचारांचा भयपूर आटोपता आटोपत नाहीय. विवेक, समजूत या बंदिस्त किनाऱ्यांची वाताहत थांबवता येत नाहीय. काय करू मी? भीतीचं खरं कारण कळलं, तर भीती बरीच कमी होऊन जाते. कशाला तोंड द्यायचंय ते क्लिअर झालेलं असतं; पण धुक्यात लपलेल्या संकटसावल्या जास्तच अक्राळविक्राळ होऊन जीवघेण्या ठरतात. मनाला आधी आवरायला हवं. गौरी कशीबशी उठली. तिनं देवापुढं दिवा लावून हात जोडले. डोळ्यांत पाणी जमायला लागलं होतं.

तेवढ्यात सेजल क्लासहून आलेली दिसली, तशी गौरीनं पदरानं डोळे टिपले. आता आपणहून काहीच विचारायचं नाही, असं तिनं ठरवलं. खरंतर आता काही विचारायचं, ऐकायचं त्राणच तिच्यात राहिलं नव्हतं. काय ऐकायला मिळेल, याच्या नुसत्या भयंकर कल्पनांनीच तिची शक्ती काढून नेली होती. सेजलला खायला देण्यासाठी तिनं डबा काढला; पण हात इतका थरथरू लागला की, ती जवळजवळ डब्यासह पडलीच असती. सेजलनं धावत येऊन तिला सावरलं. डबा टेबलावर ठेवला अन् 'आज्जी गं, काय होतंय तुला?' असं घाबरून विचारलं.

'काही नाही गं,' कशीबशी गौरी उत्तरली. गौरीच्या भयव्याकूळ चेहऱ्याकडे पाहताना सेजलला गलबलून आलं. आपल्या रडण्यानं आजी किती धास्तावलीय, किती टेन्शन आलंय तिला हे बघून ताज्या उमाळ्यानं सेजलचे डोळे पुन्हा भरून आले आणि 'आजी गं' असं म्हणून गौरीच्या गळ्याभोवती हात गुंफून तिनं आपणहून सांगायला सुरुवात केली. गौरी नुसती ऐकत होती आणि एकीकडे सेजलला थोपटत होती.

'बघ ना आजी, कशी असतात माणसं! सख्खी मैत्रीण म्हणायचं आणि केसानं गळा कापायचा.' सेजलनं सलामीचं वाक्य टाकलं. गौरीनं फक्त प्रश्नार्थक नजरेनं पाहिलं. 'म्हणजे काहीतरी मैत्रीणप्रकरण दिसतंय,' गौरीचं टेन्शन थोडं कमी झालं; म्हणजे डोक्यावरचं खांद्यावर म्हणतात तसं.

'अगं, आम्ही कधीपासून ठरवलं होतं, पावसाळी ट्रेकचं. मी परवा गेले नव्हते ना कॉलेजला, तेव्हा केतकीनं सरळ उन्मेषला सांगून टाकलं की, सेजल ट्रेकला येणार नाहीय म्हणून, मुद्दामच! मी त्यांच्याबरोबर ट्रेकला नसावं म्हणून. तिकडे सगळ्यांनी खूप मज्जा केली. मला एक मिसकॉल दिला असता तर? पण तीच कडमडली ना! तो उन्मेष गं, तो जरा जादा फ्रेंडली बोलतो माझ्याशी. तसंच बोलला

तर हिची एकदम जलन सुरू. तो तर माझा फक्त चांगला फ्रेंड आहे; पण तिला वाटतं, तो मला जरा जास्तच भाव देतोय! म्हणून मला अद्दल घडवण्यासाठी, म्हणजे सकाळी कळलं मला हे आज कॉलेजमध्ये प्रीतीकडून. प्रीती म्हणाली, केतकीनं मुद्दामच तुला मेसेज केला नाही ट्रेकचा. बरं, तिकडे ग्रुपमध्ये उलटं सांगितलं की, 'सेजलनं मुद्दामच कल्टी मारलीय. परीक्षा जवळ आलीय ना, आपल्याला ट्रेकला पाठवून स्वतः जास्त अभ्यास करून, सगळ्यांच्या पुढे जायचंय तिला. मग ठरवते कशाला पुढे येऊन?' चीटर! सगळेच नाराज माझ्यावर. कुणीच नीट बोललं नाही. आजी, केतकीला त्याच्यात इंटरेस्ट आहे, तर मला काय करायचंय त्याच्याशी? आणि अकरावीपासून काय हे? बावळटच आहे. आजी, तू सांगतेस ना, ते पटतं मला. उगीच काय गळ्यात पडायला जायचं? मुलींनी पण सेल्फरिस्पेक्ट नको का ठेवायला? पण बघ ना सगळा ग्रूप...'

सेजल इनोसंटली सगळं सांगत होती

'हात्तिच्या! एवढंच होय?' म्हणून गौरी एकदम हसायला लागली. मनाची करकचून बांधलेली स्प्रिंग एकदम सटकन सुटली, ताण निघून गेला. क्षणात. कसलातरी आनंद झाल्यासारखी गौरी हसत होती; स्वतःशीच हसावी तशी!

सेजल मात्र चकित होऊन गौरीकडे बघत राहिली. तिला वाटलं, 'आजी नेहमीसारखी आपल्या या एवढ्या मोठ्या प्रॉब्लेममध्ये इनव्हाल्व्ह होईल, केतकीबद्दल बोलेल. रडू नकोस बाळा असं म्हणत आपल्या बरोबर उदास होईल, मग पाठीवर हात ठेवून, समजूत काढेल; पण इथंतर आजी हसतेच आहे.' ती भांबावून आजीकडं बघतच राहिली.

गौरीनं तिला जवळ घेत म्हटलं, 'अकरावीत गेली तरी अजून शाळेतलं कोकरूच आहे गं माझं ते! बरं, भूक लागली असेल ना पिलू तुला? खातेस का लाडू? की चकली देऊ दह्याबरोबर?

'काही नको गं आजी. आता येताना प्रीतीनं सॅण्डविचेस खायला लावले.'

'पण काहीतरी घे ना. पाऊसही पडून गेलाय, जरा गारवा आहे तर.'

'बरं दे, जस्ट अ ग्लास ऑफ मिल्क!'

◆

तरीही...

'अगं बाई, ही स्वरा तर नव्हे? हो, स्वरालीच नक्की!' स्टेशनवर गाडीची वाट बघत मी उभी होते. जिन्यावरून घरंगळणाऱ्या गर्दीत स्वरालीचा चेहरा दिसला. कशी कोण जाणे, तिचीही नजर माझ्यावर पडली. ती ओळखीचं हसली. क्षणभर वाटलं, कॉलेजमध्ये असताना यायची, तशी धावतपळत 'मॅडम मॅडम' करत ती माझ्याकडे येईल; पण ती बॅग सांभाळत सावकाश आली. नीटनेटकी, गळ्यात लांब मंगळसूत्र, अंगानं काहीशी भरलेली सुस्थिर गृहिणी दिसत होती आता ती.

'खूप वर्षांनी भेटतोय आपण स्वरा. कशी आहेस?'

'छान आहे.' ती हसून म्हणाली.

'एकटीच?'

'नाही. मिस्टर आलेत पोहोचवायला. स्टॉलवरून पाण्याची बाटली घेऊन येताहेत. आलेच की!' तिनं ओळख करून दिली 'नितीश राजवाडे.' नाव ऐकताच मी चांगलीच दचकले. नावासरशी मी तिच्या चेहऱ्याकडे पाहिलं; पण आत्ता या क्षणी मला तिच्या चेहऱ्यावरचे भाव नेमकेपणाने नाही वाचता आले. माझ्या विद्यार्थिनीचा जोडीदार बघायची माझी उत्सुकता एकदम मावळून गेली. ज्या माणसाशी अजिबात लग्न करू नये असा निर्णय घ्यायला, त्या वेळी आपण स्वराला भाग

पाडलं होतं, शेवटी नेमकी त्याच्याशीच लग्न केलेलं दिसतंय हिनं. अर्थात मध्ये बरीच वर्षे संपर्क नव्हता आमचा आणि आता ती दोघं पती-पत्नी म्हणून माझ्यासमोर उभी होती. म्हणजे त्या वेळी मात्रेचे वळसे देऊन शिकवलेल्या शहाणपणाची, माझ्या व्यवहारी समुपदेशनाची अखेर हारच झाली म्हणायची! त्या दोघांचं निरोपाचं बोलणं ऐकता ऐकता माझ्या मनाने मधल्या काळाचा पट दूर करून स्वराच्या कथेत कधीच प्रवेश केला होता.

त्या दिवशी शेवटच्या तासाला मी लॅबमध्ये एकटीच उरले होते. प्रॅक्टिकल्स आटोपून, मुली केव्हाच घरी गेल्या होत्या. मीही जराशी कंटाळलेली, थकलेली; सगळं आटोपून निघणार, एवढ्यात आवाज आला,

'मॅडम, आत येऊ का?' स्वराली दारातून विचारत होती.

'ये की गं! आज इतक्या दिवसांनी आलीस? म्हणजे तशी रोज बघते मी तुला जाता-येता; पण...'

'मॅडम थोडा वेळ आहे का? म्हणजे जरा बोलायचं होतं.'

खरंतर 'आत्ता नको, उद्या-परवा बोलू' असं अगदी ओठावर आलं होतं; पण शब्द बाहेर पडले; 'हो, आहे की! ये.' विद्यार्थिनींच्या बाबतीत असं नकारार्थी उत्तर मला देताच आलं नाही कधी. विशेषतः जेव्हा त्या मला एकटीला एकट्यानेच भेटायला यायच्या, तेव्हा तर नाहीच. मोठ्या माणसांच्या दृष्टीनं साधे; पण त्यांच्या वयाच्या टप्प्यावर त्यांना खूप अवघड वाटणारे प्रश्न आणि समस्या यायच्या. काही वेळा, खूप मनातलं, आत खूप दुखणारं, घरात किंवा मैत्रिणींनाही काही वेळा सांगता येत नाही, असंही सांगून टाकायच्या. कधी रडून मोकळ्या व्हायच्या. अभ्यासातल्या आणि त्याबाहेरच्या त्यांच्या डिफिकल्टीज सोडवता सोडवता प्रथम मला उत्तम श्रोता व्हावं लागे. नंतर त्यांच्याशी चर्चा करताना नकळत कधी मोठी ताई, कधी सल्लागार, कधी गुरू, कधी आई-बाबा अशा सगळ्या भूमिकांतून बोलावं लागे.

'बोल!' मी खांद्यावरची पर्स पुन्हा टेबलावर ठेवली. ती टेबलाच्या दुसऱ्या बाजूला बसली. चेहऱ्यावर 'काय सांगू, कसं सांगू'चा हलकल्लोळ! मी शांत बसून तिला शब्द शोधायला वेळ दिला. मनाशी विचार करत होते, 'आता मार्च महिना संपत आलाय. हिचं कॉलेजचं हे फायनल इयर. परीक्षा अगदी काही दिवसांवर येऊन ठेपलीय आणि आता काय प्रॉब्लेम घेऊन आलीय ही?' मी ज्युनियर कॉलेजला शिकवत होते. अकरावीत ऑप्शनल सब्जेक्ट घेऊन स्वराली पंचवीस मुलींच्या बॅचमध्ये अगदी शेवटीशेवटी दाखल झाली होती. गव्हाळ गोरा रंग, सडसडीत उंच बांधा, काळ्याभोर दाट लांबसडक केसांची कशीतरी वाकडीतिकडी घातलेली घट्ट वेणी आणि घाईघाईने केसांना लावलेलं तेल निम्म्या कपाळावर उतरलेलं, जाड

फ्रेमच्या चष्म्यातून दिसणारे तिचे डोळे एखाद्या गायीच्या डोळ्यांसारखे मोठे, काळेभोर आणि कारुण्यानं काठोकाठ भरलेले. हे कारुण्य म्हणजे सेल्फ-पिटी. युनिफॉर्मही थोडासा चुरगळलेला. बाकी ब्रेसलेट, चेन किंवा छोटंसं कानातलं घालायला कधी सवडच मिळाली नसावी. ती लॅबमध्ये येई ती सगळ्यांच्या मागून म्हणजे ग्रूपमधून चुकलेली मुलं कशी शोधत, धावत येतात, तशी रोजच मागे राहिलेली. मग काहीशा अपराधीपणे लांब पापण्या झुकवून गुपचूप जागेवर जाऊन काम सुरू करणारी. वर्गातून फेरी मारताना माझं निरीक्षण चालू असे. बऱ्याचदा ती स्वतःच्याच तंद्रीत हरवल्यासारखी बसायची. जवळ जाऊन बघावं तर अंग आकसून सशासारखी घाबरून - बावरून जायची. बोटं चुकीच्या कीवर ठेवलेली आणि सांगितलेल्या सूचना उलटपालट करून गोंधळलेल्या चेहऱ्यानं धडपडत असायची. तिला कुठलाच टास्क शेवटपर्यंत कधी पूर्ण करता येत नसे. चार-सहा ओळी कशाबशा टाइप होत. प्रथम मला वाटलं की, तिचं अभ्यासात लक्षच नाही, म्हणून मी जराशा कडक शब्दांत तिची हजेरी घेतली. 'वर्गात सगळ्यांच्या मागून येतेस. मग सांगितलेलं नीट समजून घेत नाहीस. नीट अभ्यास करायचा नसतो तर कशाला अडवता गं एक सीट? एवढाली फी भरता, तर लक्ष का नाही देत?'

'मॅडम, मी... मला...' स्वरालीला पुढचं बोलताच येईना.

'बघू थिअरीची वही' म्हणत मी तिची वही चाळली. सुंदर अक्षर, व्यवस्थित लिहिलेल्या नोट्स पाहून माझा स्वर बराच खाली आला. 'अगं, तुला प्रॅक्टिकलमध्ये डिफिकल्टी आहे का?' मी मऊपणे विचारलं. 'हो.' तिचे डोळे भरून आले होते. बोटं कापत होती. चेहरा रडवेला झाला होता.

काहीतरी वेगळाच प्रॉब्लेम दिसतोय... माझ्या अनुभवी नजरेनं टिपलं. 'बरं, आता असू दे. काम चालू ठेव. आज चौथा तास तुमच्या वर्गाला ऑफ आहे, तेव्हा मीही मोकळी आहे. न चुकता भेटायला यायचं इथं.' मी बजावलं. तिनंही मान हलवली.

चौथ्या तासाला बराच वेळ झाला तरी ती आलीच नाही. दरम्यान, ट्यूटोरियल्सच्या गठ्ठ्यातून तिची ट्यूटोरियल्स काढून मी बघून ठेवली होती. मी जराशी वैतागलेच होते; पण तेवढ्यात ती पाय न वाजवता हळूच येऊन उभी राहिली.

'बस' म्हणताच ती स्टुलावर अवघडून बसली. मान खाली घालून. 'आता काय काय ऐकावं लागेल', अशा भीतीनं. चेहरा आता रडेल की मग रडेल, असा झालेला.

'स्वराली, ट्यूटोरियल तर ठीक लिहिलं आहेस. म्हणजे इतर मुलींपेक्षा नीटनेटकं. स्पेलिंगमिस्टेक्सही फार नाहीत. व्हेरी गुड!'

या अनपेक्षित शाबासकीनं तिचा चेहरा एकदम फुलून आला. संकोचून ती

किंचितशी हसली अन् मग पुन्हा नजर खाली गेली. 'स्वराली, मी खूप वेळा बघते, तू थोडीशी स्वतःतच हरवल्यासारखी असतेस. म्हणूनच तुझं प्रॅक्टिकल नीट होत नाही. काय प्रॉब्लेम आहे? मोकळेपणानं बोल. आपण दोघी मिळून तो दूर करू या.'

मॅडम आपली खूप खरडपट्टी काढणार, खूप ऐकून घ्यावं लागणार, अशा अपेक्षेनं नाइलाजानं आलेल्या स्वरालीला हा अनपेक्षित धक्काच होता.

'बोल ना, काय अडचण आहे? थिअरी तर छान आहे; मग प्रॅक्टिकलमध्येच असं का होतं? मैत्रिणींशी बोललीस का याबाबत? कोण मैत्रीण आहे तुझी?

'कुणीच नाही.' असं म्हणून तिनं वर पाहिलं. चार-दोन थेंब म्हणताना तिच्या डोळ्याला धारच लागली. थोडा वेळ जाऊ देऊन मग मी विचारलं, 'पण असं का? तू जात नाहीस का मैत्रिणींमध्ये?'

'नाही. म्हणजे मी अशी आहे ना? मग उगीच हसतील. टिंगल...'

'अशी म्हणजे?'

'म्हणजे स्लो. मला त्या गबाळी चमी म्हणत असतील, हसतील. दहावीपर्यंतचा अनुभव आहे ना.'

'दहावी जाऊ दे. तू आता मोठी आहेस. टीन एजमध्ये पुढे आलीस. बघ, तुझा रंग कसा छान गोरा तकतकीत, केस दाट लांब, उंची बांधा व्यवस्थित. अरे, म्हणजे छानच आहे की सगळं!'

'खरंच?' ती चकित होऊन म्हणाली.

'अगदी खरं. इतर मुलींसारखीच आहेस की! काकणभर जास्तच चांगली. अभ्यासही केलेला दिसतोय घरी.'

'हो. घरी करते मी; पण इथं सगळ्यांत काहीतरी होतं. मग जमतच नाही. चुकतंच सगळं.'

'छोड दो! आता ते सगळं मनातनं काढून टाक आणि 'मी अशी', 'मी अशी' असं का गं म्हणतेस?'

'माझी आईच म्हणते मला तसं – मूर्ख, वेंधळी, बावळट!'

'बरं.' मला आत्ताच तो विषय वाढवायचा नव्हता. नाहीतर सगळ्या नकारघंटा तिच्या डोक्यात पुन्हा वाजायला सुरुवात व्हायची.

'माझ्यावर विश्वास आहे ना? बाकी सगळं सोड. आता तू माझी विद्यार्थिनी आहेस, अगदी आवडती. मला वयानं थोडी मोठी अशी मैत्रीणच समज. स्वराली खुदकन हसली. तिचे सगळे प्लस पॉइंट्स तिला खुलवून सांगितले. बेल झाली म्हणून पटकन उठली. झटकन वाकून, माझ्या पायाला हात लावून नमस्कार करून 'जाते' म्हणाली. नेहमीप्रमाणे बाईंची बोलणी खाण्याच्या तयारीनं आलेली, रडवेली स्वराली हसतहसत बाहेर पडली. माझे साधे चार शब्द टर्निंग पॉइंट ठरले असावेत.

त्यातून तिला तिच्यातला राजहंस गवसला होता. मी तिच्यातला बदल टिपत होते. ती वेळेवर यायला लागली. प्रॅक्टिकल करून स्वतःहून दाखवायची, चुका समजावून घ्यायची. अडचणी विचारताना तिला भीती-संकोच वाटत नव्हता. डोळ्यांतला करुण भाव कमी होत होत चार मुलींइतका का होईना, आत्मविश्वास दिसू लागला. प्रॅक्टिकल्स जमू लागली. विशेष म्हणजे चार-दोन मैत्रिणीही मिळाल्या होत्या तिला. नजरानजर झाली की, गोड हसायची माझ्याकडे बघून. बारावी संपता संपता तर ती खूपच बदलली होती. आता ती पूर्वीसारखी माझ्या मागे मागे 'मॅडम-मॅडम' करत सारखीसारखी येत नव्हती. हे साहजिक आणि त्या वयाप्रमाणे नैसर्गिकच होतं. मीही निश्चिंत झाले होते. एफ.वाय.ला आमच्याच कॉलेजला तिनं ॲडमिशन घेतलेली असल्यानं अधूनमधून भेटायची; पण ओझरतीच. अंगानं सुधारली होती. इतर मुलींसारखीच फॅशन्स करू लागली होती. तिच्या ग्रूपमध्ये हसता-खेळताना, तिला बघताना मला फार बरं वाटायचं. कळीच्या एकएक पाकळ्या आतून उमलत होत्या. पहिली गच्च पाकळी उघडण्यासाठी फक्त एक फुंकर मारायची गरज होती. ती वेळेवर मारली गेली माझ्याकडून. हे सगळं मागे पडून तीन-साडेतीन वर्षेही झाली होती. सगळं सुरळीत चाललंय वाटत असताना आज अचानक विद्यापीठाच्या परीक्षेच्या तोंडावर हिला काय झालं असावं बरं?

'मला एका खूप महत्त्वाच्या बाबतीत तुमचा सल्ला हवाय.'

'हं, आता लास्ट इयर ना तुझं? पुढं काय करायचं ते विचारायचंय वाटतं. करिअर गायडन्ससाठी आलीस का? पण आत्ता परीक्षा तोंडावर आलीय, तेव्हा अभ्यास महत्त्वाचा. परीक्षा पार पडली की, खूप वेळ आहे मग...'

'खूप वेळ नाही माझ्याकडे; फक्त तीन-चार दिवसच आहेत.'

'म्हणजे?' मी गोंधळले होते.

'म्हणजे परीक्षा, करिअर यांबद्दल नाही बोलायचं मला.'

'मग घरात काही प्रॉब्लेम? फॅमिली मॅटर?'

'नाही. म्हणजे माझाच वैयक्तिक प्रश्न आहे.'

आता काय? अशा नजरेनं मी नुसत्या भुवया उंच केल्या.

'म्हणजे.. मी... मला...'

'हे बघ, तू मला काही परकी नाहीस. काहीही असलं, तरी अगदी मन मोकळं करून सांग. मी गैरसमज करून घेत नाही, हे तुला माहीतच आहे. सांग.'

माझ्या शब्दांनी धीर येऊन ती पटकन म्हणाली,

'मॅडम, मला लग्न करायचंय.'

हे ऐकून मी उडालेच. काही मुलं मागे लागताहेत किंवा एखाद्या मुलाबद्दल आकर्षण वाटतंय असं या वयातलं काहीबाही असेल, असं वाटलं होतं; पण

डायरेक्ट लग्नच? आणि आता शेवटच्या घडीला आलीय शहाणी मला विचारायला. मधलं काय, कसं, कुणास ठाऊक? पण आता ते विचारत बसण्यात अर्थ नव्हता, म्हणून म्हटलं.

'आत्ता? आणि परीक्षा?'

'हो आत्ताच. म्हणजे परीक्षाही न देता मला जावं लागेल, घरात कुणाला काहीही न सांगता.' ती स्थिर आवाजात सांगत होती. एरवी स्वतःला शांत, स्थिर समजणारी मीही जराशी हादरलेच.

'अगं ए, बरी आहेस ना? आता मला नीट सांग बरं पहिल्यापासनं. 'कुणाबरोबर?'

'नितीश राजवाडे नाव त्याचं.'

'काय करतो?' मी सावधपणे प्रश्न विचारायला सुरुवात केली.

'तो ट्रॅव्हल कंपनीत असिस्टंट टूर मॅनेजर आहे.'

'वय?'

'छत्तीस.' ऐकून काळजाचा ठोका चुकला. ही अजून त्रिशीतच आणि तो छत्तीस?

चेहरा शांत ठेवत मी प्रश्न केला, 'कुठे असतो तो? भेट कशी, कुठे झाली?

'तो मुंबईला असतो. मी, माझा धाकटा भाऊ आणि आई-बाबा सगळे सिंगापूरच्या ट्रिपला गेलो होतो. तेव्हा तोच होता बरोबर, तेव्हाच प्रथम भेट झाली.'

'काय काम करायचा तो?'

'म्हणजे सगळी पर्यटनस्थळं दाखवायचा, माहिती सांगायचा वगैरे. खूप छान आहे त्याचं बोलणं, वागणं आणि पर्सनॅलिटी पण.'

'तुला आवडला?'

'खूपच! आमच्या फॅमिलीच्या तीन टूर्स झाल्यात त्याच्याबरोबर. सगळे ओळखतात. बाबांना तर तो मित्रासारखाच वाटतो.'

'तुमच्या प्रेमाबद्दल घरात...'

'छे, छे! कुणाला शंकासुद्धा येऊ दिली नाही आम्ही.'

'बरं, त्याच्या मुंबईच्या घरी कोणकोण आहेत?'

'तो मूळचा मुंबईचा नाही. नोकरीसाठी गेलाय. तो मूळचा कोल्हापूरचा. त्यांचा वन बीएचके फ्लॅट आहे. तिथं त्याचे आई-बाबा आणि मोठा भाऊ असतो. म्हणजे कोल्हापूरमध्ये.'

'ते सगळे काय करतात?'

'आई घरीच. वडील रिटायर्ड आहेत. थोडीफार पेन्शन मिळते त्यांना. मोठा भाऊ खरंतर हुशार होता; पण मध्येच त्याचा काहीतरी मेंटल प्रॉब्लेम झाला, तो काहीच करत नाही; पण फ्लॅट आहे ना त्यांचा स्वतःचा.'

'बरं, नितीशचा पगार किती?'

'आठ हजार.'

'आठ हजार?' मी आश्चर्यानं थक्क.

'हो. म्हणजे रेग्युलर तेवढे मिळतात आणि मग जशी टूर असेल तसा बोनस मिळतो वरचा.'

'नितीश राहतो कुठे?'

'तो मालाडला राहतो. एक खोली दोन मित्रांबरोबर शेअर केलीय.'

'तुमची ट्रिपमध्ये ओळख झाली म्हणतेस. तो मुंबईला, तू इथं; मग कसं काय?'

'म्हणजे तेव्हाच आम्ही एकमेकांना पहिल्या भेटीतच आवडलो होतो. तसं त्यानं गुपचूप सांगितलं मला. तो मिसकॉल देतो, मग मी फोन करते. कधीकधी ट्रिपबरोबर जाता-येता किंवा कोल्हापूरला जाताना तो इथं उतरतो. मग आम्ही बाहेर भेटतो. घरीही येऊन गेलाय तो एक-दोनदा.'

'शिक्षण?'

'तो बारावीपर्यंत शिकलाय. पुढे नाही जमलं म्हणाला.'

'ठीक. तुला सगळंच माहिती आहे, मान्यही दिसतंय. मग आता प्रॉब्लेम काय?'

'तो म्हणतोय की, लगेच लग्न करू या. खूप दिवस मागे लागलाय. आता तो म्हणतोय की, त्याच्या आईने तिकडे मुली वगैरे पण बघून ठेवल्यात एक-दोन; त्यामुळे त्याचा नाइलाज झालाय.

'मागे एकदा मी कॉलेजच्या ट्रिपचं खोटं कारण सांगून त्याच्याबरोबर कोल्हापूरला गेले होते. खूप प्रेमळ माणसं आहेत ती. त्यांना मी खूप म्हणजे खूपच पसंत आहे.'

असणारच, मी मनात म्हटलं. इतकी सुखवस्तू, श्रीमंत, शिकलेली, दिसायलाही उजवी मुलगी पसंत न पडली तरच नवल!

'मग अडलंय कुठं? माझ्याकडे कशी आलीस? म्हणजे काय हवंय?'

'तुमचा सल्ला. मला माझं अजून नीट ठरवता येत नाहीय ना! म्हणून मग तुम्हालाच विचारावं असं वाटलं.'

'तुझ्या मैत्रिणींना माहिती आहे?'

'हो. निशा आणि स्वप्ना दोघींनाही सगळं ठाऊक आहे.'

'मग त्यांचं काय म्हणणं?'

'त्या दोघी तर खूपच एक्सायटेड आहेत. त्या म्हणाल्या, आम्ही तुला सपोर्ट करू.'

'सपोर्ट करणार म्हणजे नेमकं काय करणार त्या?'

‘तसं नक्की काही माहीत नाही; पण त्यांना खूप इंटरेस्ट आहे.’

‘बरं, तुझ्या घरी काही कल्पना दिलीस? आईशी बोललीस?’

‘बाप रे? आईचं तुम्हाला माहितीच आहे.’

‘बाबा?’

‘नाही. त्यांच्याशीही नाही बोलले. म्हणजे त्यांना काही माहितीच नाही. त्यातून आई-बाबांचं हल्ली अजिबात पटत नाही. आई सतत बाबांवर संशय घेते, माझ्यावरही संशय असतोच. भांडणं, वादविवाद. नको वाटतं, घरी जायला. माझ्याकडे कुणाचं लक्षच नसतं.’

‘पण बाबांशी तरी तुझं जमतं ना?’

‘खूप नाही. ते त्यांच्या व्यापामुळे सदा बाहेर असतात; पण त्यांचं माझ्यावर खूप प्रेम आहे हं. मुलगी म्हणून पण.’

‘ठीक. नितीशचं काय म्हणणं आहे याबाबत?’

‘तो म्हणतोय की, लगेचच लग्न करू या.’

‘आणि परीक्षा?’

‘नाही. मग परीक्षेला नाही बसता यायचं मला.’ ती सरळपणे म्हणाली. क्षणभर माझ्या डोक्यात सणक गेली. काय करू आता या मुलीचं? एक चांगली ठेवून द्यावी वाटली कानाखाली, इतका राग आला होता. प्रेम आंधळं असतं की नाही, माहीत नाही; पण हळव्या लोकांची डोकी पूर्णपणे बधिर करण्याची त्यात ताकद असते, हे अगदी पुरेपूर समजलं होतं. एक दीर्घ श्वास घेऊन, मी माझ्या सगळ्या भावनांना काबूत आणलं. शेवटी मला मन स्थिर ठेवावं लागलं, कारण ती ज्या विश्वासानं माझ्याकडे मन मोकळं करीत होती, त्यात माझ्या रागावण्या-चिडण्याची शक्यता नव्हतीच. मी शांत होऊन तिच्या डोळ्यांतल्या स्वप्नांच्या जगाचा नव्याने वेध घेऊ लागले. त्या प्रेमाच्या जादूई ताकदीचं एकीकडे कौतुकही वाटत होतं. तिनं कौतुकानं त्याचा फोटो माझ्यापुढे ठेवला. मी निरखून पाहिलं. फोटोसाठी मुद्दाम दिलेली ती ऐटबाज पोझ, ते मोहक हास्य, ते रुबाबदार दिसणं. समोर बसलेली, या सगळ्यावर भाळलेली, प्रेमानं भारलेली स्वराली आणि तिचं सुखानं ओथंबलेलं संसाराचं बिलोरी स्वप्न! जे झोपाळ्यावाचून झुलण्याच्या वयात प्रत्येकानं चोरून का होईना, मनात पाहिलेलं असतं. यातून तिला जागं करावं असं वाटेना. अर्थात ‘तिला जागं कर’चा अलार्म मेंदूत राहूनराहून वाजत होता. हे असं का असतं? हा जीवघेणा डायलेमा; हे द्वंद्व. हृदय विरुद्ध बुद्धी, आवेग विरुद्ध विवेक, भावना विरुद्ध विचार, स्वप्न विरुद्ध सत्य हा तर चिरंतन संघर्ष. प्रेमाला व्यावहारिक बंधनेच फार. प्रेम! मनावर गारूड करणारी ती हवीहवीशी वाटणारी चिंचगाभोळी वयातली, नवथर पावलांना जमीन सोडायला लावणारी आदिम किमयागार प्रेरणा. काहीजण तर प्लेटॉनिक लव्ह

– अशरीरी प्रेमाच्या मनोनाट्यात मश्गूल राहतात. आपण कुणावरतरी जीव ओतून प्रेम करावं या भावनेवरच प्रेम करणारी असतात. इंद्रधनुष्याच्या सप्तरंगी कमानीला प्रेमरज्जूंनी नक्षीदार झुला बांधल्याचं स्वप्न बघायचं. फक्त स्वप्न! पण स्वप्न आणि व्यवहार यांची चुकामूक कायमचीच ठरलेली; पण खरंच स्वप्न साकारलं तर? तर ते किती रोमँटिक आणि एक्सायटिंग असेल! अगदी माझ्या या वयातही कुणाची अशी स्वप्नपूर्ती झालेली दिसली, बंधने तुटली, तर मला खरंतर ते आवडेलच. उगीचच जगजितसिंगची गझल आठवली,

'ना उम्र की सीमा हो, ना जन्म का हो बंधन ।
जब प्यार करे कोई, तो देखे केवल मन ॥'

'मॅडम, हे असं सगळं एकदम, मला झेपत नाही हो.'

स्वरालीच्या व्याकूळ शब्दांनी मी प्रेमनगरीतून एकदम उन्हातल्या दुनियेत आले. स्वरालीलाही या स्वप्नातून जागं करायलाच हवं. त्यातल्या त्यात बरं आयुष्य अखेरपर्यंत जगायचं, तर विवेकाचं बोट धरावंच लागतं. बुद्धीची दक्ष सोबत घेऊन वास्तवाची रूक्ष वाट आपलीशी करावी लागते. स्वप्न, प्रेम, भावना यांची चैन प्रत्येकालाच परवडेल, अशी नसते. काही चतुर मुला-मुलींना ते जमतं. स्वरालीच्या बाबतीत चतुरपणाची शक्यताच नव्हती. बाहेरून कुणी कितीही शिकवलं तरी पिंडच भावुक. हळवी माती आणि शरणागत वृत्ती. या स्वप्नाळू लोकांना कुणाचा बँक अकाउंट तपासून प्रेमात पडण्याची किंवा पाडण्याची करामत नाही करता येत. मग त्या यशस्वी चतुर लोकांना हे भावुक प्रेमी 'कॅलक्युलेटेड, प्लॅन्ड लव्ह - हिशेबी भावना - म्हणून हिणवतात. म्हणजे समोरच्याची हुशारी, रूप, पैसा, घर, जात असं सिक्युअर्ड फ्युचर बघून प्रेम केलं, तर ते कसलं प्रेम? तो एक व्यवहारच! प्रेम कसं 'भिल्लाच्या बाणाच्या टोकावर ठेवल्यासारखं असावं,' वगैरे, वगैरे. प्रवाहाविरुद्ध जाणं, घरातून पळून जाणं, कालपर्यंत पै-पैसाठी ज्या आई-वडिलांवर अवलंबून होतो, त्यांना एकदम व्हिलन कॅटेगरीत टाकून, कुणाचातरी हात धरून जन्मभरासाठी पाठ फिरवून जाणं यातला रोमान्स, थ्रिल काही औरच! स्वराली आता रोमांचकतेच्या कड्याच्या त्या टोकापर्यंत पोहोचली आहे. तिला मागे फिरवण्याचं कठीण काम करायचं; पण कसं? काहीतरी असं करावं लागेल, ज्यामुळे तिची तीच मागे येईल.

'मोबाइल नवीन दिसतोय स्वरा. एकदम लेटेस्ट मॉडेल. केवढ्याचा गं?' मी तिचा मोबाइल उत्सुकतेनं हातात घेऊन विचारलं.

'साडेनऊ हजार.' ती उत्तरली.

'कुणी, नितीशनं दिलाय वाटतं?' मी किंचित डोळे मिचकावून विचारलं.

तिचा चेहरा उतरला. 'नाही. बाबांनी दिला वाढदिवसाला.'

'आणि हा ड्रेसही मस्त! एकदम भारी... कुणाची चॉइस?'

'ड्रेससुद्धा बाबांनीच आणलाय.' ती जडपणे म्हणाली.

'छान राहतेस हं तू हल्ली. दिसतेस पण एकदम अ‍ॅट्रॅक्टिव्ह! तुमच्या भाषेत 'एकदम टकाटक.' सगळंच रिच आहे तुझं. फॅन्सी पर्स, नाजूक जेडची चेन, ब्रेसलेट; अगदी सॅण्डल्सपर्यंत सगळं एकदम वाऽव!

स्वरालीला कळेना, मॅडमचं काय चाललंय? मी विचारायला आले काय नि मॅडम काहीतरी तिसरंच बोलताहेत. एखाद्या मैत्रिणीसारख्या कॉमेंट्स का टाकताहेत?

'मॅडम, तुम्ही असं...' ती चाचरत म्हणाली.

'येस, नितीश! छान आहे फोटो. वय जाणवत नाही अगदी. पगार किती म्हणालीस?'

'आठ हजार', ती उतरलेल्या आवाजात पुटपुटली. 'म्हणजे आता थोडा वाढून दहापर्यंत गेला असेल.'

'हो, हो. असेल ना', मी चटकन म्हणाले. 'पण मोबाइल छान आहे तुझा, साडेनऊ हजाराचा.'

'मॅडम, तुम्हाला माझं वागणं आवडलं नाही का? राग आला असेल ना माझा?'

'छे! गं,' मी सहजपणे म्हटलं. 'राग कशासाठी येईल? मी काय बालपणातून एकदम प्रौढपणात उडी नाही मारली. मीसुद्धा तुझ्या वयाची होतेच ना कधीतरी. तुझ्या घरातलं तंग वातावरण, त्यात तुझा भावनाशील स्वभाव; मला तर सगळंच माहीत आहे.'

'त्याचं वय जास्त आहे; अशी कशी मी प्रेमात पडले, असं वाटतंय ना तुम्हाला?'

'नाही. तेही मी समजू शकते. आपल्यापेक्षा वयानं खूप मोठ्या असलेल्या माणसाच्या प्रेमात पडतात मुली. त्यात अगदी जगावेगळं असं काही नाही. घरातून न मिळालेली अपेक्षित प्रेम-माया, सुरक्षितता, केअरिंग, लाड, कौतुक सगळं शोधत असतं तिचं मन त्या माणसात. प्रश्न तो नाही.'

माझ्या बोलण्यानं एकदम उल्हसित होऊन तिनं विचारलं, 'मग मी करू ना त्याच्याशी लग्न?' तिचा अधीरपणा प्रश्नातून स्पष्ट जाणवत होता. खरंतर तिच्या मनाला निमित्तापुरता माझा कौल हवा होता. तिच्या भावुक मनानं खरंतर निर्णय घेतलेलाच होता. मी सांगणार समजावून, तर ते असणार शुद्ध व्यवहारी दृष्टिकोनातून आणि ते तिला नकोच असणार. मग तिचे आई-बाबा आणि माझ्यात फरक तो काय राहिला? तिच्या मनालाच त्या निर्णयापासून अलगदपणे परावृत्त करायला हवं; पण माझं मत न लादता, न दुखावता. निर्णय तिचा तिनंच घ्यायला हवा. म्हणून मग मी म्हटलं,

'हे बघ बाळा, आयुष्य तुझं, निर्णय तुलाच घ्यायला हवा, कारण त्याचे जे बरे-वाईट परिणाम होतील, त्यांना सामोरी जाणार आहेस तूच. मैत्रिणी काय किंवा अगदी मी काय, आम्ही काठावरनं बघणारी. प्रवाहाशी दोन हात करायचेत ते तुलाच.'

'ते कळतं हो मॅडम सगळं; पण आत्ताच लग्न करावं का? याचा निर्णय कसा घ्यावा, ते नाही ना कळत. तुम्हीच सांगा.'

'मी तुला निर्णय कसा घ्यायचा या बाबतीत माझ्या परीनं नक्की मदत करीन. तू कॉमर्सची विद्यार्थिनी आहेस; तेव्हा बॅलन्स शीटमध्ये योग्य जागी योग्य एंट्री करणं, टॅली करणं हे सगळं जमतं ना तुला?'

'हो; पण त्याचं काय?'

'हा To be or not to be' 'करू की नको?'चा प्रॉब्लेमही असा कागदावर मांडून सोडव. पॉइंट्स देते ते लिहून घे. पर्सनॅलिटी, योग्य वय, शिक्षण, कौटुंबिक पार्श्वभूमी, आर्थिक परिस्थिती, पगार, भविष्यकाळात होऊ शकणारं शिक्षण, राहण्याची जागा, भविष्यकाळात मिळणाऱ्या चांगल्या नोकरीचे चान्सेस. कागदाचे दोन भाग पाड. एक तुझी बाजू, एक नितीशची. प्रत्येक पॉइंटचा नीट विचार करून दहापैकी गुण द्यायचे. मग बेरीज करायची; पण हे सगळं स्वतःपुरतंच आणि अतिशय प्रामाणिकपणे लिहायचं. करशील?

'हो नक्कीच. खऱ्या मनानं करीन.'

'आणखी एक. काहीही झालं, तरी बाबांना सांगितल्याशिवाय पुढे पाऊल टाकायचं नाही. बाबांना विश्वासात घेऊन सांग सगळं. आता बराच वेळ झालाय. उद्या सकाळी मी लवकर येईन. मी सांगितलं ते करून उद्या भेट. मग पुढे बोलू.'

दुसऱ्या दिवशी ती ठरल्याप्रमाणे आली. माझ्यासमोर गंभीरपणे बसली. 'मग काय काय झालंय?' मी मोघमपणे विचारलं.

'मॅडम, तुम्ही सांगितल्याप्रमाणे प्रत्येक पॉइंटला गुण देत गेले. लिहितालिहिताच कळलं की, आकड्यांचा कुठेच ताळमेळ बसत नाहीय. सर्व परिस्थितीची नीट कल्पना आलीय; पण तरीही मन नितीशकडे ओढ घेतंय.'

'बाबांचं काय म्हणणं पडलं?'

'नाही. बाबांना नाहीच सांगितलं काही. खरं सांगू का, मी नितीशलाच फोन करून बाबांना कसं पटवून सांगावं, ते विचारलं. तर तो म्हणाला, बाकीच्या गोष्टी कशातरी पटवून देता येतील. शिवाय आई-बाबांचंही लव्हमॅरेजच होतं. मुख्य मुद्दा होता तो वयाचा; तर तो म्हणाला की, नाहीतरी मी छत्तीस वर्षांचा दिसत नाहीच; तर बाबांना माझं वय सव्वीसच सांगू या. फिनिश!'

'म्हणजे बाबांना तुम्ही खोटं सांगणार? पुढे हे उघडकीला आलं तर त्यांना काय वाटेल?'

‘हो ना. त्यापेक्षा आधी काहीच न सांगता लग्न केलं तर?’ ती परत त्याच मुद्द्यावर आली होती.

‘हे बघ, प्रेमविवाह करणार म्हणजे तू काही अपराध करत नाहीस.’

‘हो; पण मी शंभर टक्के सांगते, बाबांना नाहीच पसंत पडणार.’

‘म्हणजे एक गोष्ट नक्की की, त्यांना नाही सांगायचं. बरं, लग्नानंतर पुढे काही झालं, देव न करो; पण कठीण प्रसंग आला तर काय करशील, याचा विचार केलास का?’

‘नाही. काय होईल असं?’

‘तू पळून जाऊन लग्न केलंस तर त्यांना मानसिक धक्का बसणारच. त्यांची प्रतिक्रिया कशी असेल? आई तर तुझ्या बाजूने नसणार, उघडच आहे. मग अशा कठीण प्रसंगी तुला माहेरचं दार उघडं असेल का?’

‘छे! अजिबात नाही.’

‘हे बघ. मी तुला फक्त वस्तुस्थितीची जाणीव करून देते आहे.’ पुढे मी म्हटलं, ‘बरं, तू जर तुझ्या पायावर उभी असतीस ना, तर काळजीच नसती. आता तर तू युनिव्हर्सिटीच्या परीक्षेलाही बसायचं नाही म्हणतेस.’

‘तसं नाही. तो म्हणालाय मला, पुढे शिकवीन म्हणून.’

‘तुझ्या दृष्टीनं शिक्षण चालू ठेवणं गरजचेचं आहे, हे तुला पटलंय; पण हे वर्ष तर गेलंच ना? पुढे काय शिकायचा बेत आहे मग?’

‘खरंतर बी.कॉम.नंतर एकीकडे एम.कॉम. आणि सी.ए एन्ट्रन्स द्यायचीय. नाहीतर बँकिंगच्या परीक्षा, आयसीडब्ल्यूए असं काहीतरी करायची इच्छा अहे, कारण त्याशिवाय चांगली नोकरी कशी मिळेल?’

‘तुझ्या आताच्या शिक्षणावर, म्हणजे अर्धवट शिक्षणावर चांगली नोकरी मिळणं जवळजवळ अशक्य.’

‘हो. बरोबर.’

‘पुढच्या शिक्षणाचा खर्च कोण करणार?’

‘तोच बघेल बहुतेक.’

‘बरं. राहणार कुठं?’

‘तो म्हणालाय, खोली बघू म्हणून.’

‘मुंबईत एका खोलीला भाडं किती असतं, काही कल्पना आहे तुला?’

तिनं नाही म्हणून मान हलवली. मी आकडा सांगताच तिचे डोळे भोकराएवढे मोठे झाले.

‘त्याचं वय जास्त म्हणून त्याला लग्नाची घाई आहे; बरोबर ना?’

‘हो, म्हणून तर ताबडतोब करायचंय.’

'मग याच हिशेबानं त्याला मूलपण लवकरच हवं असेल.' मी म्हटलं.

यावर स्वराली उगीचच किंचित लाजली.

'मग मूल, संसार यांमध्ये तुझं पुढचं शिक्षण होईल म्हणतेस?'

'न... नाही व्हायचं बहुतेक.'

'म्हणजे तुला लग्नानंतर मोठ्या माणसांच्या आधाराची, अगदी आर्थिक आधाराची, भरभक्कम पाठिंब्याची गरज लागणारच ना? त्याचे आई-बाबा?'

'छे! त्यांना एका खोलीत आणायचं? अरे बाप रे! आणि तेच सगळे पैशाच्या अडचणीत असतात. म्हणजे...'

'म्हणजे उरतात तुझे आई-बाबा. याचा अर्थ काय होतो?'

'खरंच की मॅडम. त्यांच्याशी खोटं बोलून किंवा त्यांना न सांगता, गुपचूप पळून जाऊन कोणत्याही प्रकारे लग्न केलं, तरी ते स्वीकारणारच नाहीत. मग आता काय करू?'

'हे बघ, तुला आता प्रत्येक मुद्दा नीटपणे कळलाय. निर्णय तुझा तू घे. विश यू बेस्ट लक!' मी मुद्दामच भेट आटोपती घेतली.

दुसऱ्या दिवशीपर्यंत खरंतर मलाही चैन पडत नव्हतं; पण मी आपणहून फोन करायचा नाही, असं ठरवलं होतं. ती होऊन भेटायला आली.

'मॅडम, मी कळवून टाकलं त्याला.' ती क्षणभर थांबली. माझा श्वास नकळत रोखला गेला होता. 'मला ही रिलेशनशिप संपवावी लागणार, आपल्याला लग्न करणं शक्य नाही.'

माझा श्वास खाली आला. सांगताना मात्र ती रडली नाही. शांत होती. 'बाळा, प्राप्त परिस्थितीचा विचार करून तू योग्य तोच निर्णय घेतलास. फार बरं वाटलं. आता एकच ध्येय ठेव तुझं - उत्तम करिअर. बाबा बँकेत आहेत ना? त्यांच्याशी मोकळेपणानं चर्चा करत जा आणि भेटत जा मला, नाहीतर फोन कर काही वाटलं तर. परीक्षेसाठी शुभेच्छा!'

चला! स्वराली योग्य मार्गाला लागली असं म्हणून मी निवांत झाले. मध्यंतरी पुन्हा एकदा फोन आला तिचा 'काही बोलायचंय' म्हणून. मी जराशी धसकलेच. परत आता हिनं मागे पाऊल घेतलं की काय?

भेटल्यावर गंभीरपणे म्हणाली, 'मॅडम, थोडं आईबद्दल बोलायचंय. तुम्हाला माहिती आहे ना माझ्या आई-बाबांचं पटत नाही ते? आता तर आईची मनःस्थिती फारच बिघडलीय. तिनं व्ही.आर.एस. घेतल्यापासून जास्तच विचित्र वागते. कायम बाबांवर संशय. आता तर ती माझ्यावरही संशय घेते. रडते, उदास होते; हळूहळू तिला डिप्रेशन यायला लागलंय. काय करावं ते समजत नाही. डॉक्टरांकडे यायला तर अजिबात तयार होत नाही. बाहेरही कुणात मिसळत नाही.'

'स्वराली, तू घरातली मोठी आणि समजूतदार मुलगी आहेस. आईच्या अशा नाजूक मनःस्थितीमध्ये आता तू तिला नीट सांभाळ. तूच तिची आई हो. तिला ज्या गोष्टींची आवड असेल असा एखादा छंद किंवा कलेच्या क्लासला जायला सुचव. तू स्वतः प्रतिक्रिया देऊ नकोस. तुझ्या बाबांशी माझा परिचय नाही; पण तू त्यांना हे समजावून सांग. तुम्ही दोघंही तिला सावरायला मदत करा. मग बघ काय होतं ते. जमेल?'

'हो, नक्की.' तिचा चेहरा उजळला होता. मध्ये तिचे चार महिने गडबडीचे गेले. तिचाच फोन आला, 'मॅडम, खूपच चांगली गोष्ट सांगण्यासाठी फोन केलाय. तुम्ही सांगितल्याप्रमाणे मी बाबांशी बोलले. त्यांनाही ते पटलं. त्यांच्याही वागण्यात त्यांनी खूप बदल केला. आईला कॉमर्सचीच आवड आहे. तिला 'टॅली' शिकायचं होतं. कॉम्प्युटरच्या क्लासला जाताना मी स्वतः दोन दिवस तिच्याबरोबर गेले. मग ती त्यात खूपच रमली. घरीही ती प्रॅक्टिस करत बसते. मनःशांतीसाठी तिला तिच्या श्रद्धास्थानी असलेल्या महाराजांच्या मठात जायचं असतं; पण बाहेर पडायला बिचकायची. सुरुवातीला मला आवडत नसतानाही मी तिच्याबरोबर जात होते. आता तिची ती जाते. इतर लोकांत मिसळते. कार्यक्रम अटेंड करते. मुख्य म्हणजे खूश असते. डिप्रेशनचा 'डी'सुद्धा शिल्लक नाही आता. आमच्या घरातलं वातावरण आता इतकं छान झालंय. मॅडम, तुम्हाला किती वेळा थँक्स म्हणू?'

'एकदाही नको. तुझा पुढचा अभ्यासही सुरू झालाय ना. एकदा शेवटचं म्हणून विचारते, नितीशला विसरलीस ना?'

'ते शक्य नाही; पण प्रयत्न करते. तो मधूनच फोन करतो.'

'त्याचं लग्न झालं?' मी विचारलं

'नाही झालं; पण आता मार्गच वेगळे झालेत म्हटल्यावर बाकी विचार करायचाच नाही, असं नक्की ठरवलंय. तुम्ही अजिबात काळजी करू नका मॅडम.'

मी सुटकेचा निःश्वास टाकला. 'आपण उत्तम कौन्सिलर आहोत बरं का,' म्हणून स्वतःचीच पाठ थोपटून घेतली. मग मी रिटायर्ड झाले आणि हैदराबादला मुलाकडे राहायला गेले. प्रथम तिचे फोन येत. कधी एस.एम.एस. मग ते विरळ होत जाऊन कधीतरी संवाद थांबूनच गेला. आज तब्बल सहा वर्षांनंतर ती भेटत होती आणि टू माय सरप्राइज तिनं त्याच्याशीच, नितीश राजवाडेशीच लग्न केलं होतं. 'एवढं सगळं होऊन, इतकी सुधारली-सुधारली म्हणताना शेवटी प्रेमच वरचढ ठरलेलं दिसतंय. काय वाटतंय आता मला नेमकं? माझ्या सगळ्या शहाणपणाचा पराभव? एका मुलीचं आयुष्य उधळून जाण्यापासून वाचवल्याचं इतक्या दिवसांचं समाधान क्षणात पुसून गेल्याचं दुःख? निराशा, खंत? हे सगळं किंचितसं वाटून गेलंच; पण तरीही आत कुठेतरी खूप छानही वाटत होतं. का बरं? एखाद्या

प्रेमकहाणीत सगळ्या अडथळ्यांवर मात करत शेवटी नायक-नायिकेचं अशक्य कोटीतलं मिलन झाल्यावर भाबड्या रसिक प्रेक्षकांना जसा आनंद होतो, तसंच काहीसं? दाट काळ्या मेघपटलाआडून गुलाबी शेंदरी रंगाच्या भरजरी कडांचा ढग हळूहळू डोकावत प्रगट व्हावा तसं? काव्यगत न्याय मिळाल्यासारखं, हरूनही न हरल्यासारखं!'

गाडी सुटेपर्यंत तो तिला 'काळजी घे, पोहोचल्यावर लगेच फोन कर,' असं नेहमीच्या प्रेमळ नवऱ्यासारखं काळजीकाट्यानं बजावत होता. मी तिचं निरीक्षण करत होते, अंगानं बरीचशी भरलेली, चेहऱ्यावर सुस्थिर आयुष्याचा तजेला, कपडे, पर्स हे सगळं परिस्थिती ओके आहे, असंच दाखवीत होते. मला थोडं आश्चर्यही वाटत होतं. हेड आणि हार्ट, प्रेम आणि व्यवहार, स्वप्न आणि वास्तव यांचा कधी नव्हेतो सुंदर संगम झालाच तर! पण हे सगळं कसं काय घडलं असेल?

गाडी सुटल्यावर ती आत वळली, माझ्याकडे बघून हसून म्हणाली, 'हा ना अति काळजी करतो माझी.' तिच्या स्वरात कौतुक होतं. 'खूप वर्षांनी भेटतोय. मी तुम्हाला मध्ये फोनवर ट्राय करत होते. पण...'

'हो अगं, फोननंबर बदलला होता तिकडे गेले, तेव्हा. आता पुण्याला निघालीस?''

'हो. आईनं बोलावलंय. त्याला येता येणार नाही; पण बाबा घ्यायला येणार आहेत स्टेशनवर.'

'अखेर तुझ्या आई-बाबांनी नीटपणे स्वीकारलेलं दिसतंय हे प्रकरण.' मी म्हणाले.

'परिस्थितीपुढे कुणाचं काही चालत नाही मॅडम; पण हे लग्न इतकं सरळ-साधेपणानं नाही झालेलं.'

'म्हणजे? तू आधी ठरवल्याप्रमाणे पळून जाऊन?'

'नाही. मी तुम्हाला शब्द दिला होता. त्याला विसरण्याचा प्रयत्न करत होते. सी.ए.एन्ट्रन्स चांगल्या मार्कांनी पास झाले. पुढे एक टर्मही चांगल्या प्रकारे सुटली; पण मध्येच बाबांच्या दूरच्या नात्यातलं गुजरातमधलं स्थळ चालून आलं. त्यांचा व्यवसाय खूप चांगला, मुलगा शिकलेला. अमेरिकेत स्थायिक. दिसायलाही चांगला. नाही म्हणायला एकही कारण नव्हतं. मलाही नितीशला लवकरात लवकर विसरायचं होतं. राहिलेलं शिक्षण काय पुढे पुरं करता येईल, त्यासाठी स्थळ नको हातचं जायला, असा विचार झाला. खरंतर तेव्हा मी तुम्हाला फोनवर भेटायचा खूप प्रयत्न करीत होते, सल्ला घ्यायला. अर्थात तुम्हीही होच म्हणाला असतात.

'म्हणालेही असते, एवढं सगळं चांगलं म्हटल्यावर... मग?'

'तो डिसेंबरमध्ये सुटी घेऊन आला होता. परत जायची घाई होतीच. तरीही आई-बाबांनी धूमधडाक्यात लग्न करून दिलं. कोणतीही उणीव राहिली नाही.

दोन्हीकडची माणसं खूश होती. मीही खूश होते.'

'पण मग हे असं?'

'सांगते ना! नशिबातल्या रेषा पुसू म्हणता पुसता येत नाहीत हेच खरं असं वाटावं, अशीच चित्तरकथा झाली माझी. आम्ही लगेचच अमेरिकेला गेलो. त्याचा स्वभाव इतका खेळकर, फ्री होता की, माझ्या मनावर कसलाच ताण राहिला नव्हता. फक्त हे बघायला तुम्ही हजर हव्या होतात, असं तेव्हा राहूनराहून वाटलं. माझं करिअर आकार घेऊ लागलं ते तुमच्यामुळेच.'

'पण तुझं सी.ए. अर्धवटच राहिलं.'

'हो ना. आता वाटतं, इतकं हुरळून जाऊन, शिक्षण अर्धवट सोडून लग्न करण्यात मोठी चूकच झाली.'

'का गं? असं काय झालं?'

'काय सांगू? त्याचं बाकी सगळं छान होतं; पण तिकडे गेल्यावर एकएक रंग दिसायला लागले. माझ्याच नशिबात असलं जगावेगळं काहीतरी लिहून ठेवलेलं. सत्य समजलं, तशी मी पार कोलमडून गेले होते.'

'असं काय झालं तिकडे?'

'तो... त्याला माझ्याबद्दल तसं आकर्षणच वाटत नव्हतं. म्हणजे कुठल्याच स्त्रीबद्दल नव्हतं... संसाराचा मूळ पायाच असला...'

'म्हणजे?' मी न कळून विचारलं.

'तो, तो पक्का होमो होता.'

'देवा रे! कसली ही फसवणूक! त्याच्या घरच्या लोकांनी तरी असा एका चांगल्या मुलीचा बळी का द्यावा?'

'मॅडम, दुसऱ्याच्या मुलींबाबत मुलाकडची माणसं कितीही क्रूर आणि कठोर होऊ शकतात. मुलींना गृहीतच धरतात. त्यांच्या मुलाचं लग्न होणं महत्त्वाचं. लग्न झाल्यावर तो सुधारेल या आशेवर बेधडक फसवण्यात ते मागेपुढे पाहत नाहीत. त्यांच्या दृष्टीने ते नॉर्मल असतं; पण आयुष्य पणाला लागतं ते माझ्यासारख्या मुलीचं. सुरुवातीसुरुवातीला मला काय करावं ते सुचेना. तो म्हणाला, आहे हे असं आहे. आपण चांगले फ्रेंड्स म्हणून राहू या. डॉक्टरांकडून उपचार करून घेण्याचं नाटकही झालं थोडे दिवस. नंतर त्याला फारच असुरक्षित वाटू लागलं. म्हणजे त्यानं वचन घेतलं माझ्याकडून की, कुणाला काही सांगणार नाही, घरी कळवणार नाही म्हणून. मग त्याचे उद्योग पहिल्यासारखे सुरू झाले. तिथे लॅण्डलाइन नव्हता आणि माझा मोबाइल त्यानं माझ्याकडून काढून घेतला. त्याच्या गैरहजेरीत मी कुणाशी संपर्क साधू शकत नव्हते आणि तो हजर असताना 'माझं सगळं छान चाललंय' असंच सांगायला लागायचं फोनवर. कामावर किंवा बाहेर जाताना तो

मला आत ठेवून बाहेरून कुलूप घालून जायचा. अशा सगळ्या वाटा बंद झाल्या. तुरुंगवासातच दिवस ढकलत होते म्हणा ना. मला सतत तुमची आठवण येत होती. प्राप्त परिस्थितीत आपला मार्ग आपणच शोधावा, हा तुम्ही दिलेला सल्ला आठवत होता. मग मी स्वतःलाच धीर देत राहिले. संधी शोधत राहिले. तशी संधी मिळालीही. एकदा त्याला टेंपरेचर होतं म्हणून तो रात्री बाहेर गेला नव्हता. गोळ्या घेऊन पडल्यामुळे गाढ झोप लागली होती. मी ती संधी साधली. त्याच्या बॅगेतून माझा फोन मी चोरला आणि चक्क टॉयलेटमध्ये जाऊन बाबांना फोन लावला. सगळी परिस्थिती नीट समजावून सांगितली. 'यातून काहीतरी मार्ग काढायला हवा. पुन्हा एकटीनं फोन करायची संधी मिळणार नाही. जीवन-मरणाचा प्रश्न आहे; पण तरीही, मी धीर सोडलेला नाही. तुम्हीही सोडू नका. शांतपणे काहीतरी मार्ग काढा,' असं सगळं सांगितलं.

बाबा, आई हबकलेच होते. इकडे येऊन मला लवकरात लवकर घेऊन जायला हवं होतं, हे ऐकून आईला हार्टचा त्रास सुरू झाला. डॉक्टर म्हणाले, माइल्ड अॅटॅक होता. भावाची इंजिनिअरिंगची परीक्षा चालू होती. नातेवाइकांना कुणाला काही सांगायचा त्यांना धीर होईना. विचार करताकरता त्यांना नितीशच्या ट्रॅव्हल कंपनीची, अमेरिका टूरची जाहिरात दिसली. सुदैवानं बाबांना आमचं मधलं प्रेमप्रकरण काही माहिती नव्हतं. ते थेट त्यालाच जाऊन भेटले. सगळी परिस्थिती समजावून सांगून मदतीची अपेक्षा केली. नितीशनंही मोठ्या मनानं मदत करायची तयारी दाखवली. म्हणाला, 'आता आधी मी बघतो काय करता येतं ते; मग तुम्हाला कळवतो. काळजी करू नका. तुमचा प्रॉब्लेम मी माझाच प्रॉब्लेम समजतो. निश्चिंत राहा. आईंना सांभाळा आणि मुलाच्या परीक्षेच्या वेळी त्याच्याबरोबर राहा. मुख्य म्हणजे काळजी करू नका.' बाबांना त्या वेळी नितीशबद्दल काय वाटलं असेल, याची तुम्ही कल्पना करा.

'माझा नवरा घरी असण्याच्या वेळीच नितीशचा फोन आला.' 'इकडे टूरबरोबर आलोय, मी भेटायला येतोय. तुझ्या आई-बाबांनी तुम्हा दोघांसाठी काही वस्तू पाठवल्यात, त्या द्यायला येतोय.' दुसऱ्या दिवशी माझा नवरा घरी असेल अशी वेळ ठरवूनच तो भेटायला आला. मी काही बोलायच्या आतच स्वतःची ओळख करून दिली. मी यांचा फॅमिली फ्रेंड आहे, असं सांगितलं. बोलताबोलता एकदम म्हणाला, 'अरेच्चा! गडबडीत तुमच्या गिफ्ट्स हॉटेलवरच राहिल्या की! ओ.के! उद्या संध्याकाळी तर परत जायचंय; पण त्याआधी आणून देतो. फोन करून येतो. बाय!'

नवरा चांगलाच चडफडला. कामावर जायला निघाला, तेव्हा दुसऱ्या दिवशी मी साळसूदपणे म्हणाले, 'बाहेरून कुलूप घाल आणि किल्ली खिडकीतून माझ्याकडे दे; म्हणजे नितीश आल्यावर त्याला दार उघडायला सांगीन.'

'बिनडोक, मूर्ख!' नवरा ओरडला. 'कुलूप कसं घालता येईल तो येणार म्हटल्यावर? हा मोबाइलही ठेव; पण आधीच सांगून ठेवतो, त्याला काही सांगितलंस, जास्त शहाणपणा केलास, तर माझ्याशी गाठ आहे. जिवंत नाही ठेवणार.'

मी घाबरून म्हटलं, 'नाहीनाही. मी काय करणार?'

'बावळटच आहेस. पाच मिनिटांत फुटव त्याला; जास्त एंटरटेन करायची गरज नाही. तुझा व्हिसा आणि पासपोर्ट मी बरोबर घेऊन जातोय.' तो गेला आणि माझं अवसानच गळालं. तो माझे पंखच छाटून घेऊन चालला होता. नवरा बाहेर पडल्यावर दहा मिनिटांतच बेल वाजली. दारात नितीश. मला कायकाय वाटत होतं, मला शब्दांत नाही सांगता यायचं, मी अक्षरशः त्याच्या गळ्यात पडून ओक्साबोक्शी रडले. त्यानं मला शांत होऊ दिलं. म्हणाला, 'बाबांनी सगळं सांगितलंय. मी तुझी सुटका करायला आलोय.'

'काय उपयोग? तो व्हिसा व पासपोर्ट बरोबर घेऊन गेलाय.' मी हताशपणे म्हटलं.

'मला थोडी कल्पना होतीच. अशी माणसं हेच उपाय करतात, बायकांना डांबून ठेवण्यासाठी. घाबरू नकोस.' नितीशच्या इकडेही ओळखी होत्या. त्यानं कुणाकुणाला फोन लावले. मग म्हणाला, 'ताबडतोब बॅग भर.'

'अरे पण व्हिसा?'

'मी आहे ना!'

मी विचार केला, हीच संधी आहे. ही गेली तर पुन्हा काहीच शक्य होणार नाही. आम्ही बाहेर पडलो. तो मला एम्बसीत घेऊन गेला. तिथल्या भारतीय महिला ऑफिसरला आम्ही सगळी हकिगत सांगितली. नितीशच्या मित्रांनीही त्यांना आधी बरंचसं सांगून ठेवलं होतं. त्या बाईंनी मला धीर दिला. रीतसर तक्रारअर्ज लिहून घेतला आणि आवश्यक ती कागदपत्रं तयार केली. अशा तऱ्हेने फसलेल्या, अडकलेल्या भारतीय नागरिकांना मदत करण्याचं काम तिच्याकडे होतं. माझी राहाण्याची व्यवस्था केली गेली. मी बाबांना फोन करून काळजी करू नका, एवढंच कळवलं. पोलीस दारात आलेले पाहिल्यावर नवरा चांगलाच घाबरला. त्यानं मुकाट्यानं माझा व्हिसा व पासपोर्ट त्यांच्याकडे दिला. सगळं कबूल केलं. घटस्फोटासाठी अर्ज देऊन मी नितीशच्या टूरबरोबरच परत आले. त्याने अगदी घरापर्यंत येऊन मला आई-बाबांच्या हवाली केलं. अगदी सुखरूप! त्या वेळी तर तो आई-बाबांसाठी जणू देवच ठरला. वेळेवर हाकेला धावून येणारा, संकटातून तारणारा. पुढे रीतसर घटस्फोट मिळाला. दरम्यान, मला एका सी.ए.च्या फर्ममध्ये नोकरी मिळाली.

आपली मुलगी सासरी गेली, तशीच परत आली. आता स्वतःच्या पायावर उभीही राहिली आहे; पण लग्नाचा डाग लागलाच, घटस्फोटिता! आपल्या जातीत

पुन्हा चांगल्या ठिकाणी लग्न होणं कठीणच. आधीच लग्नात इतका खर्च झालेला, आता पुन्हा... म्हणजे, बाबा अशी चिंता करायचे. नितीश अधूनमधून यायचा. त्याच्या घरची स्थिती तर आणखी कठीण झाली होती. वेडाच्या भरात भावानं वरच्या मजल्यावरून उडी मारली होती. डोक्याला मार लागून तो जागीच गेला. वडीलही त्या धक्क्याने चार महिन्यांतच गेले. उरली फक्त त्याची आई. माझी आणि नितीशची पुन्हा भेट होत होती. इतकं होऊनही तो स्वतःहून कधी काहीच पूर्वीचं बोलत नव्हता. बाबांनीच आडूनआडून नितीशबद्दल मला विचारलं. मी लगेच हो म्हणाले. मग बाबांनीच त्याला विचारलं तर तो म्हणाला, 'माझं वय, शिक्षण, आर्थिक स्थिती याचा विचार करता स्वराली मला कशी हो म्हणेल?'

'तू फक्त हो म्हण. बाकी आपण बघू.' बाबांनी त्याला समजावलं. मग बाबांनी त्याला आर्थिक मदत केली. आमचं कोर्ट मॅरेज झालं. दरम्यान, त्याच्या ट्रॅव्हल कंपनीच्या इथल्या ऑफिसची जबाबदारी नितीशकडे आल्यानं त्याला पुण्यातच स्थायिक व्हायचं होतं. वन रूम किचनचा छोटासा फ्लॅट घेतलाय. सध्या सासूबाईही तिकडचा फ्लॅट विकून इकडेच आल्यात. गरजेपुरतं सगळं व्यवस्थित आहे. माझं कर्तृत्व दाखवायलाही संधी मिळतेय. मन अगदी स्वस्थ झालंय. त्याच्या मनाचा मोठेपणा म्हणजे तो कधी मागच्या गोष्टी काढत नाही की उपकाराच्या ओझ्याची जाणीव करून देत नाही. फक्त पूर्वीचं त्याचं प्रेम आता शतपटीनं वाढलंय, यात काही शंका नाही.'

'एकूण काय, सुखी आहेस ना?'

'खूपच!' ती समाधानानं म्हणाली.

तिच्या उत्तरानं मीही खूप सुखावले. मन म्हणू लागलं,

'ना उम्र की सीमा हो, ना जनम का हो बंधन ।'

◆

जेचं तेच्यापाशी

‘टपाल हाय का रं माझं भाऊ?’ मी दारातनं इचारलं. ‘न्हाय गं आज्जे.’ पोस्टमन सायकलवरनं जाताजाता बोलला. मग मी हिरमुसल्या मनानं आन् जड पावलांनी आंगण वलांडून सोप्यावरल्या जुन्या झोपाळ्यावर येऊन बसले.

‘कर्ट् कड्क कर्ट्’ झोपाळा जरा हलला, तसा जुन्या गंजक्या कड्यांचा आवाज कुरकुरायला लागला. त्याच्यासंगं मागंफुडं हलताना मनातल्या आठवनींचा झोकाबी मागंफुडं व्हाया लागला. रोजचंच झालंय हे! पोस्टमन यायच्या येळंच्या आधीपासनंच दरवाजात उभं ऱ्हायचं. टपाल न्हाय मुंबईवाल्याचं, नागपूरवाल्याचं कळल्यावर, ‘नसू दे बाबा. कामाची मानसं ती, आज न्हाय तर उद्या यील टपाल’, म्हनत आपुनच आपली समजूत काडायची, फळकुटं झालेल्या झोपाळ्यावर टेकायचं आन् गतकाळातल्या आठवणींवर मनाला डोलत ठिवायचं. आता म्होरं घडायसारकं काई न्हवतंच. रोजचा सुर्व्या बी काई नवलाई घिऊन उगवायचा न्हाई. समदे दिस एकसारके छापल्यागत. मग हा खजिना उघडून बसायचं. आत्ता पन डोळ्यांसमूर सरलेल्या आयुक्षाची चित्तरकथा उलगडाया लागली. बघता बघता वाडा मानसांनी गजबजला; पोरांच्या ओरडण्यानं, म्हाताऱ्याच्या खोकण्यानं, लेकी-सुनांच्या काकणांच्या आन् जोडव्या-मासोळ्यांच्या आवाजाच्या ठेक्यानं. शेतावरले हिरवे धांडे, धनधान्याच्या मोत्यागत

राशी, पाडाचे आंबे, कितीकिती गोष्टी! समद्यांना आकार आला, आकारात रंग बी भरले. हालचालींनी जागतेपणा आला आन् आवाज बी यायला लागले कानावं.

माझा थोरला लेक इस्वास आन् धाकटा निवास. त्यांच्यामधी मंगला, कुसुम आन् शेवंता. जशी पाच माणकांची माळच मपल्या गळ्यातली. या समद्यांच्या मागं उभं धनी, दगडूबा. धन्याच्या आठवनींनी मन अजून बी श्रावणातल्या गुलबक्षीच्या फुलागत तरारतं. लई कष्ट करून पोरानला वाढवलं मालकानं. पोरींची येळच्या येळी लग्नं बी करून दिली चांगली ठिकानं बगून. इस्वास काय लई न्हाई शिकला पन मुंबईला कायतरी उद्योग करतो. त्याची बायकू माझी थोरली सून तर काय मपल्या भावाचीच लेक करून घेतल्याली. धाकला निवास असतो नागपुरात. त्योबरीक लई शिकून वकील का आडवाकोट ते झालाय. बायकूबी चांगली शिकल्याली नवकरीवाली मिळालीय त्याला. पोरं-बाळं, घर, चांगलंच हाय समद्यांचं. गावाकडं उरलो आमी दोगंच. कष्ट करून खायचो आन् पोरांनाबी धाडायचो. सुरुवातीसुरुवातीला लेकीबाळी माह्यारपणाला यायच्या आन् उन्हाळ्याच्या सुट्ट्या पडल्या की सुना, मुलं, नातवंडं बी यायची. एरवी मुकं मुकं वाटणार घर धा तोडांनी बोलतंय असं वाटायचं.

नंतर नातवंडं मोठी झाली, तशा त्यांच्या खेपा विरळ व्हाया लागल्या. पाऊसकाळबी पयल्यासारका ऱ्हायला नाई. उन्हाळ्यात गावाकडं प्यायलाबी धड पानी भेटंना म्हनल्यावर सुट्टीला गावाकडं येनाऱ्या येष्ट्यांतन आपली मानसं यायचं कमीकमी होऊन थांबलं. तरीबी बरं व्हतं, कधीमधी गणपती-दिवाळीला, एक-दोन दिस का हुईना, पोरं येवून जायची. आपला पिंड मुळातला समादानीच. कवा कशाची तक्रार न्हाय केली मी. हायेत ना सुखात जिकडल्या तिकडं, आसू देत! म्हातारा तालुक्याच्या बाजारी येऊन-जाऊन शेतीमाल इकून पैसं ब्यांकेत राखून असायचा. पोरांच्या फुडं हात पसरायची येळ आमाला कधी आली न्हायी. दोघंबी कष्टाला टणक आन् मनानी साधी-सरळ. म्हाताऱ्याला समदे दादा म्हनायचे.

दहा सालामागं येकटा निवास असा येकायेकीच आला घरी. अवचित आलेल्या निवासला बगून आमचा दोगांचा बी जीव सुपायेवढा झाला व्हता. जेवणं झाल्यावर दादांनीच इषय काढला

"आसं अवचित येरवाळीच आलास, समदी बरी हायेत ना तिकडं? आमच्या नातवाचा रिझर्ट चांगला लागल्याचं ऐकलं."

"हो ना दादा, मयंक नागपूर बोर्डात बारावीला दुसरा आलाय."

"वा रे पठ्ठ्या! नाव काढलं की घरान्याचं!" दादा मोगऱ्यागत फुलून बोलत व्हते. मी बी लई हारकून गेलते. म्हनलं निवासला,

"आरं, मंग आनायचा तरी बरूबर त्याला. इतकं हुशार लेकरू! किती दिसांत पायलं बी न्हाय. मीठ-म्होवऱ्यानी दिठ काढली आसती रे त्याची!"

“कसा येणार तो? पुढच्या ॲडमिशनची गडबड चाललीय ना!”

“कुठं मिळतीय आडमिशन?”

“त्याला व्हायचंय डॉक्टर. ॲडमिशन मिळेल; पण...” निवास बोलताना वाईच चाचरत व्हता.

“मग होऊ दे की डाक्टर, आडलंय कुठं?”

“पैशात अडतंय दादा. आजकाल मेडिकलचा खर्च...”

“आरं, पन तुम्ही नवरा-बायकू दोगंदोगं कमावताय, मग मागं कशाला सरताय?”

केलीय पैशाची जुळवाजुळव. फक्त थोडी रक्कम कमी पडतेय.” शेवटी निवासनं सांगितलं येकदाचं.

“किती कमी पडतीय?” दादांनी चौकशी केली.

“पाच लाख. म्हणून म्हटलं इकडनं काही सोय झाली तर...” निवास अवघडतच बोलला.

“पाच लाख म्हंजे मोठीच की रे रक्कम; पण असू देत, दोन दिसांत करतो तजवीज. आपल्या मयंकापरीस काय बी जादा न्हाय.”

दादांच्या बोलन्यानं निवासला किती धीर आला व्हता.

मग म्हाताऱ्यानं धावाधाव करून सोनमळ्यावर खासगीतून कर्ज उचललं. तालुक्याच्या सहकारी सोसायटीतलं, ब्यांकंतलं पैसं बी काढलं आन् एकरकमी पाच लाक निवासच्या हवाली केलं. म्या पोरांसाठी घारगे आन् कानवल्यानी भरलेला डबा दिला. सूनबाईला आवडतं म्हनून चार प्रकारचं पापड, शेवया आन् लोनच्याची बरनी समदं बांधून दिलं. कडधान्याचा वानवळा बी व्हताच त्यात. समद्याचा मोठा बोजा बैलगाडीत टाकून म्हातारा थेट येसटी स्टँडवर गेला व्हता लेकाला पोहोचतं करायला. दादांचा निरोप घेताना निवासचं डोळं भरून आल्तं; पन ते तेवढंच! नागपुरास गेल्यावर तो तिकडचाच झाला. मयंका डाक्टर झाल्याचं टपालानं तेवढं कळवलं व्हतं; पन येकआर्धा दिस आजी-आजोबाला भेटाया यायला सवड न्हाई भेटली. त्याला न्हाई त न्हाई, निवासलाबी टाइम न्हवता यायला. कर्ज फेडलं का? मळा सोडवला का? ते इचरायचं व्हाऊनंच गेलं मग त्याच्याकडनं. असू दे! म्हाताऱ्यानं रातदिन म्हेनत केली. जादा लक्ष घालून आंब्याचा व्यापार केला. नशिबानं हात दिला आन् सोनमळा सोडवून घेतला. ब्याकबुकं परत भरली. ‘मयंका डाक्टर झाला येवडा, त्यानं कष्ट कराय बी मला लई बळ आलं’ आसं म्हनायचा, माझा उमद्या मनाचा धनी. रातदिन काम आन् मुखात राम. इडी-तंबाखूचं काय, सुपारीच्या खांडाचं बी व्यसन न्हाय केलं कधी.

इस्वास मात्र नेमानं गौरी-गणपती, दसरा-दिवाळीला यायचा. त्याचं काय लई

बरं चाललं न्हाई असं वाटायचं. जाताना दादांकडूनच पैसं मागून न्यायचा. धान्य-धुन्यापासून कांदा-लसणापर्यंत आन् वरीसभराच्या तिखटा-मसाल्यापोतोर समदं हितनंच मुंबईपर्यंत आम्ही पाठवीत व्हतो. सदा म्हनायचा, तीन पोरीच हायेत, भागत न्हाई. कितीबी कष्ट करा, पैशाला पैसा लागत न्हाई. कधीकधी धनी कुरकुर करायचं; कारन इस्वासची नड सदाची आन् राहणी मात्र बाजीरावाची. बायकूबी तशीच; पोरीबी तशाच. इस्वासच्या आधीची माझी दोन पोरं जलमतानाच गेली व्हती. हा नवसानं जगला. मग पाठीवरली पन जगली. तवा बाळपनापासून याला जादाच लाडाकोडात वाढवला. कंदी बोट न्हाय लावलं अंगाला, का रागं न्हाई भरले. म्हनून मग म्याच धन्याला म्हनायची, 'अवं, मिळवायचं कुनासाठी? पोरांचंच तर हाय ना समदं? ताटात काय आन् वाटीत काय. इस्वासची हाय जरा पडती बाजू पयल्यापासनं. वर भावाचीच लेक सून. आत्याबाईकडं काय कमी पडलं तर मपल्या म्हायेरच्या गोतावळ्यात आपलंच नाक खाली. तवा...' समजलं धनी. थोड्यात समजनारं व्हतं म्हनून वाद नवते झाले.

कसं का आसंना, सगळं नीटनेटकं आसलं ना की, दैवाला बघवत न्हाई. हितं आमी म्हातारा-म्हातारी येकामेकांच्या संगतीनं या वाड्यात समादानानं ऱ्हात व्हतो म्हनताना दैव फिरलं माझं. भर वैशाखात दुपारच्याला म्हातारा गेला व्हता रानाकडं तर त्याला गुरांच्या सपरातून धूर येताना दिसला. 'माझी जित्रापं, माझी बैलं', असं वरडतच त्यो धावत शिरला जळत्या गोठ्यात. कोयत्यानं सपासपा दावी तोडली गुरांची. खुट्यासनं गुरं जिवानिशी चौखूर उधळत भायेर आली. म्हातारा बी मागनं निगाला तर वरलं वासं जळाल्यानं जळतं छप्परच खाली आलं. त्यातून धडपडत भायेर पडला, तवर अंगातल्या शर्टानं पेट घेतलेला. त्यातून बी कसाबसा जमिनीवर लोळला तर दगडी कच्ची भिंत ढासळली. लोकं जमली तर फकस्त तोंड आन् कोयता धरलेला हात दगडातून दिसतेला. बाकी समद्या देहाचा अग्नीनारायनानं कवाच घास घेतलेला.

परमेश्वरा, लय वाईट झालं! कुना वैऱ्यालाबी आसलं मरान यायला नगो. साधा शेतकरी न्हवरा माजा. कंदी कुनाच्या वाळल्या काडीव बी पाय न्हवता ठिवला त्यानं. सगळ्यांचं भलं चितलं. जिवाला घडीभर म्हनून इसावा न्हाय घेतला, आन् आसा जळूजळू गेला. आजार न्हाय का औषिद न्हाय, कुनाला कसला तरास न्हाय. जितेपनीच सरनावर गेला जसा म्हातारा. आठवन आली तरी डोळं जळत्यात माझं. त्याच्या कुडीला लागलेली आगीची धग अजूनबी माझ्या काळजाला जाळतीय.

कर्र कड् कर्र कड्... पटईला कड्यांचा तान बसतोय. डोळ्याम्होरं आजून पुढलं दिसाय लागलं. गावातल्याच लोकांनी त्याला भायेर काढला. नागपूर, मुंबई, पुनं, सातारा समदीकडं धडाधडा फोन गेले. पोलीस-पाटील पंचनामा समदं होत ऱ्हायलं.

घरातच शे-पन्नास मानसं जमा झाली. समद्यांनाच हाडबडल्यावानी झालतं. कुकू पुसलं आन् गंठन उतरलं तवा कसला हंबरडा फुटला गळ्यातनं. म्हाताऱ्याला पोहोचवायला इस्वास-निवासच्या बरुबर भावकी, समदा गाव आन् जेला कळलं ते पंचक्रोशीतलं मानूस आलतं. जे ते मानूस हळहळत व्हतं. समद्यांना बरुबर घेऊन इस्वासनं रीतीपरास बी लई चांगलं क्येलं. बैलगाडीव केळीचं खांब बांधून इमान तयार केलं. त्यात ताटी ठेवली. फुलांच्या माळा, गुलाल-बुक्का, तुळशी समदं बैजवार झालतं.

दुसऱ्या दिसापासनं भटाशी आन् भावकीतल्या लोकांशी बोलून इस्वासनं कसल्याकसल्या याद्या तयार केल्या व्हत्या. दिसवार घालायची तयारी येका बाजूला चालली व्हती; तेच्याच बरुबर तालुक्याला खेटे घालनं आन् कसलीकसली कागदपत्रं तयार करनं बी चालू व्हतं.

शेजारच्या गंगावैनीकडं चा-पानी आन् जेवनाची सुई लावली व्हती. रोज पाच-पन्नास मानसं भेटाया येनार कुठूनकुठून. त्या समद्यांचं चा-पानी न्याहारीपासनं जेवनापोतोर समदं तीच करीत व्हती. गावातल्या कुनी कुनी मदतीला येऊन जात व्हत्या. त्या दिशी राती निजानिज झालती, तवा निवासची आन् सूनबायची बोलाचाली ऐकाया आली.

'निवास, काय चाललंय रे हे? माणसं भेटायला येणं समजू शकते मी; पण दरवेळी नवीन माणूस आला की, इतकं घसा ताणून प्रत्येकानं धाय मोकलून रडायलाच लागतं का? आणि ते रडं झाल्यावर ही माणसं समारंभाला आल्यासारखी गप्पाटप्पा करत, पान-तंबाखू मळत तासन् तास बसतात. चहा काय, नाश्ते काय, जेवणं काय! यांना काय उद्योग नाहीत? बायकांच्या चौकश्यांना तर नुसता ऊत आलाय. किती वर्स नौकरी करतेस? तुला पगार किती? नवऱ्याची कमाई किती? डाक्टर पोरगा किती कमावतो? एकच पोरगा कसा काय? वैताग नुसता!'

'अगं, या माणसाना आडपडद्यानं नाही बोलता येत. साधीभोळी...'

'साधीभोळी? चांगली बेरकी दिसतात. गंगावैनीकडं आपण चहा-जेवणाची सोय करायला दिलीय तर रोजच्या रोज येऊन खाऊन जाणारी काही मंडळी मला दिसतात की!'

'पण इथल्या पद्धतीप्रमाणं रिकाम्या हाती येतं का कुणी?'

निवास कसंबसं संभाळून घेत बोलला, तर ती उसळून म्हनाली, 'खरंच रे, दोन-दोन कुचके कांदे, शिळ्या भाजीची पेंडी नाहीतर मापटंभर भुंगा लागलेलं धान्य. काय काय नाही आणून देत इथल्या बायका रीत म्हणून? शी!'

'जाऊ दे. आपल्याला काय करायचंय? पद्धती असतात काही इकडच्या आणि सगळीच माणसं काही तशी नसतात.'

'ते असू दे; पण खर्च किती होतोय याला काही ताळतंत्र? तू आणलेले पैसे?'

'जवळजवळ सगळे संपलेत. पंधरा हजार खर्च झालेत आत्ताच.' निवास म्हनाला. मग दोगांचं अगदी खालच्या आवाजात कायतरी बोलनं झालं. दुसऱ्या दिशी, 'इतकी रजा नाही मिळत, परत दहाव्याला येतो,' असं सांगून दोगंबी तडक नागपुरास निघून गेले. आपण इतके कष्ट करून पैसा मिळवायचा तो काय या फुकट जेवणासाठी? धाकल्या सूनबायचे ते शब्द अजून कानात तापल्या तेलावानी शिरतात. तवा दोगंबी हात झटकून निगून गेलते. निवास येकटा दहाव्याला पावन्यासारखा आला आन् तेरावा-चौदावा झाल्यावर लगूलग निघून गेला. नातू आलाच न्हाई आन् सूनबाईची तब्येत बी तवाच बिघडली व्हती. असू दे, जेचं तेच्यापाशी!

थोरला इस्वास मात्र समदं अंगावं घिऊन करीत व्हता. तसा मुळात लई उलाढालीच त्यो. तालुक्याला जावून मयतीचं सर्टफिकीट दावून कसलेकसले फार्म आन् कागूद आनले त्यानं. त्यांवर भराभरा माझं आगंठं घेतलं. विष्टेटीचे कागद आसत्यान ते. त्यावर भयणींनी बी आंगठे आन् सह्या केल्या. बदल्यात तुला आमकं दिन, तमकं दिन, प्रत्येक भयणीला कायकाय कबूल केलं तोंडी. पोरींनीबी येका शब्दानी इचारलं न्हायी का कागद कसला आन् सह्या कशावर ते. असल्या दुःखाच्या वेळी कोन कसं इचारत बसनार त्याला म्हना! निवास तर आधीच सह्या करून गेलेला व्हता. या समद्या उरफडी करताकरता सातवा दिस कंदी आला कळलंच न्हाई.

सातवीला दाराभायेर सारवून रांगोळी काढली. त्यावर केळीचं पान ठिवून वाढलं. सात भाज्या-चटण्या, वर तालुक्यासनं आनलेली पक्वान्नं - गुलाबजामुन, श्रीखंड, रबडी, म्हैसूरपाक - एक ना दोन. दादानला आवडतं, दादांना लागायचं, आसं म्हणून काय काय आनलेलं पोरानं! ते पान मग नदीवं निऊन ठिवलं. खरं बोलायचं तर धन्याला माझ्या हातची खरडा-भाकर नायतर सागुतीच लय आवडायची. सनावाराला मऊसूत पुरनपोळी खायची. आसलं इकातचं त्यानं कंदी खाल्लं न्हवतं. पर असू दे; पोराची माया आसती बापावर. त्याला वाटतंय, खर्चबी त्योच करतोय, आनंना का बिचारा! त्याचं मन नगो मोडाया. बापाचं छत्रं आसं आवचित हारपल्यानं त्यो बी मनातनं कष्टीच आसंल ना? करू दे.

'आई, हा बघ दादांचा फोटो' म्हनत इस्वासनं पेपर दिला माझ्या हातात. धन्याचा फोटो पेपरात छापून आलता; येक ठिकानी न्हाई तर तीन-तीन ठिकानी. फोटोच्या कडंनी फुलांची नक्षी, समूर उदबत्या-निरांजनची चित्रं. लई साजरं दिसत व्हतं. 'खाली समद्यांची नावं बी छापलीत. तुजं बी छापलंय बरं का!' इस्वास सांगत व्हता. आन् दहावा, तेरा-चौदावा कदी काय ते समदं छापलंय तेच्यात. 'गावातल्या चावडीसमोरच्या फळ्यावं बी चिटकवलाय दादांचा फोटो. हार घातलाय आन् चार

ओळींची कविता बी लिहिलीय मास्तरांनी.’ फोटू बगून माझ्या डोळ्यांत समाधानानं पानी आलं. इस्वासचं कौतिक बी वाटलं.

मग भावकीतलं दाजीनाना आलं. त्यांच्या सल्ल्यानं फुडचं कसं काय करावं लागतं, ते ठरत व्हतं.

‘समद्यांना तेराव्या-चौदाव्याला बोलवायला लागतं ना दाजीनाना?’

‘व्हय तर! गाव तर हायेच; तालुक्याची दगडूदादाच्या येव्हारातली मानसं बोलवाया लागतीनच. परत आपली भावकी आन् धागा-दोरा पोहोचतो त्या चार वाड्या, सावंताची वाडी, ढमाची वाडी, बेनकेवाडी आन् काळ्याची वाडी. तिथलं समदं मानूस बोलवाय पायजे. मयतीला आलते ना ते!

‘बरं दाजी, हजारभर पत्रिकाच छापून घेतो तालुक्यासनं. म्हंजे कुनी ऱ्हायला नगो.’ इस्वासचं मंजे समदं बडंच काम.

‘इस्वास, आरं धान्य, भाजी, किराना ते...’

‘धान्य, डाळी, गूळ घरचं हायेच. साखऱ्या, तेलाचं डबं हे ते, सांगा भराभरा. समदं वाण्याकडनं आणून टाकायला सांगतो.’

बघताबघता या भल्या याद्या तयार झाल्या. वाड्यावस्तीवं मानसं धाडू धाडू पत्रिका पाठवून बलावणी गेली. घडीभराची उसंत भेटत न्हवती त्याला. तितक्यात कुनी म्हनलं,

‘इस्वासराव, राजारामबुवा आल्यात हो.’

‘या या बुवा, या! इस्वासनं लांबनंच हात जोडलं. कीर्तन लावायचंय बुवा वडलांच्या आत्म्याला शांती मिळावी म्हनून.’

‘जरूर! तुमच्यासारखी माता-पितरांप्रति श्रद्धा ठेवणारी माणसं आढळतात कुठं आजकाल विश्वासराव?’ बुवा समाधानानं बोलले. ‘मारुतीच्या पटांगणात जाजमं, गॅसबत्त्या, स्पीकर सगळी व्यवस्था करा म्हणजे झालं.’

‘सगळी व्यवस्था जातीनं करतो; पन कीर्तनं दनक्यात होऊ देत. भटाकडं प्रसादा-बिसादाचं करायला सांगितलंय.’ मग चार राती लाउडस्पीकर लावून कीर्तनं झाली. बुवांची वाणी लई रसाळ! लई मानसं जमत व्हती ऐकाय. आरतीचं तबक रुपयांनी भरून जायचं. रोज दुपारच्याला इट्ठलाच्या देवळात पंचक्रोशीतली भजनी मंडळं येऊन हाजरी लावून जायची. त्यांचं मानपान-बिदागी येगळीच! दिवस हरणाच्या पायांनी पळत व्हतं. धाव्याला बी लई गर्दी जमली घाटावर. समद्यांना लई चिंता वाटत व्हती, म्हातारा आसं ध्यानीमनी नसता काळाच्या मुखात गेल्याला. तवा... पन म्हाताऱ्यानं कुठंबी आडवलं न्हाई. पिंड ठेवेठेवेस्तोवर कावळ्यानं उचालला. लई थोर मानूस दगडूबा! असा गेला तरी विच्छा नाय ऱ्हायली मागं. समद्यांना धन्याच्या निर्मळ मनाचा पुन्यांदा साक्षात्कार झाला. घरी आल्यावर पुन्यांदा

गहिवर घालूनघालून रडारडी झाली. मग मात्र समदी कामाला लागली.

'दोन पोती फुलवर, तीन पोती बटाटं...' ऐकताऐकता माझा जीव आभाळभर झालाता. इस्वासनं बापाचं दिसवार लई चांगलं घालायचं ठरवल्यालं दिसतंय. चहू अंगांनी लई जंगी तयारी चालली व्हती. आचाऱ्याला मांडव घालून दिला व्हता. सैपाकाला बुंदीच्या कळ्या पाडायच्या ठक ठक आवाजाला खळ न्हवती. पै-पावण्यांची रांग बी संपत न्हवती. गावातली समदी मदत करीत व्हती. 'इस्वासराव इस्वासराव' करीत त्याच्या भवतीभवती करत व्हती. त्यो बी कर्त्या पुरुषागत समदं बारीकनिरीक बगत व्हता. कामंधामं सांगून ज्यालात्याला नोटा बी देत व्हता. पेपरातला फोटो माझ्या डोळ्याम्होरनं हालत न्हवता. इस्वासची वडलांवरची माया बगून समद्या म्हाताऱ्यांना 'ल्योक असावा असा गुंडा' आसं झाल्यालं. माझं तर जल्माचं पारनं फिटलं. पेपरात फोटू मंजे इस्वासनं बापाचं नाव किती उंच केलं पंचक्रोशीत!

तीन-चार दिस जेवनावळी चाललेल्या. घरात, आंगणात, पटांगणात समदीकडं पत्रावळी टाकून पंगतीव पंगती उठत व्हत्या. गणेशभटाच्या घरी भटा-बामनांचा येगळा सवळ्याचा सैपाक शिजत व्हता. कितीतरी हजार मानसं जेवली म्हनत्यात. आन् शेवटाला तर आक्रितच घडलं. दुपारच्याला पार जिल्ह्यासनं, तालुक्यासनं मोटरी आन् जिपा भरूभरू शे-शंभर मानसं आली. बगळ्यासारख्या पांढऱ्याफेक कापडांतली. इस्वास आन् दाजीनाना समद्यांना सामोरं ग्येलं.

हे माजी आमदार, हे जिल्हा परिषद अध्यक्ष, हे अमुक, ते तमुक, रावसाहेब, नानासाहेब, एक का दोन! दाजी आन् इस्वास सांगत व्हते. येकयेकजन दादांच्या फोटूला आन् नंतर मला बी दंडवत घालून जात व्हतं. मला लई नवाल वाटलं. ही कोन म्हनायची? येवडी तालेवार मानसं कवा माझ्या न्हवऱ्याच्या वळकीची होती? काई का आसंना, इस्वासमुळं माझ्या धन्याचं नाव लई मोठं हुतंय. माझा जीव धन्य-धन्य झालता.

'कुनालाबी माघारी जावू देवू नगा हा, लगीच पटांगणात शोकसभा होनार हाय', कुनीतरी उंच आवाजात आडर दिली, तशी त्या समद्यांना घिऊन मानसं पटांगनाकडं गेली. तिथं पारावर मांडव उभारल्याला व्हता. टेबल-खुर्च्या, स्पीकर मांडून धन्याचा मोठा फोटू बी ठेवला व्हता. मग आमदारांनी फोटू झाकून जाईल असला खांबाच्या जाडीचा भला हार फोटूला घातला. समद्यांनी श्रद्धांजली का काय ते व्हायलं. एक-एक जन भाषन करी. पयल्यांदा दगडूदादा मानूस म्हनून कसा थोर व्हता, साधू-संतागत व्हता, याचे गुनगान करी आन् मग आपुन आनी आपल्या पक्षानं, आमदारानं दगडूबासारक्या गावच्या मानसांसाठी, इकडल्या वाड्या-वस्त्यांसाठी कायकाय केलं, हे उलगडून सांगी. माजी आमदारांचा बी सत्कार, हार-तुरे समदं

बैजवार झालं. या गावासाठी डामरी सडका, हैस्कूल, नळयोजना, बचतगट आन् आसं बरंच काय काय करायचं हाय, ते करन्याची संधी आमाला द्या, आसं हात जोडूजोडू सांगितलं. जनतेला कमरेत वाकूवाकू नमस्कार केला. परत येकदा दगडूदादा अमर रहे! धन्याचा जयजयकार झाला. नंतर फुडाऱ्यांचा तर लई जोरात जयजयकार झाला.

सभा मोडल्यावर ज्यानंत्यानं मला आन् इस्वासला चौदाव्याचा आहेर केला. लुगडी म्हनू नका, शाली म्हनू नका, टोप्या, टायेल, धोतर, उपरणी, शर्टाची कापडं तर ढिगानी आली. वर इस्वासच्या हातात पाकिटं बी लईच आली पैक्याची. सत्तर हजारच्या वर जमलं आसतील, आसं कुनीतरी म्हनालं. असू देत. जेचं तेच्यापाशी!

समदी पावनी मानसं जिकडल्या तिकडं गेल्यावर दुसऱ्या दिशी मी पोरींबरुबर मधल्या घरात बसल्याली व्हते. ऱ्हाऊनऱ्हाऊन घडून गेलेल्या गोष्टी आठवीत बोलत बसल्यालो आसताना थोरली मंगल म्हनली, ''आये, लई लुगडी आलती ना तुला? किती आन् कसली आली गं?'''

'मस आल्यात, आता कुठं लेवू मी ती?' माझा गळा दाटून आलता.

'पन हायत कुठं ती लुगडी?' भारतीनं इचारलं.

'वैनीनं मोठ्या टरंका भरून कुलुपं लावून ठिवल्यात.' मंगलनं परस्पऱ्या उत्तर बी दिलं.

'म्हंजे तिचीच झाली म्हन की सगळी.' भारतीचा आवाज चढला.

'गपा गं बायांनो. न्हायतरी मला म्हातारीला आता कोरी लुगडी नेसून कुठं जायचंय? तिच्या तीन-तीन लेकींची कार्यं व्हायचीत आजून. तवा गप बसा.'

'आमी कुनीच न्हाय का तुझं?' मंगला फुरंगटली. मग मी उठले आन् म्हनलं, 'पोरींनो, गपचिप माझ्यामागनं या.' मग म्या बाळातनीच्या खोलीत आसलेलं कपाट उघाडलं. धन्यानं दर दिवाळीला आन् म्हालक्ष्मीला आनलेली टोकपदरी, गर्भरेशमी, धारवाडी, नागपुरी आशी चांगलीचांगली लुगडी आन् पैठण्या बी व्हत्या. सगळ्यावरनं हात फिरवून मी डोळं टिपलं. तीन वाटं केलं लुगड्यांचं, त्यावर माझं जोडवी, मासोळ्या, पायांतलं तोडं, कुंकामेणाच्या चांदीच्या डब्या आसं बारीकसारीक चांदीचं जे काय व्हतं, त्यातलं तिघींच्या वाट्यावर ठिवलं, तवा दोगी बी जरा शांत झाल्या. आपापलं वाटं उचलून गपचिप ब्यागेत ठिवायला पळाल्या. धाकटी शेवंता मात्र कोपरा धरून, उदास बसून व्हती. मी तिला जवळ घिवून म्हटलं, 'लई हावळी माझी बाई! का गं बाळा आशी कोपऱ्यात बसलीस? तुझं तुपलं ठिव ना पटदिशी पिशवीत.' तशी शेवंता भरल्या डोळ्यांनी माझ्या कुशीमधी शिरून रडायाच लागली.

'उगी बाळा. दादांची लय सय येती ना? घे तुला काय लागतंय ते.'

मला हे काय बी नको आई. दादा-वैनी थोड्या दिसांनी मुंबईला जातील.

आक्का, ताई तर उद्याच्यालाच निघनार. आई तू... म्हंजे खरंतर तुला कुनीतरी चार दिस संगं घिवून जायला पायजेल. मला वाटलं, त्या दोगींपैकी कुनीतरी चल म्हनंल तुला. पन न्हाई; निसत्या ठसक्यात बोलायला आन् वाटं मागायलाच का लेकी?'

'असू दे गं. न्हाई म्हनल्या त्या चल म्हनून. आगं, म्हायेरवासनी म्हायेरी ठसक्यात बोलल्या तरी तिकडं त्या सासुरवासनीच, परस्वाधीन की! मला तरी आसलं पांडरं कपाळ घिवून सोयऱ्याच्या दारात जायला बरं वाटेल का, सांग.' मी समजूत काढत म्हनाले.

'तसं माझ्याकडं कोन बी न्हाय. मला लई वाटतं न्यावं तुला; पन काय करू आई माझं...' शेवंता उमाळून रडाय लागली.

'आता तुला काय झालं माझी बाये?' आसं म्हनून मी शेवंताचा हात हाती घेतला आन् मी चमकले. पुन्यासारख्या ठिकानी राहतीय ती, पन तिचं हात लईच खरबरीत-चरबरीत लागलं. लगीन करून दिलतं तवाची रसरशीत शेवंता पार हाडकली व्हती. कधी म्हायेरी यायला भेटायचं न्हाई तिला. आन् आता आली ती असल्या वक्ताला. तिची दशा आत्ता कुठं नीट ध्यानात येतीय.

'काय गं शेवंते, तुजं बरं चाललंय ना? न्हाई मंजे समदे इवाई-जावाई येऊन गेलं. तुज्याकडलं कुनीच आलं न्हाई, जावाय बी न्हाई. काय झालंय तरी काय?' मी काळजीनं इचारलं तशी ती खालमानेनं म्हनाली,

'काय सांगू? हा टाइम न्हाय आसलं काय सांगन्याचा; पन परत कवा भेटशील गं आई?' ती कासावीस झाली.

'बोल, बोल आत्ताच. कुनी न्हाय हितं तवर सांगून टाक.'

'आई, कसे येत्याल जावाय तुजं? बसल्यात तुरुंगात खडी फोडत.' तिनं भाडकन सांगून टाकलं.

'बया गं! काय सांगाय लागलीस? नीट उलगडून बोल.'

'आई, दादा व्हते तवर तुला यातलं काय बी कळू दिलं न्हवतं त्यांनी. त्यांना समदं म्हायती व्हतं. यायचे आधनंमधनं खूप मदत बी करायचे.

'आगं, पन चांगला नौकरीवाला व्हता ना धनी तुजा?'

'कशाचं काय? व्यसनं करायची, त्यात नौकरी सुटली. मग नसते धंदे. एक पै घरात द्यायचा न्हाई. कुनाला बोलू नगोस आई, सात-आठ घरची धुनं-भांडी आन् पोळ्या करून संसार चालवतेय मीच. दादांचा जीव लई तुटायचा माझ्यासाठी. तीन येळंला दादांनीच जामीन भरून सोडवला व्हता त्याला. आता तर खुनाचा गुन्हा हाय नावावर. कोन सोडवनार आता? घरातल्यांनी आमाला कवाच भायेर काढलंय. कुनी नाव बी घेत न्हाई आमचं. मदत तर लांबच ऱ्हायली. आता पंधरा दिस कामावं गेले न्हाई म्हनताना मालकिनी पन पैसं कापत्याल. माझं येक ऱ्हाऊं दे. होतंय कसं बी.

दोन पोरं चांगली शिकत्यात. त्यांना लई शिकवीन, मोठं करीन. तू काळ्जी नगो करूस. तुला असल्या वणव्यात कुठं न्हेऊ? त्याचंच लई वाईट वाटतंय.'

'असू देत माझे बाई.' लेकीचं मन बघून माझा जीव कळवळला. शेवंता नगोनगो म्हनत असताना मी लुगड्यांवर गपचिप हातातलं बिलवर काढून फडक्यात बांधून तिच्या हाती दिलं, वर, 'कुनाला येक शबूद बी बोलायचं न्हाई याच्याबद्दल,' आसं बजावलं. शेवंताच्या तोडावं वाईच हसू फुटल्यानं माझा बी जीव वाईच थाऱ्यावर आला. मनाशी म्हनलं, हिमतीची हाये पोरगी बापावानीच! वाढवील पोरांना कष्ट करून आन् पालटून टाकील आजची परस्थिती.

दुसरे दिशी सक्काळीच तिघी पोरी आपापल्या घरी गेल्या. मी कोठीघरात काय-बाय करीत व्हते, तर इस्वास तिथं आला. मी म्हनलं, 'बस बाबा जरा. इर्भळ कामं करीत आसतोस. लई दमलास. पर समदं लई मंजे लईच साजरं केलंस. आता का रं तोंड आसं केलंस उतरल्यालं?'

'केलं समदं; पन पुरासारखा पैसा बी वताय लागला.'

'त्ये बी खरंच. मग काय करावं म्हनतोस?'

'म्हनायचं काय नाय. जेवनीखानी सोड पन बाकीचा एकएक खर्च कसा न् किती झाला, सांगतो तुला.'

'ऱ्हाऊ दे बाबा! करनारा बी तूच आन् पैसं देनारा बी तूच.'

'न्हाई, आपलं एकच सांगतो तुला वानगीदाखल. राजारामबुवाच्या चार दिसाच्या कीर्तनाची बिदागीच गेली आठ हजारावर. भजनी मंडळांना हजारहजार दिले ते निराळंच.'

'देवा रे! कशाला रे इतकं पैकं?'

'न्हाई म्हनून चालतं का? वाडवडलापासनं चालत आलेली रीत मोडायची न्हाई. आनि केलं ते दादांसाठीच ना? त्याचं काय येवडं?'

'पन त्वा येकलाच?'

'मग कोन करनार? निवासराव कशे पावन्यावानी आले आन् गेले तू बघितलंस ना? हाय का माया काई आय-बापाची?'

'असू दे बाबा, जेचं तेच्यापाशी.' मी समजूत काढावी तशी बोलले.

पन त्यो जरा घुश्श्यातच व्हता. म्हनाला, 'का असू देत? तरी बरं कमवायला डबल इंजिन हाय संसाराच्या गाडीला त्यांच्या. वर पोरगा बी हुशार डाक्टर निगाला. बायकूबी चलाख! नायतर आमची बायकू. रूप न्हाय, शिक्षन निशानी डावा अंगठा. निसती भावाच्या गोठ्यातली म्हस माज्या गळ्यात आनून बांधलीत तुम्ही. वर तीन पोरी. त्या बी डोक्यानं अशातशाच. ढिगावानी निसत्या टीवीम्होरं बसलेल्या आसतात. बायकूलाच वळन न्हाई तिथं त्यांची काय कथा?'

तो चिडून बोलत व्हता आन् मी कानकोंडी व्हत व्हते. लई वाटलं, त्याला चांगला ठणकावून सांगावं, 'तू कसा व्हतास त्या वक्ताला? निस्ता लाडावलेला पोरगा. शिकला न्हाईस धड. काई कामधंदा बी करीत न्हवतास. मळ्याकडं बी कंदी चक्कर टाकीत न्हवतास. आपुन काय जागीरदार न्हवतो; पन तुझी राहनी बाजीरावाची! गावात निसता उंडग्यावानी फिरत असायचास. तवा कोन पोरगी द्यायला तरी तयार व्हतं का तुला? मपल्या भावानं माझ्याखातर डोळं झाकून लेक दिली, म्हनून इकता तरी संसार झाला तुजा. आता बी मुंबईला गेलास. तिकडं काय करतोस ते आमाला कंदी ठाऊक पडलं न्हाय. समदं तर हितनंच नेत आसतोस.' पन हे समदं मी कडू औषिदासारकं गिळून टाकलं. आसलं बोलायची ही येळ न्हाई. आन् त्याला काय म्हाईत नाय का हे समदं? पर चिडून-वैतागून बोलतं मानूस एखाद्या बारी वाकडंतिकडं. आय तर हक्काची. तिच्यापाशी नाय बोलनार तर कुठं बोलनार? असू दे, जेचं तेच्यापाशी!

'असू देत, जेचं तेच्यापाशी,' येवडंच भायेर बोलले त्याची समजूत काडल्यासारकं, तसा तो वरमला.

'ऱ्हायलं. पन आता तुझं डोरलं आन् गंठणाचे पदर दे माझ्याक. ते मोडून भरीव मोहनमाळ करतो; मंजे तुला घालता यील.'

कसं बारीक लक्ष ठेवतो इस्वास! मला बरं वाटलं. पटकनी डाग त्याच्या हवाली केलं.

'उद्याच्याला मामा म्हंजे आमचे सासरे येत्याल; रीतीपरमानं तुला म्हायेरी घेऊन जानार आहेत महिना-पंधरा दिस.'

'आरं, पन हितलं समदं?'

'मी हाय ना हितं.'

'आन तुजी मुंबईची कामं?'

'कामं हायेतच जलमाची. व्हतील नंतर. तू जा बिनघोर. मी ऱ्हानारे हितं काही दिस. दादांच्या फोटोम्होरं दिवा कोन लावील मग?'

'बरं बाबा, तू म्हनशील तसं का व्हईना.' मला इस्वासच्या जाणतेपनाचं वागनं बगून मनातून लई बरं वाटलं. निवास असा घरापासनं तुटल्यासारका झालेला, त्यानं मात्र मन खंतावलं व्हतं. चालायचंच, हाताची पाची बोटं कुठं सारकी असत्यात? तरी समदी आपलीच असत्यात. सुकात ऱ्हाऊ दे म्हंजे झालं. मनातल्या मनात इट्टलाला हात जोडलं. दुसऱ्या दिशी भावाकडं जाताना धन्याचा लहान फोटू बरुबर घ्यायला मी इसारले न्हाई.

म्हायेरी भावानं आन् भावजयीनं मला मानानं वागवलं. चांगली म्हयनाभर राह्यले, मग मात्र जिवाला घराची वढ लागली. उद्या-परवाच्याला परत जावं म्हनत

व्हते, तवर अचानक निवासच मामाकडं आला. 'आला बरं का धाकटा लेक भेटायला; पोराची माया काय इतकी आटली नाय,' आसं म्हणताना जीव सनाधानानं हलका झाला व्हता.

'मामा, आईला माझ्याकडे घेऊन जायला आलोय', निवास म्हनाला. 'म्हणजे माझ्या बायकोनं आणि मयंकनंही बजावून सांगितलंय, आजीला घेऊनच य. म्हणून मुद्दाम आलोय तिला न्यायला.' निवासच्या बोलन्यामुळं आभाळच हाताला आलं की माज्या! 'बगा, कापलं तरी आपलं म्हनतात ते काय उगी न्हाई.' तरी पन खरंतर गावाकडच्या घरीच परत जायला मन वढ घेत व्हतं.

'आरं, पन मी आजून घरी बी न्हाई गेल्याली. आसं परस्पऱ्या...'

'आक्का, निवास इतका लांबून आलाय न्यायला तर जा की त्येच्या बरुबर. आता हिकडं काय आन् तिकडं काय, कुठंतरी ऱ्हायाचंच ना तुला? त्याचं तरी मन कशापायी मोडतीस?' भाऊ म्हनाला.

'बरं बरं, तुम्ही म्हनाल तसं,' मी गडबडीनं म्हनाले. वाटलं, उगीच निवासला दुकवायला नगो.

निवासनं आरामगाडीनं नागपूरला नेलं. सूनबाय आन् डाक्टर नातू मयंका दोगं बी वाटच बघत व्हते. आजी आल्याचं बगून मयंकाला भारी आनंद झालेला दिसला. सूनबाईचं तोंड बी कंदी न्हाई ते समाधानी दिसलं. निवासच्या फ्लॅटमधला झकपक सौंसार बगून बरं वाटलं. सगळी माझ्या पाया पडली. इकते दिस गावाकडनं निगताना तोंडदेखलं का व्हईना सूनबाई म्हनायची, 'येता का नागपूरला?' पर कंदी जमलंच न्हाई आत्तापोतूर. कंदी खळ्यात धान्य पडलेलं असायचं, तर कधी कुनी बाळातपनाला आलेलं असायचं. सवड अशी कंदी भेटलीच न्हाई. खरंतर आग्रह बी या येळेइतका नवताच जोरात तवा. जी गत नागपूरची, तीच मुंबईची. गाव कंदी सुटलंच न्हाई. आता धन्याची साथ सुटल्यावर तो योग आला. असू देत! पोरांना बरं वाटतंय ना? त्यातच आपलं बी बरं.

निवासनं खोलीत दादांचा फोटू लावल्याला व्हता. हार बी घातलेला व्हता. बगून डोळं निवलं. बोलत न्हाई निवास काई जादा; पन त्याचा बी जीव हायेच की आमच्याव. दिसतंय तरी तसं. मनातली बारीक खंत पार पळून गेली. येऊन दोन दिस झाल्यावं सूनबाई म्हनाली, 'आई मयंकनं दवाखाना सुरू केलेला तुम्हाला ठाऊक असेलच. उद्या दवाखान्यात पूजा ठेवलीय. सकाळी घरी होम-शांती करायचं ठरवलंय. तुम्ही आलात इकडे तरच हे करायचं, असं ठरवलं होतं आम्ही.'

'खरं की काय?' मला नवल वाटत व्हतं, ते सूनबाईंच्या उमाळून आलेल्या प्रेमाचं.

'बरं, ही दोन पातळं आणलीत बघा तुमच्यासाठी. उद्या नेसाल ना?' गायीच्या

लोण्यागत पिवळसर रंग आन् बारीक जरीची किनार असलेली पातळं तिनं माज्या हाती दिली.

होम-हवन झालं. पूजा करायला दोन भट आन् कुनी एक माळवे नावाचा पेशल मानूस बोलावला व्हता. माळवेला समदे गुरुजीगुरुजी म्हनून मानानं हाका मारत व्हते. त्याच्या सांगण्याप्रमाणे होम चालला व्हता. नवल म्हंजे माला बी पोरांच्या संगती पूजेला पाटावर बसवून घेतल्यालं व्हतं. आता आईसाहेबांच्या पाया पडा, आजीच्या हातून प्रसाद घ्या, दक्षिणा द्या, आसं कायकाय चाललेलं व्हतं, दोन तास.

दुपारी मयंकाच्या दवाखान्यात सत्यनारायनाची पूजा घातली. मला येका उंच खुर्चीवर बसवलेलं व्हतं. नंतर मयंकाचे डाक्टर मित्र, त्यांच्या बायका, निवासच्या वळखीची आशी समदी सुटाबुटातली मानसं जमली. सूनबाई दर एक मानसाशी 'या मयंकच्या आजी बरं का, माझ्या सासूबाई,' अशी वळख करून देत व्हती. जरीच्या काडीवालं लुगडं नेसून, डोईवर पदर घिवून मी आपली आवघडून बसल्याली, त्या झकपक मानसांच्या गराड्यात. माज्या समादानी सुरकुतलेल्या तोंडाकडं कौतिकानं बगत कुनी मानानं हात जोडत व्हतं, तर कुनी पाया बी पडत व्हतं. 'नमस्कार करते आजी', 'पाया पडतो आईसाहेब' म्हनत व्हते ते आन् मला आपुन बी लई मोठं मानूस झाल्यागत वाटलं व्हतं. इस्वासनं धन्याला तसं मोठं केलतं, तर निवासनं मला आसं मोट्ठं केलं. माझं समाधान गंगेवानी तुडुंब भरून व्हात व्हतं. त्या भरात निवासनं भावा-भयणींना पूजेला का बोलावलं न्हाई, ते इचरायचं जमलं न्हाई. लांब हायेत समदी. म्हनलं, नसंल बलावलं. असू देत, जेचं तेच्यापाशी!

दुसऱ्या दिसापासनं नातू दवाखान्यात निगाला की, आजीचा आशीरवाद घ्यायला न चुकता यायचा. पायाला हात लावून, पायावर डोई ठिवून पाया पडायचा, मगच भायेर पडायचा. बगताबगता दीड-दोन म्हयनं गेलं. आतातर मयंक आन् सूनबाई लईच खुशीत दिसत व्हते. सांच्याला कामावरनं आली की, सूनबाई जवळ येऊन चवकशी करायची, काय हवं-नको ते इचरायची. दिसभर येकट्यानं घालवायला लागायचा; पन सांच्याला त्यांच्यात बरं वाटायचं.

येक दिशी रातीची जेवनंखावनं झाल्यावर वाईच सज्जात उभं ऱ्हावं म्हनून मी खोलीतून निगाले तर सूनबाईचा फोनवर बोलन्याचा आवाज आला. माझं नाव घिवून बोलत व्हती म्हनताना माजी पावलं तिथंच अडखळली. ती तिच्या आयशी बोलत व्हती, 'आई, काय सांगू तुला, अगदी तुझ्या सल्ल्याप्रमाणेच केलं ना सगळं. माळवेगुरुजींचा सल्ला घेतला. आधीआधी माझा नव्हता इतका विश्वास. निवासलाही नव्हतं खरं वाटत; पण मग परिस्थितीच कठीण झाली, तशी नाइलाजानं ऐकलं त्यानं. अगं, याआधी दोन वर्षं झाली होती गं मयंकला दवाखाना टाकून. इतकी इनवेस्टमेंट, आधी शिक्षणाला पैसा मग क्लिनिकला; पण शेवटी नवीन व्यवसाय

म्हटल्यावर काही सांगता येतं का? माशा मारत बसावं लागत होतं मयंकला नुसतं दवाखान्यात. अगदी निराश, उदास व्हायला लागला तो आणि आम्ही पण. क्लिनिक बंद करून कुठल्यातरी हॉस्पिटलमध्ये नोकरी पतकरावी का, इथपर्यंत गाडी आलेली. तुला तर माहीतच आहे की, आम्हालाही काय करावं सुचत नव्हतं. शेवटी मग तू इतके वेळा सांगितलंस म्हणून मयंकला घेऊन गेले माळवेगुरुजींकडे. त्यांच्या सांगण्याप्रमाणे सगळं करायचं ठरवलं. त्यांच्या म्हणण्यानुसार घरातली ज्येष्ठ व्यक्ती म्हणजे आमच्या सासूबाई; त्यांना आणलं निवासनं तातडीनं इथं. मला धाकधूकच होती. म्हटलं, ही जुनी म्हातारी खोडं गाव सोडून येतात की नाही? पण आल्या बाई त्या. मयंक आता त्यांना नमस्कार करून बाहेर पडतो. रोजची कमाई रात्री त्यांच्या हातात देतो. पुन्हा नमस्कार करतो. बाकीचे उपाय, ती यंत्रबिंत्रंही पूजेत ठेवलीत गुरुजींच्या सांगण्याप्रमाणे. त्या सगळ्याचा परिणाम चांगलाच दिसायला लागलाय. मयंकची प्रॅक्टिस बऱ्यापैकी सुरू झालीय. दुपारच्या वेळेत दोन-तीन हॉस्पिटलमध्येही जायला लागलाय विजिटिंग डॉक्टर म्हणून. खरंच, सासूबाईंचे पाय घराला लागले आन् नष्टचर्य संपलेलं दिसतंय. पुण्यवानच म्हणायच्या हो त्या!'

ते ऐकून मला फारच थोरथोर वाटलं. दिस पालटत व्हते. समदे आपापल्या कामाला गेले की, घर खायला उठायचं. नाकपुडीयेवड्या त्या घरात जीव कोंडल्यासारखा व्हायचा. 'पन काय नातवासाठी सोसायचं. असू देत!' म्हनत दिस काढत व्हते तिथं. बगताबगता मयंकाची बरकत वाढतवाढत गेली. इकती की, त्याला घरी यायला रातीचे बारा वाजायला लागले. मग रातीचं माझ्याकडं येनं त्यानं बंद केलं. सकाळी धावतपळत पायाला हात लावून जायचा तेवडीच दृष्टिभेट फक्स्त! त्याची मोठी झोकदार गाडी बी आली. वरीसभरात कुठच्याकुठं वर गेला मयंका.

पन म्हनतात ना, आयुक्ष मंजे ऊन-सावलीचा खेळ! हळूहळू सावलीचे ढग इरळ झाले. सुख पांगलं. उनाचे चटके बसाय लागले. आताशा सूनवाईचा नूर चांगलाच पालटला व्हता. आता माज्याशी पयल्यासारकी मायेनं बोलत न्हवती का कामाशिवाय खोलीत येत न्हवती. खोलीत जसा पलंग, जसं कपाट, तशी एक सासू झाली. मपला तर कंदी कुरकुर करायचा सोभाव न्हवताच; पन तिच्या वागन्यानं मन खंतावल्यासारकं झालं. मयंकाला जरा बी येळ न्हवता भेटत. निवास तर पयल्यापासनं अबोलच! शेजारपाजारी बोलाय गेलेलं तिला आवडायचं न्हाई. मग ती सारकी उघड उघड बडबड कराया लागली, 'जागा लहान पडते, त्यात माणसांची भर. सासूबाई दिसातनं दोन-दोनदा मशेरी लावून बसतात. घाणेरडा वास येतो बेसिनला. सैपाकाची बाई येऊन गेल्यावर धबाधबा भाकरी बडवून घेतात. तव्यावरचं पिठलं नाहीतर खरडा करून घेतात वेगळा स्वतःसाठी. बाईच्या हातच्या पोळ्या आन् भाजी आवडत नाही म्हणे यांना. आधीच माझी मरणाची धावपळ, त्यात सत्रांदा

चहा करा गोडगट्ट, फक्त यांच्यासाठी. गिझर वापरता येत नाही म्हणून पाणी काढून द्या. कंटाळा, कंटाळा आलाय नुसता. वैताग!'

मला कळंना की, माजं तर आल्यापासनं आसंच तर व्हत. आधी का ग्वाड वाटत व्हतं मग? आताच का खुपाय लागलंय हिला कुनाला ठावीं! आपुन आता हितं ऱ्हावं का जावं?

'हे बघा', सूनबायचं बोलनं फुडं चालूच व्हत. 'गुरुजींनी सांगितलं होतं त्याप्रमाणे वर्षाचा काळ संपलाय आणि योगायोगानं झालं असेल मयंकचं चांगलं, अगदीच नाही म्हणत नाही मी; पण मयंकचं कर्तृत्व आहेच की! त्यानं एक्सपर्ट्सचे सल्ले घेतले. त्याप्रमाणे एम.आर., केमिस्ट्स, फार्मास्युटिकल फर्म्स, पॅथालॉजिस्ट सगळ्यांचे कॉन्टॅक्ट्स छान मॅनेज केले. सगळं लाइन-अप झालंय ते त्याच्याच हुशारीनं.'

'बरं मग?' निवासचे दोन शब्द. मग परत हिचं गाणं सुरू –'आता मुली पण सांगून यायला लागल्यात चांगल्या, शिकलेल्या. कुणी इंजिनिअर, कुणी डॉक्टर. आधीच जागा अपुरी पडतेय; त्यात हे असं घरात म्हटल्यावर...'

'अगं, पण त्याच्या शिक्षणाचं अडलं होतं, तेव्हा दादांनी दोन दिवसांत पाच लाख काढून दिले होते. जिवाचा आटापिटा करून.' निवास बोलला.

'त्यात काय? तुमचा काहीच वाटा नव्हता का इस्टेटीत? एकदा कधीतरी दिले तर किती वेळा कौतुक ऐकवताय? थोरले भाऊ तुमचे, कायकाय अन् कितीकिती नेत असतात, कधी हिशेब केलात का? आपण काहीच आणत नाही. यांचा ओढा अन् कौतुकं सगळी तिकडे. बरोबर आहे, ती भावाची लेक...' सूनबाई तीळाचा ताड करीत बोलाय लागली व्हती.

'पुरे!' निवासलाही तो इषय वाडवायचा न्हवता.' समजलं मला; 'सांगतो मी आईला तसं.' तसं तर मला काय सांगायची गरजच न्हवती. सूनबाई मला ऐकू यावं म्हनून जोरजोरातच बोलत व्हती. मपल्या जीवाला जबरी ठेस लागली आन् डोळ्याला धार. आपला हितला शेर संपला, गरज बी संपली; हे पक्कं ध्यानात आलं. नातवाचा धंदा बरकतीत यायला आपुन उपेगी पडलो, त्याचं कल्यान झालं, याचं समाधान या समद्यापेक्षा लई मोठं व्हतं. निवासचं खरं मन कदी कळतच न्हाई कुनाला. सूनबाई तर बोलून चालून परकीच! असू देत, जेचं तेच्यापाशी!

जराशानं निवास चोरट्यागत खोलीत येऊन पलंगाच्या कडेशी खाली मान घालून बसून ऱ्हायला. इकडं आड, तिकडं हिर अशी आवघड परस्थिती झालती त्याची. मी त्याची आय, समजनारी व्हते ना पन. आपल्या समूरचं मानूस बदलत नसंल तर आपुन बदलावं आन् नात्यातली गोडी टिकवून ठेवावी म्हनत्यात. मीच त्याला म्हनलं,

'निवास बाळा, मयंकाचं समदं लायनीला लागलं ना रे?'

'होय.' डोळ्याला डोळा न देता त्यानं उत्तर केलं.

'चांगलं झालं देवाच्या दयेनं. पोरगं बी हुशार आन् त्याची कर्तुक बी चांगलीच. असू दे. मी पन आता गावाकडं जाईन म्हनते. तिथलं पन बगायला पायजेल ना? किती दिस घर बंद ठेवायचं? आन् बैलं, गुरं वाटंकऱ्याकडं कायम न्हाई ठेवना यायची. सोनमळ्याचं पन कमीजास्त बगितलं पायजेल. मोठा पसारा आसतो रे तिकडं.' निवासला येकदम सुटल्यागत झालं. त्यानं मग सोबत बगून गाडीत बसवून दिलं. हजारभर रुपये दिलं गपचिप नको नको म्हनताना. निगताना नातू आलता धावतपळत आन् गळ्यातच पडला. म्हनाला, 'आजी, जाऊ नकोस ना.' आयकलं आन सूनबायची समदी कडू बोलनी मनातनं धुवून गेली. त्याची समजूत काढीत म्हनलं,

'जिथलं मानूस तिथंच बरं आसतं मयंका. माझा दुवा तुझ्या पाठीशी सदा हायेच की!'

'बरं आजी, क्षणभर उभी राहा.' दादांचा फोटो हातात घेऊन मग मयंकानं त्याच्या फोनवर माजा फोटू काढला आन् लगीच मला दाखवीत म्हनाला, 'आजी, आता तू सतत माझ्याबरोबर असशील आन् दादा पण. त्या बारक्या चौकटीतला आमचा फोटू बगून आन् मयंकाचं लाघवी बोलनं ऐकून जिवाला लईच इसावा मिळाला. नातू असावा तर असा, कळसावरल्या झेंड्यावानी झळकनारा, उंच. प्रसन्न चित्तानं मी गावाकडं निगाले.

सांच्याला गावच्या यस्टी स्टँडवर उतरले. गावचं शिवार दिसाय लागल्यापासनच मी आतड्यातून फुलून आलते. येकीकडं धन्यांच्या आठवनींनी डोळं भरून येत व्हतं. घराला टाळं बघून शेजारच्या गंगावैनीकडं शिरले.

'आगं बया काकी! अशा आवचित आलासा?' तिला नवलच वाटलं

'आले झालं.'

'आलासा ते बेस झालं. आमाला वाटलं, आता कायमचं तकडंच व्हाताय. बरं, घ्या हातपाय धुन, तवर च्या टाकते.'

चापानी झाल्यावर कंदी येकदा आपलं घर उघडतीय, असं झालतं मला.

'किल्ली ठिवली आसन ना इस्वासनं तुज्यापाशी?'

'न्हाय बाई, माझ्याकडं न्हाई ठिवून गेला.'

'मग कुनाकडं?'

'संपत पाटलाकडं.'

'संपत पाटलाकडं द्यायचं काय काम? हितंच नाय का ठिवायची.' मला इपरितच वाटलं. 'आता पाटलाकडं जाऊन आनते किल्ली,' मी म्हनाले. तशी

भराभरा माला अडवीत गंगावैनी म्हनाली, ‘आता नगा जाऊ सांच्याला.’

‘आगं, पर घर उघडायला नगो का?’

‘इतकं दिस बंदच हुतं ना? येका रातीनं काय हुतंय मग?’ म्हनत गंगावैनीनं मला बळंच बसवलं. भाकरी करताकरता ती इकडचंतिकडचं सांगत व्हती. चौकशी बी करीत होती.

‘समदे खुशाल हैत नागपुरात. मला ठिवूनच घेत व्हते. पर गमत न्हाई गं शेरात. आपलं घर, आपलं शिवार सारकं हाका मारीत ऱ्हातं.’

‘व्हय की!’ गंगावैनी तव्यावरल्या भाकरीकडं बगतच बोलली.

‘बरं, माज्या माघारी हिकडं कसं काय गं?’ मी इचारलं

‘बरंच हाय की!’ तिची जास्त काय बोलायची विच्छा दिसंना, तशी मी बी गप बसून ऱ्हायले.

सकाळच्याला मात्र चैन पडंना. मी लवकरच पाटलाकडं गेले. सकाळसकाळ मला दाराशी बगून पाटील बुचकळ्यात पडला.

‘ये, ये काकी’, त्यानं हासून आत बलावलं. ‘कधी आलीस नागपुरासनं?’

‘आले काल सांच्यालाच; पन गंगावैनीनं राती येऊ दिलं न्हाई म्हनून; मग आता आले. इस्वासनं घराची किल्ली तुमच्याकडं ठिवली म्हनत्यात, ती न्यायला आले.’ मी घायघायनं उत्तर दिलं.

‘आगं, काकीला च्या ठिव गं’, त्यो आत तोंड करून म्हनाला.

‘बस ना काकी घडीभर’, तो मऊ आवाजात म्हनाला.

‘ऱ्हाऊ दे बाबा. च्या नगो. किल्ली तेवढी दे.’ मला आता दम धरवत न्हवता. पाटील वाईच घुटमळला. जरा वेळ किल्ली द्यावी की न्हाई, त्याचा इचार पडला व्हता त्याला. पन मी लईच घायकुतीला आल्याली दिसले तवा त्यो उठला आन् म्हनाला, ‘ही धर किल्ली. दार उघड, तवर गड्याला धाडतो मदतीला.’ आखिरीला दिली त्यानं किल्ली.

‘बरं’, म्हनून चटाचटा पाय उचलीत भायेर पडले आन् मग हातातल्या थैलीकडे ध्यान गेलं, ‘अगं बया, नागपुरासनं आनलेल्या संतरा बरफीचा पुडा पाटलाकडं द्यायचं इसरलेच की किल्लीच्या नादात,’ म्हनत परत दरवाजानं आत शिरले तर पाटलाचं आन् पाटलाच्या पोराचं मोठमोठ्यानं चाललेलं बोलनं ऐकाय आलं.

‘अशी कशी देऊन टाकली तुम्ही किल्ली? आता ते घर आपलं हाय ना? विश्वासरावनी विकलं ना ते आपल्याला? मग तसं त्या काकीला सांगायचं सोडून तुम्ही तर किल्लीच हवाली केली तिच्या!’

‘जरा सबूरीनं घे.’ पाटील पोराची समजूत काढीत म्हनत व्हता. ‘आरं बाबा, ती

म्हातारी इतक्या दिसानं आलीय. त्यातनं घर इकल्याचं इस्वासनं काय तिला सांगितल्यालं दिसत न्हाई. आधीच दुःखीकष्टी एकला जीव, त्यात घराचं आसं एकदम सांगितलं तर कायतरी भलतंच व्हायचं आपल्या दारात.' पाटील काळजीनं म्हनत व्हता.

'तो त्या माय-लेकांचा प्रश्न, आपल्याला काय करायचंय?

'आसं नसतं राजा. मी आन् इस्वास एका वर्गात हुतो. काकीच्या हातचं जेवलं-खाल्लेलं हाय कितीक वेळा. ती माज्या आईसारकीच की!'

'म्हनून पानी सोडताय का घरावर? चांगलं हाय!' पोरगं तडाकलं.

'पानी कशाला सोडायचं? मला सांग, वरीसभरात आपुन किती वेळा तिकडं फिरकलोय? न्हाई ना? घर हाय तसंच हाय ना?'

'काय म्हणायचं तरी काय तुमाला?' पोरगा गोंधळला.

'इस्वासनंच सुचवलं मला घर विकताना. म्हनाला, 'पाटील, आता तुमी इनमीन चार मानसं घरात. येवढा थोरला तुमचा वाडा सोडून तुमी काय आमच्या घरात ऱ्हायला जानार न्हाय. या खेड्यात भाड्यानं घर घेनारं बी कोन भेटणार न्हाय. इकत घ्यायची तर बातच सोडा. मुद्दा हा की, सालोसाल घर बंद ठेवलंत तर उंदीर-घुशी घराचा सत्यानास करतील, चोरचिलटं तर दाराची फळ्कुटं अन् वासं बी ठिवायची न्हाईत. ते सांभाळायचं तर देखभालीचा खर्च आला अन् कामाला हितं मानसं बी मिळत न्हाईत. त्यापरीस आमची म्हातारी आलीच तर तिला काय बी न सांगता किल्ली देऊन टाका. आता ती तरी किती वरसं जगायचीय? हाय तवर घराची देखभाल आपुआप व्हईल, घरात रोज दिवा लागंल तर वस्तु बी नांदती आन् शांत ऱ्हाईल. अन् आशी चांगली सांभाळलेली विष्टेट नंतर तुमाला बी लाभलंच की आयती!' पाटील उलगडून सांगत व्हता.

'आसं व्हय? इस्वासकाकाचं डोकं बी लई भारी. पैशापरीस पैसा घेवून गेला घराचा; वर शानपना शिकवून गेला. घर बी काकीला वापरायला मिळतंय. आपला बी तोटा न्हाई, तर फायदाच की!' पाटलाच्या पोराला इस्वासच्या अकलेचं भारी कौतिक वाटलं. दोघांच्या हसन्याचा मोठा आवाज कानात घुसला. पाय लटालटा कापाय लागलं. घडीभर दरवाजाला टेकून इसावा घेतला; मग पाय ओढत घराकडं निगाले. खरी परस्थिती मानायला मन तयार न्हवतं. 'आसं कसं करील माझा इस्वास? पाटलाचाच कायतरी घोटाळा झाला आसंल. घर नसंल इकलं; निसते पैसे उचलले आसतीन. असू देत, जेचं तेच्यापाशी!'

तिरीमिरीतच मी दार उघाडलं. कुनाची वाट न बगता कोळीष्टकं साफ केली. झाडताझाडता लक्षात आलं, घर पुरतं रिकामं झालंय. सैपाकघरात दोन-चार टीनचं डबं अन् अन्न शिजवायपुरती भांडी व्हती. मधल्या घरातली गाडग्यांची उतरंड पुरी

रिकामी झालेली. देवघरात देवाच्या पितळी मूर्ती आंघुळीची वाट बगत बसलेल्या होत्या; पन पूजेची चांदी, तांब्या-पितळेची उपकरनी गायब व्हती. घरात हातरायला सुदीक काई ठिवल्यालं न्हवतं. माझ्यासारख्याच समदे डाग उतरलेल्या इधवा बाईवानी दिसनाऱ्या त्या घराकडे मी टकामका बगत ऱ्हायले. आता रडू बी येईना. दुष्काळातल्या विहिरीवानी डोळं बी कोरडं पडल्यालं आन् मन भकास! तवर गंगावैनी माज्या मागं येऊन गपचिप उभी राह्यली. तिची चाहूल घेत मी इचारलं, 'वैनी, माज्या माघारी पाटलानं घर...' मला काय इचारावं ते सुदरंना. 'पाटील कशाला येतोय हितं?' गंगावैनी वाईच चिडून बोलत व्हती. 'तुजा लेक इस्वासच म्हनाला, आय काय परत हितं इल आसं वाटत न्हाय. समदं सामान – भांडी-कुंडी – कुनाच्या भरवशावर ठिवायचं? म्हनून मग समदंच ट्रक भरूभरू मुंबईला घिवून गेला. देवाचे चांदीचे टाक बी नेले. काकी, तुमाला कसं काय म्हायती न्हाई?' गंगावैनीनं नवाल केलं. काय उत्तर द्यावं मला बी सुचंना. मग जराशानं कसंतरी म्हनाले, 'आगं धाडली असतील टपालं त्येनं नागपुरास; पन टपालवाल्यांचा तरी काय भरोसा? नसंल टपाल मिळालं. काई का आसंना, घर तर कुठं पळून गेलं न्हाई ना?'

'न्हाई गेलं का?' गंगावैनीनं मुद्दामच इचारलं. तशी माझ्या मनात कालवाकालव झाली. डोळ्यांत पानी यायला लागलं, तरी ते आवरून म्हनाले, 'हाय ना मी उभी माझ्या घरात? लागलीय ना सोय माझी डोळं मिटेपोतोर?'

'ते काय बी आसलं तरी पोरांनी आसं न्हवतं करायचं.' वैनी माझ्यासाठी चुकचुकत म्हनाली.

'असू दे वैनी, जेचं तेच्यापाशी!' मी आटोपतं घेतलं. तरी बी वैनी बोललीच, 'अगं बया, समदं नेलं तुमच्या पोरानं; पन दादांचा फोटू तसाच ऱ्हायला की भितीला. इसरला वाटतं न्यायला.'

'बरं झालं की मग. घरच्या मालकाचा फोटू घरीच बरा.' मी फुडं जाऊन पांडऱ्या लुगड्याच्या पदरानं फोटू लख्ख पुसला. वाळके हार फेकून दिलं. मालकाच्या फोटूचा बी लई आधार वाटला मला; जशे काई त्येच होते माझ्या बरुबर घरात.

'तरी पन काकी, ऱ्हायचं व्हतं ना नागपुरास आरामात.' ती म्हनाली.

'वैनी, अगं आपल्या घराची सर सर्गाला बी येत नसती. या भिंतीच आता माझ्या सख्यासोबत्या. आन् गाव हायेच की माझं.'

'खरंय काकी, तुमी आलात आन् मला बी लय आधार वाटला. या बंद घराकडं बगून मला बी लई उदास, येकटं वाटायचं. आता काळजी नगो. आपुनच आता येकामेकीला. समदं नीट लागेपोतोर चूल पेटवू नगा. चा, जेवन समदं पाठवते,' म्हनत ती घरी गेली. वैनीच्या मायाळू पाठराखनीनं मन भरून आलं. ही खरी आपली मानसं!

डबं उघडून पायलं, तर समदं रिकामंच. मग परसदारी जाऊन आंघुळ केली. देवांनाबी घातली. तुळशीला पानी घातलं आन् हात जोडलं. मग कामाला लागले. सोनमळ्याकडे जाऊन काई भाजीपाला आनावा म्हनून तिकडं गेले. बांधावरच शंकर भोकरे दिसला.

'अरेच्या! काकी, तुमी? आनी परत आला?' शंकरनं इचारलं.

'आले बाबा! म्हनत्यात ना गड्या, आपला गाव बरा. पन तू हिकडं आमच्या मळ्यात कसा काय? तुजी बायकूबी दिसतीय वावरात.'

'हा, मंजे आता भाजी काढाय झालीय ना तवा...'

'आरं, पन आमचा वाटेकरी कुठं गेला? का त्वा कराय घेतलास आमचा मळा यंदा?'

शंकर भोकऱ्या माज्या सवालानं हैरान झाला. आता या म्हातारीला उत्तर कसं आन् काय द्यावं, या इचारात निसताच उभा राह्यला व्हता. तेवढ्यात पवाराचा उचापती भैरव तिथं टपाकला.

'काय काके, आता मळ्याकडं कशापायी आलीस?' भैरवनं आल्याआल्या मला टोकलं. मला कळंचना, त्यो का इचारतोय. तशी भोकऱ्याकडं बगत भैरव म्हनाला, 'बाकी भोकऱ्या, तुला आयता सोन्यासारका तयार मळा गावला की रं!'

'आयता कशानं? बाबांनी पाच लाख मोजल्यात इस्वासरावांना, फुकट न्हाय...' भोकऱ्याचा पोरगा तावातावानं बोलला.

'मळा इकला?' मी मटकन बांधावरच बसले.

'तुला ना भैऱ्या, आताच पचकायची काय गरज व्हती?' भोकरे भैरववर घसरला. मग माज्याकडं वळून, समजूत काढीत म्हनाला, 'काकी, आता तुमाला कळलंच हाय खरं काय ते.'

'आरं, पन इकती काय नड पडली का पार मळा बी इकला?'

'काकी, इस्वास म्हनाला, गावकी-भावकी करीत दिसवार इतकं लगीन सोहळ्यागत जोरात घालाय लागलं. महामूर पैका खर्च झालाय. कर्जाचा डोंगूर झालाय. तो फेडाया पायजेल, म्हनून मग मळा इकायला लागतोय. तुमचा अन् घरातल्यांचा बी आंगठा व्हताच की कागदावर. मला तर वाटलं, तुमाला सांगूनच...'

'खरंच रे बाबा. मी लई दुःखात व्हते, तवा त्यानंच बगितलं ना समदं. देवाच्या उत्सवागत बापाची मयत साजरी केली. पाच गावची लोकं जेवली. खर्च व्हनारच. त्यो बोलला बी आसंल मला मळा इकन्याबद्दल तवा आंगठा घेताना; पन माझ्याच म्हातारीच्या ध्यानात ऱ्हायलं न्हाई बग.' मी कसंनुसं सावरलं.

'तरी पन काके, तुज्यासाठी काय बी ठेवलं न्हाई.' भैरवची जीभ लई चिवट.

पन आता कुनाचा राग करायचा? म्हनलं, असू दे, जेचं तेच्यापाशी! कुनीतरी

हाकलल्यागत पाय फरफटत मळ्यातनं परत आले.

दुपारच्याला दाजीनानाकडं गेले. तो असायचा ना इस्वासच्या बरुबर दरेक कामात. त्याला म्हनलं, 'दाजीनाना, इस्वासनी ती ब्यांकबुकं तरी ठिवली आसतील ना तुज्याकडं?'

'कशाची बँकबुकं काकी आता? समदी बंद केल्यात ती खाती. तुला न्हाई का म्हाइत, इस्वासनं समदे पैसे काढून नेले ते? जिवापलीकडं खर्च चाललाय म्हनत व्हता. आन् तुजा आंगठा बी व्हताच की फार्मवर.'

'व्हय, खरं रे बाबा. काढलं आसतीन पैसं. मला त्यातलं काय कळतंय? बरं इस्वासला फोन तरी लावतो का माज्यासाठी?'

'त्याच्या फोनचं बी नाटकच झालंय कायतरी. पयल्या नंबरावर फोन लागतच न्हाई. नवा नंबर न्हाई माज्याकडं. बदलला आसंल.'

'आसंल आसंल', मी मपलीच समजूत काढली.

'पन काकी, तू आता काय करशील? तुज्या वाट्याचं थोडंफार तरी ठेवायचं का न्हाई इस्वासनं?' दाजीनाना कळवळ्यानं म्हनाला.

'आरं बाबा, मी न्हवतेच ना हितं. आन् येकल्या पोटाला आसं लागतं तरी किती?'

'काय आजकालची पिढी तरी?'

'आसू दे बाबा, जेचं तेच्यापाशी.' माळरानावर वाऱ्यासंगं हेलपाटणाऱ्या वाळक्या पाचोळ्यागत झाली मी. निरपून गेल्यावानी परत फिरले. पुढल्या तीन-चार दिसांत कायकाय ऐकाय मिळालं. देवा परमेसरा! माझी कथा समद्या गावाला ठावं झाली व्हती. दुपारच्याला माज्या समाचाराला म्हनून कितीकजनं घरी जमली. धन्याच्या दिवसकार्यात हेच समदे इस्वासच्या बरुबर झटत व्हते. आता बी समदे धीर द्यायला आले मला. मग मात्र त्यांच्या तोंडून येकयेक गोष्टी ऐकाय यायला लागल्या. मी पडले बाजूला आन् त्यांच्यात्यांच्यातच चर्चा चालल्याली. कुनी म्हनलं, इस्वासला पाकिटातनं आलेला रोख आहेरच सत्तर हजारावर व्हता; जादाच पन कमी न्हाई. ते न्येलं. घरातली चीजवस्तू, सोनं-चांदीपासून चमच्यापर्यंत समदं पार धुऊन नेलं.'

'लई सांगतो कीर्तनं घातली, भजनं लावली आन् शेवटाला ती शोकसबा. आरं मुंबईला तो पुढाऱ्यांची आन् साहेबलोकांची पाठ धरून आसतो. एजंटागत लोकांची कामं करून देत असतो. त्याचं अन् त्या फुडाऱ्याचं पयल्यापासनंच सूत व्हतं. निवडनुका ऐन तोंडावं आलेल्या व्हत्या. आचारसंविता का काय ते लागायचं म्हनताना उघड प्रचार न्हाई ना करता येत. तवा हा मोका मिळाला. इस्वास चांगला मुरलेला गडी ना आसल्या बाबतीत. निवडनुकीच्या तोंडावरच इतक्या लोकांना जेवान-खावान केलं त्यानं. काकी गेल्याव निवडनुका व्हईपोतोर उगीच हितं ऱ्हायला

व्हता का त्यो? हल्ली म्हने निवडनुक प्रचाराचे बी म्यानेजर असत्यात. आठ-दहा लाख भेटत्यात त्यानला या कामाचं. इस्वासचं नाव जेच्यातेच्या तोंडी झाल्यालं. घराघरांत वळखी झालेल्या. गपचिप प्रचार करीत व्हता की, आपल्या भागात. लुगडी म्हनू नका, भांडी म्हनू नका. आन् आदल्या राती पार वाड्या-वस्त्यांवरल्या घराघरांत पाकिटं बी पोहोचती करीत व्हता.'

'आवं, लई कशाला? दगडूदादाच्या मयतीपासून आखिरीच्या सभेपोतोर पै अन् पै खर्च त्या फुडाऱ्याकडनं मिळाला त्याला; वर काही लाख रुपये भी लाटलं कामाचं त्यांच्याकडनं. आखिरीला बख्खळ पैका कमवून आन् घरातलं बी समदं गोळपाटून घिवून निघून गेला मुंबईला. वारं गबरू!'

'पन ते येवढालं बत्तं, हांडं, कणगुल्या, उखाळ, मुसळ, जाती आसलं समदं तिकडं निऊन ठिवलं तरी कुठं त्यानं? हितं कुनाला इकल्याचं बी दिसलं न्हाय! झोपाळा तेवडा लई जुना म्हनून ऱ्हायला वाटतं हितं.'

'गड्यांनो, इस्वासरावचं डोकं हाय ते. आमाला कुठूनकुठून कळतंच की! त्याच्या वळखीच्या सायेबानं मुंबईजवळ एका जागंत फार्म-हाउस का काय ते तयार केलंय. त्यावर समदा गावाकडच्या सौंसकृतीचा देखावा उभा केलाय. कौलारू घर, अंगण आन् बाजूला शेत, हीर, औतं-बैलं. 'हेरिटेज हौस' असं म्हनत्यात म्हने त्याला. इस्वासची बी त्यात भागी हाय म्हनतात; तर तिथं, त्या घरात हे समदं निऊन हितल्या घरासारकंच मांडलंय.'

'काय सांगता राव? आता तिथं कोन दळान-कांडान करणारे व्हय?'

'येड्या, कामासाठी न्हाई मांडल्यालं. फकस्त बगायसाठी, ग्रामीन जीवन बगायला शेरातल्या लोकानला पार आपल्या गावाकडं यायला नको आता. मुंबईतलीच काय, पार फारिनहून आलेली मानसं बी येतात ते बगायला तिकिटं फाडून. आता बोला!'

इस्वासच्या कर्तुकीचं कीर्तन लई येळ चाललं व्हतं. मग सगळीजन आपापल्या वाटनं गेली. ऐकल्यालं समदं मी कानाआड केलं. दुसऱ्या दिशी बरुबरचे थोडे रुपये घिवून मी सोनमळ्याकडं गेले. भोकऱ्याला म्हनाले, 'घरी बसून काय करू? काई भाजी आन् फळं दे इकत पाटीभर, पाच-पन्नास रुपयाची. मोठ्या रस्त्याच्या कडंला बशीन इकायला.'

'काकी, आसं नगा बोलू. मी तुमच्या लेकरावानीच हाय. पोरांनी टाकलं तरी आम्ही हावोत ना तुमाला. तुमी हितं सावलीत बसून निसती राखन केली आन् ते बी नाय जमलं तरी बी माज्या जिवात जीव असेपोतोर मी मळ्यतलं समदं पोहोचतं करीन तुमच्यापुरतं. हा मळा दादांच्या आन् तुमच्या घामाचा हाय. तो तुमच्या आशीरवादासारखा मानतो मी.' भोकऱ्या खऱ्या मायेनं बोलत व्हता.

‘इकतं बोललास पोरा मोठ्या मनानं, तेच्यातच पोहोचतं झालं समदं. पन माझा धनी लई मानी व्हता. त्यानला आवडायचं न्हाई फुकाट खाल्ल्यालं. तवा तू आपलं...’

‘तुमची मर्जी; पन आम्ही हावोत हे इसरू नको.’ तो काकुळतीनं म्हनाला.

‘कशी इसरीन बाळा? तू हायेस, पाटील हैत, गंगावैनी, दाजीनाना एक का दोन, तुम्ही माझीच की रं! म्हनून तर उभारी धरलीयना परत मी.’

तवापासनं रोज सकाळी बारा वाजेपोतोर भाजी इकायची. पोटापुरतं सहज मिळायला लागलंय. समदं आवरून दुपारच्याला दारात वाट बगत उभं ऱ्हायचं. सायकलची घंटी वाजली की इचारायचं, ‘काय टपाल हाय का रं भाऊ?’ ‘न्हाई आज्जे.’ उत्तर बी त्येचं ठरल्यालं. आज बी काय येगळं हुनार नव्हतं. गंगावैनी चिडून म्हनाली,

‘कशी लेकरं वो काकी? एक टपाल न्हाय धाडता येत? आपली माय जगलीय का मेलीय, याची बी कुनाला कदर नाय?’

‘वैनी, आगं पोरी, परस्वाधीन सासुरवासनी आन् पोरं-नातवंडं आपापल्या उद्योगात असत्यात. मला कुनाचा राग न्हाई. फकस्त सवं पडलीय टपालाची वाट बगायची येवडंच! बाकी समदं असू देत, जेचं तेच्यापाशी!’

◆

चॉइस

ठरलेल्या वेळापत्रकानुसार अवकाशयान यूलिसिसने 'केवन' ग्रहाच्या कक्षेत अगदी यशस्वीपणे प्रवेश केला. केवनभोवती दोन प्रदक्षिणा करीत यानाकडून ग्रहावरच्या डोंगर, दऱ्या, कोरड्या पडलेल्या नद्यांची पात्रे, उघडे पडलेले विशाल आणि खोल महासागरांचे तळ यांचे अगदी तपशीलवार फोटो काढले गेले. शेवटी यूलिसिस अलगदपणे केवनच्या जमिनीवर उतरले आणि पृथ्वीवरील स्पेस-स्टेशनवरच्या शास्त्रज्ञांनी समाधानाचा सुस्कारा सोडला. यानातून प्रथम रोबो बाहेर पडणार होता आणि त्यापाठोपाठ अंतराळवीर प्रणोती आणि जॉन बाहेर पडणार होते. तितक्यात अवकाशयानाच्या बाहेरच्या बाजूस बसवलेल्या सेन्सरकडून आलेल्या सिग्नलकडे त्यांचे लक्ष गेले. संदेश होता की, बाहेरची सर्व जमीन आणि वातावरण अणुउत्सर्जनाने दूषित झालेले आहे. म्हणून त्यांनी या प्रदूषणाला तोंड देऊ शकेल असा स्पेशल सूट आणि मास्क चढवला. प्रथम प्रणोती काळजीपूर्वक दार उघडून बाहेर आली. तिने ओ.के. सिग्नल दिल्यावर जॉनने आपले पाऊल त्या जमिनीवर टेकवले. रोबोच्या मदतीने त्यांनी वेगवेगळ्या ठिकाणांहून राखेसारखी धूळ, खडक अशा अनेक गोष्टींचे नमुने गोळा केले. तिथे फिरताना, ढासळलेल्या मोठमोठ्या इमारतींच्या ढिगाऱ्यांसारखे प्रचंड ढीग ठिकठिकाणी दिसत होते. हज़ारो किलोमीटर जमीन ही

काळीठिक्कर दिसत होती. बहुधा तिच्यावरची जंगले पूर्णपणे जळून गेलेली होती. सजीवाची एकही खूण नव्हती. एका जडशीळ ओसाडीने सगळा आसमंत व्यापून गेला होता. अचानक जॉनला ओळी आठवल्या, 'मातीमधूनी आलास तू मातीकडेच परतून जाणार तू.' पण त्या उच्चारायचा धीर त्याला झाला नाही.

तिथल्या सपाट मैदानातून जाताना जॉनच्या हातातील उपकरणाने एक अगदी विसंगत संदेश दिला. जमिनीच्या एका विशिष्ट बिंदूकडे बाणाचे टोक वळवून त्या ठिकाणी जमिनीखाली कित्येक फूट खोल धातूची एक वस्तू असल्याचे स्पष्ट संकेत ते उपकरण देत होते. लगेचच जॉनने पृथ्वीवरील शास्त्रज्ञांना विचारून ती वस्तू वर काढून घेण्याची परवानगी मिळवली आणि त्याप्रमाणे यांत्रिक हाताला आज्ञा दिल्या गेल्या. यांत्रिक हाताने जमिनीच्या उदरात असलेली ती वस्तू अचूकपणे शोधली. आता तो पाइप हळूहळू जमिनीवर येऊ लागला. एकीकडे कॅमेरा सर्व टिपत होता. दुसरीकडे दोघे अंतराळवीर श्वास रोखून पाहत होते. आता पाइप पूर्णपणे बाहेर आला आणि सहज वळून त्या यांत्रिक हाताने पाइपाच्या टोकाला पकडलेली वस्तू अलगदपणे जमिनीवर ठेवली. त्याच्या एका कप्प्यातून एक स्पंजचा तुकडा बाहेर आला आणि त्या वस्तूवरची धूळ पूर्णपणे पुसून काढली गेली. दोन्ही अंतराळवीरांचे डोळे विस्फारले गेले; कारण धुळीच्या आवरणातून एक धातूची चकचकीत पेटी प्रगट झाली होती. तिच्या सर्व बाजूंवरचे नक्षीकाम दिमाखात झगमगत होते. 'टाइम-कॅप्सूल; कालकुपी!' प्रणोती उद्‌गारली. त्या कालकुपीला स्पर्श करण्याची तीव्र इच्छा प्रणोतीने कशीबशी आवरून धरली. यंत्राद्वारे ती कुपी एका कव्हरमध्ये बंदिस्त करून यानामध्ये ठेवण्यात आली. मग यूलिसिस यानाचा परतीचा प्रवास सुरू झाला. परतीच्या प्रवासाला सहा महिने लागणार होते. इतक्या प्रचंड रेडिएशनच्या माऱ्यातसुद्धा आश्चर्यकारकरीत्या सुखरूप राहिलेल्या त्या K1च्या कालकुपीचे दर्शन घ्यायला सगळेच उत्सुक होते. मुख्य म्हणजे त्या कालकुपीत कायकाय भरलेलं असेल? पृथ्वीवरचे सगळे शास्त्रज्ञ यानाची वाट बघत होते.

स्पेस-स्टेशन सतत यूलिसिस यानाच्या संपर्कात होतं. प्रत्येक क्षणाचा रिपोर्ट देशाच्या प्रमुखापर्यंत पोहोचवला जात होता आणि अचानक एका क्षणात मॉनिटरवरचे संदेश एकदम बंद झाले. फोटोग्राफ्स नाहीत, सिग्नल्स नाहीत आणि तोंडी संवाद, आवाजही पूर्ण बंद. सगळे तंत्रज्ञ कॉम्प्युटर सिस्टम चेक करायला धावले; पण तिथे सर्व सुरळीत होते. मग त्यांच्या लक्षात आले की, यूलिसिसच्या बाजूनेच संपर्क तुटलाय; म्हणजे बंदच झालाय. संपर्क पुन्हा जोडला जाईपर्यंत वाट पाहण्याशिवाय गत्यंतर नव्हतं. ते सगळे गोंधळून गेले आणि नंतर त्यांना भीतीही वाटायला लागली, यूलिसिस अदृश्य झालंय? मार्गात भरकटलंय? हरवलंय? एखादी चिमुकली बोट अथांग सागरात बुडावी तसं अमर्याद अवकाशात बुडून गेलंय? पण

यानाच्या सगळ्या हालचालींची सूत्रं पृथ्वीवरच्या तळावरून हलत असताना आणि ठरलेल्या वेळापत्रकानुसार अचूकपणे सगळे टप्पे पार पडत असताना हे कसं शक्य होतं? आणि अगदी झालं तरी त्याबद्दलचा संदेश किंवा एखादा सिग्नलही न देत यूलिसिस चुकीच्या मार्गावर जाणं केवळ अशक्य होतं. असा कुठला धोकाही जाणवला नव्हता. युनिटमधले सगळे अंतराळसंशोधक आपापल्या कॉम्प्युटरसमोरच्या खुर्चीवर हतबुद्ध होऊन बसून राहिले होते.

मागे पडणारा प्रत्येक तास, दिवस आणि आठवड्याबरोबर यूलिसिसच्या परतण्याची आशा मावळत चालली होती. त्यांच्या का आणि कसे, या प्रश्नांची उत्तरे न मिळताच सगळं संपत चाललं होतं. यूलिसिस मार्ग चुकलं असतं, तर ताबडतोब त्याला मार्गावर परत आणण्याची सोय होती. अवकाशातील एखाद्या वस्तू किंवा पिंडाबरोबर त्याची टक्कर झाली असती, तर लगेच तसा शेवटचा सिग्नल देणारी यंत्रणाही होती. अर्थात अशा कुठल्या ॲक्सिडेंटची अगर ब्लॅकहोलकडे खेचले जाण्याची शक्यता या मार्गावर अजिबात नव्हतीच. मग काय झालं असेल? या भल्यामोठ्या प्रश्नचिन्हाने सगळी बुद्धिमत्ता लुळीपांगळी करून टाकली होती.

सगळं युनिट अशा विमनस्क मनःस्थितीत असताना बरोबर एक महिन्याने चैतन्याची एक लहर सर्वत्र सळसळत गेली; कारण यूलिसिस पुन्हा पडद्यावर अवतीर्ण झालं होतं. ट्रान्समिशनही अव्याहत सुरू झालं होतं. एक महिन्याच्या कालावधीत अवकाशपोकळीत कोट्यवधी बदल घडले होते आणि त्यामुळे यूलिसिसचं पृथ्वीवर सुखरूप परतणं हीच मोठी काळजीची गोष्ट होऊन राहिली होती. हे असं विपरीत घडलेलं असूनही दोन्ही अंतराळवीर मात्र आनंदी आणि तरतरीत दिसत होते. 'महिनाभर यूलिसिस कुठे होतं? कम्युनिकेशन अचानक बंद कसं झालं?' प्रश्न विचारले जात होते. उत्तरादाखल फक्त एक मेसेज आला, 'क्षमा करा सर, बदललेल्या टाइमटेबलमुळे आम्हाला इथे डोळ्यांत तेल घालून लक्ष ठेवावं लागतंय; नाहीतर सगळं मिशनच अपयशी ठरेल. बाकी सर्व खुलासा लँडिंगनंतर करूच! कृपया स्क्रीनवर लक्ष ठेवा. मुख्य म्हणजे काळजी करू नका.' त्या क्षणी सर्व युनिटच्या एक गोष्ट पूर्णपणे लक्षात आली की, आता यूलिसिसची सूत्रे त्यांच्या हातांत राहिलेली नव्हती. 'स्वयंचलना'ची जी आपत्कालीन यंत्रणा यूलिसिसमध्ये बसवलेली होती, तिच्यावरच आता भरवसा ठेवून राहावं लागणार होतं. म्हणून मग अंतराळवीरांचे चित्त कोणत्याही कारणाने विचलित होणार नाही, याची दक्षता घ्यायलाच हवी होती. आता कॉम्प्युटरच्या स्क्रीनसमोर बसून देवाची प्रार्थना करण्यापलीकडे कुणाच्याही हातात काहीही राहिलेलं नव्हतं.

'शेवटी कोणताही अडथळा न येता यूलिसिस यान पृथ्वीच्या कक्षेत शिरलं आणि जमिनीवर सुखरूपपणे उतरलेलं आहे', हीच त्या दिवशीची पृथ्वीवरची

ब्रेकिंग न्यूज होती. 'अखेर आपण जिंकलो', असं अत्यानंदाने म्हणत शास्त्रज्ञांनी एकमेकांचं अभिनंदन केलं. 'केवन'वरून गोळा केलेले नमुने पुढच्या अभ्यासासाठी ताबडतोब प्रयोगशाळेत पाठवले गेले. ॲस्ट्रॉनॉट्सबरोबरची पहिली मीटिंग अतिशय गुप्त होती. या मीटिंगला फक्त मोजके शास्त्रज्ञ आणि वरिष्ठ अधिकारीच हजर होते. प्रणोती आणि जॉन यांनी सर्व प्रवासाचा वृत्तान्त तपशीलवार सांगितला. ती कथा जितकी धक्कादायक, तितकीच चित्तथरारक होती. मग तंत्रज्ञ आणि शास्त्रज्ञांनी मिळून काळजीपूर्वक कुप्यांची झाकणे उघडली. हो; एक नव्हे, दोन कालकुप्या होत्या त्या. दोन्ही कुप्यांतील वस्तू, कागदपत्रे सगळ्याचा अतिशय काळजीपूर्वक अभ्यास केला गेला. त्यातून बाहेर आलेल्या माहितीने सर्वांच्या मेंदूत जणू विचारांच्या प्रचंड उलथापालथी घडून आल्या, नंतर अनेक वादळी चर्चासत्रे झडली. त्या सर्वांचा परिपाक म्हणून एक खूप महत्त्वाची मोठी सभा आयोजित करावीच लागली. त्यासाठी सर्व देशांचे राजकीय प्रमुख, खगोलशास्त्रज्ञ, विचारवंत, अर्थतज्ज्ञ आणि अगदी अतिरेकी गटांच्या प्रमुखांनादेखील बोलवावं लागलं. सर्व प्रसारमाध्यमांचे प्रतिनिधी बोलावले गेले. टी.व्ही.वर थेट प्रक्षेपणही दाखवण्यात येणार होते. जगातला प्रत्येकजण यूलिसिसचे अचानक नाट्यमयरीत्या अंतर्धान पावणं आणि तितकंच अचानक पुन्हा प्रगट होणं समजून घ्यायला उत्सुक होता. त्याहीपेक्षा जास्त उत्सुकता होती ती यूलिसिसने बरोबर आणलेल्या त्या दोन कालकुप्या आणि त्यांत जे काय सापडलं ते बघण्याची.

'जगभरातील माझ्या बंधू आणि भगिनींनो', स्पेस-स्टेशनच्या प्रमुखांनी अगदी निराळ्याच शैलीत बोलायला सुरुवात केली. 'आजचा तेरा मार्च तीन हजार तेरा हा दिवस आपल्या पृथ्वीच्या इतिहासातील सर्वांत मोठा क्रांतिकारी दिवस आहे. माणसाच्या जन्मापासूनच, 'अवकाशात तिकडे कुणी आहे का?' हा प्रश्न खगोलशास्त्रज्ञ आणि स्वप्नाळू लोक विचारत आले आहेत. जर असा कुणी शेजारी अवकाशात फिरत असेल तर? कल्पनाच किती रोमांचकारी! अशी एखादी जीववस्ती असेल? कदाचित आपल्यापेक्षा कमी-अधिक बुद्धिमान, एखाद्या ग्रहावर? विसाव्या शतकापासून या गोष्टीचा अंतराळ मोहिमांद्वारे आपण शोध घेत आलो आहोत. आज या मोहिमांच्या साखळीतील मिशन 'केवन' ही मोहीम एक अत्यंत महत्त्वाचा दुवा ठरली आहे.

'आखून दिलेल्या कार्यक्रमाप्रमाणे प्रणोती आणि जॉन या दोन अंतराळवीरांसह यूलिसिस यानाने 'केवन' ग्रहावर यशस्वी पदार्पण केलं. ठरल्याप्रमाणे त्यांनी नमुने गोळा केले; पण तिथे मुख्य गोष्ट गवसली ती म्हणजे ही टाइम-कॅप्सुल; कालकुपी.' आता पॉइंटरचे टोक मध्यभागी असलेल्या टेबलावर ठेवलेल्या चकाकणाऱ्या धातूच्या पेटीकडे वळले. त्या कालकुपीच्या सर्व बाजू पडद्यावर दाखवल्या गेल्या.

प्रमुखांनी पुन्हा बोलायला सुरुवात केली. 'सर्वप्रथम केवन ग्रहावरून आणलेले

नमुने शास्त्रज्ञांना फारच काळजीपूर्वक तपासावे लागले; कारण अतिशय घातक अशा अणूच्या किरणोत्सर्जनाचा परिणाम संपूर्ण केवन ग्रहावर झालेला होता. केवनवरील धुळीचे कण आणि पृथ्वीवरील धूलिकण यांचे घटक अगदी सारखेच आहेत, हा महत्त्वाचा धागा आमच्या हाती आला आहे; पण त्याहीपेक्षा महत्त्वाची गोष्ट म्हणजे इतर अनेक नमुने म्हणजे उद्‌ध्वस्त झालेल्या इमारतींच्या बांधकामाचे छोटे अवशेष आहेत.' हे ऐकताच सभागृहात आश्चर्याने एकच गोंधळ झाला. 'याचा अर्थ माणसाचे अस्तित्व?' एक उत्सुक प्रश्न आला.

'निश्चितपणे होय. त्या नुसत्या मानवी अस्तित्वाच्या खुणाच नाहीत, तर एके काळी भरभराटीस आलेल्या संस्कृतींचे, केवन ग्रहावरील अवशेषांचे पुरावेच आहेत. माझ्या विधानाची सत्यता पटवणाऱ्या अनेक गोष्टी या कुपीतून आम्ही शोधून काढल्या आहेत. त्यात आहेत अनेक चित्रे, आरेखने, छायाचित्रे, आलेख, नकाशे, लिखित मजकूर, सीडीज, चिप्स वगैरे वगैरे. आम्ही त्यांचा लिखित मजकूर उलगडून घेण्यासाठी आपल्या भाषातज्ज्ञांना बोलावले होते. मजकुरात ठिकठिकाणी चित्रे, आलेख हे भरपूर प्रमाणात असल्याने भाषातज्ज्ञांचे काम खूपच सुकर झाले. मजकूर अगदी स्पष्ट झाला. त्यांच्या सीडी किंवा चिप्स वापरता येण्यासाठी आमच्या तंत्रज्ञांनी कॉम्प्युटरमध्ये आवश्यक ते बदल केले आणि नंतर वरील सर्व पुराव्यांच्या आधारे K1 ग्रहाविषयी एक सविस्तर डॉक्युमेंटरी तयार झाली.'

मग 'केवन' डॉक्युमेंटरी पडद्यावर दाखवायला सुरुवात झाली. निवेदकाचा गंभीर आवाज हॉलमध्ये भरून राहिला. 'आकाशगंगेतील किंवा आकाशगंगेबाहेरील माझ्या बांधवांनो, यांपैकी जे कोणी आम्हाला शोधत इथे आलेले असाल ते! मी, या 'केवन' वरील एक अत्यंत महत्त्वाची व्यक्ती, खात्रीपूर्वक सांगतो की, फारफार पुढच्या काळात जेव्हा तुम्हाला ही कालकुपी गवसेल, तेव्हा आम्ही या ग्रहावरचे सगळेच्या सगळे रहिवासी मृत्यूच्या जाड आणि जडशीळ पांघरुणाखाली चिरनिद्रा घेत असू. आम्हीच आमच्या अविवेकी अज्ञानातून आमंत्रण दिलंय सर्वविनाशी मृत्यूच्याच हाताला. तो आता जिवंतपणाची एकही खूण इथे शिल्लक राहू देणार नाही. ना एखादा जीवजंतू ना पाण्याचा थेंब. किरणोत्सर्गाने दूषित झालेली विषारी हवा तेवढी शिल्लक असेल. या ओढवून घेतलेल्या महाविनाशाची कारणं सांगण्यासाठी, मी ही कालकुपी खोल जमिनीत पुरत आहे.'

त्यानंतर केवनवरील जीवसृष्टीच्या उत्क्रांतीच्या अवस्था, टप्पे एकापुढे एक दाखविले जाऊ लागले. नवल म्हणजे पृथ्वीवरील सजीवांच्या उत्क्रांतीशी ते बरेचसे मिळतेजुळते होते. नंतर चित्रे दिसू लागली ती भरभराटीला आलेल्या भिन्नभिन्न संस्कृतींच्या इतिहासाची आणि त्यांच्या सुवर्णकाळाची. शेवटी आला उच्च तंत्रज्ञानाने चकित करून टाकणारा आधुनिक कालखंड मॉडर्न इरा! हे सगळं भव्यदिव्य

असतानाही इतिहासाचं एकही पान माणसाच्या रक्तानं लाल झाल्याशिवाय उलटलं जात नव्हतं. सत्ता, संपत्ती आणि भूमीवर ताबा मिळवण्यासाठी किती कोवळ्या तरुण सैनिक मुलांचं रक्त वाहिलं, त्याला माप नव्हतं. महायोद्ध्यांच्या पराक्रमाचे पोवाडे शाहीर गातच होते. विजयाच्या गाथांची वर्णनेच ऐकवली जात होती. त्यात पराभूतांचे अश्रू, मृत सैनिकांच्या आईचे, पत्नीचे रडणे सगळेच विरून जात होते. तरीही इतिहासकाळात थोडीफार नीती शिल्लक होती. आधुनिक युगात सगळेच विरोधाभासाने चक्रावून टाकणारे घडते आहे. काही शास्त्रज्ञ जास्तीतजास्त माणसांना एका फटक्यात उद्‌ध्वस्त करतील आणि येणाऱ्या पिढ्यांचाही झिजूनझिजून सर्वनाश होईल, अशी महाभयंकर अण्वस्त्रे तयार करतात; तर दुसऱ्या बाजूला जीवघेण्या रोगांपासून माणसाचा जीव वाचवण्याकरिता औषधे शोधून काढण्यासाठी काही शास्त्रज्ञ जिवाचे रान करत असतात. प्रत्येक राष्ट्राच्या तळघरात अणुबॉम्ब लपवलेला आहे आणि तरीही त्यावर बसून आम्ही जागतिक मैत्रीच्या गोष्टी करत आहोत. त्यातच निष्पाप लोकांचे बळी घेणारे टेररिस्ट म्हणजे साक्षात मृत्यूची टांगती तलवारच! आता तर आणखी एका महायुद्धाची वेळ येऊन ठेपली आहे. त्यात मृत्यूशिवाय कुणीच मागे उरणार नाही. एक अविचारी कृती आणि सर्वनाश! या कुपीचा उद्देश हाच की, तुम्हाला कळावे की, आमच्या ग्रहावरील माणसाने कष्टाने उभारलेल्या सुंदर संस्कृतींचा शेवट माणसाच्या असंस्कृत मनांमुळेच कसा झाला.'
आवाज थांबला. सारे सभागृह अवाक् झाले होते. अशा तऱ्हेने मृत ग्रहाची कथा संपली. पडद्यावर फक्त स्थिर कुपीचे चित्र दिसू लागले. खाली अक्षरे होती, ''परमेश्वर या विनाशापासून तुमच्या ग्रहाला दूर ठेवो!''

बरोबर एका तासाच्या मध्यंतरानंतर सभेचे दुसरे सत्र सुरू झाले. सभागृहातील आणि बाहेरील सगळ्यांचीच उत्सुकता आता शिगेला पोहोचली होती, कारण आता खऱ्या रहस्याचा स्फोट होणार होता. अंतराळवीर प्रणोती आणि जॉन सर्वांसमोर येऊन उभे राहिले आणि अभिवादन करून त्यांनी आळीपाळीने निवेदन करायला सुरुवात केली. त्यांचा तो चित्तथरारक अनुभव लोक लक्षपूर्वक ऐकू लागले.

'ठरल्याप्रमाणे केवनवरून एका टाइम-कॅप्सुलसहित आमच्या यूलिसिस यानाचा परतीचा प्रवास सुरू झाला. दोन महिन्यांच्या सुरळीत मार्गक्रमणानंतर एकाएकी आमचा मॉनिटर बंद पडला. या अचानक तुटलेल्या संपर्कामुळे आम्ही अक्षरशः ब्लँक झालो; पण काही क्षणच! लगेचच स्क्रीनवर काही आकृत्या, सिग्नल्स दिसायला लागले; पण त्यामुळे आम्ही आणखी चक्रावलो, कारण त्यावर दिसणारे लोक पूर्णतः अपरिचित, निराळे होते आणि सिग्नल्सही थोडे बदलल्यासारखे दिसत होते. पृथ्वीवरच्या एखाद्या भलत्याच स्पेस-स्टेशनला तर आम्ही जोडले गेलो नव्हतो ना? त्यांचं बोलणं समजून घेण्यासाठी आम्ही तो आवाज लक्षपूर्वक ऐकू

लागलो, 'पृथ्वीवरून आलेल्या बंधूंचे स्वागत. आम्ही 'ज्योती' ग्रहावरून बोलत आहोत.'

'प्लॅनेट ज्योती? इज एनिबडी किडिंग?'

'नीट ऐका आणि आमची भीती बाळगू नका. कित्येक शतकांपासून तुम्हाला भेटायला आम्ही उत्सुक आहोत.'

'पण आमच्या शेड्यूलप्रमाणे...' मी कसंबसं सावरून बोलले.

'नाही. तुमच्या शेड्यूलमध्ये हे बसत नाही. तरीही आपण भेटणारच आहोत. अंतराळामध्ये 'ज्योती' ग्रहवासीयांनी स्वतःचं एक स्पेस-स्टेशन तयार केलंय. आमच्या तंत्रज्ञांनी ते इतर कुणालाही दिसणार नाही असं आवरण त्याभोवती तयार केलंय. तुमच्या अंतराळमोहिमांवर आमची बारीक नजर असते. तुमचे यूलिसिस यान जवळून जाताना आमच्या स्पेस-स्टेशनने त्याचा मार्ग बदलला आणि ते आमच्या 'ज्योती' या ग्रहाकडे वळवलं. काही क्षणांतच तुमचा आमच्याशी संपर्कही जोडला गेला. दोन दिवसांत तुम्ही आमच्या ग्रहावर येऊन पोहोचालसुद्धा!'

'हायजॅकिंग? आम्हाला हा मोठाच धक्का होता. न भूतो न भविष्यती असे संकट! तरीही हे परग्रही हायजॅकर्स निदान खूप धोकादायक वाटत नाहीत,' असा विचार करून आम्ही आमचे मनोधैर्य खचू दिले नाही. या कल्पनातीत भविष्यकाळाचे दडपण दूर व्हावे, म्हणून जॉन गाऊ लागला,

'के सेरा सेरा, व्हॉटेव्हर विल बी, विल बी!'

'प्लॅनेट 'ज्योती'च्या कक्षेत शिरून आमच्या यूलिसिस यानने त्याभोवती दोन प्रदक्षिणा पूर्ण केल्या. अर्थात कॅमेरा ऑन होताच! मनाची इतकी ताणलेली अवस्था असतानाही समोरची चित्रासारखी सुंदर दृश्यमालिका बघून आमची चित्तवृत्ती प्रसन्नतेने उचंबळून आली. विशाल निळे महासागर, उंच हिरवे डोंगर, अफाट विविधतेने नटलेली वनश्री, नद्या, प्राणी, पक्षी, खेडी, शहरे. काय नि किती बघावे? केवनवरच्या जळजळीत अनुभवानंतर हे म्हणजे डोळ्यांना मेजवानीच होती. हीच ती घडी, ज्यासाठी माणसाने शतकानुशतके शोध घेत भटकंती केली होती. अंतराळात तिकडे कोणी आहे का? याचे उत्तर मिळत होते. आम्ही दोघे या नाट्यमय भेटीचे पहिले सहभागी. किती रोमांचकारी! तरीही मनात पृथ्वीवर परत जाता येईल की नाही, ही भीती होतीच. या हायजॅकिंगचा हेतू काय असेल? आम्ही तिथे कोण असणार आहोत? बंदी की पाहुणे? उतरल्यावर प्राथमिक तपासणीसाठी आम्हाला काही दिवस अलग ठिकाणी ठेवण्यात आले. तिथले हवामान, गुरुत्वाकर्षण आणि अगदी प्यायचे पाणी, फळे व अन्न कशाशीही जुळवून घ्यायला आम्हाला फार कष्ट पडलेच नाहीत. सगळा आसमंत प्रदूषणमुक्त, स्फटिकनितळ, ताजा व प्रसन्न होता. आमचे यजमान 'ज्योती'वासी अगदी स्वागतशील आणि मित्रासारखे वाटत होते. म्हणून

मग त्यांनी दिलेल्या गोष्टी आम्हीही विश्वासाने स्वीकारल्या. मग त्यांनी त्या ग्रहावरील विविध ठिकाणी भेटी देण्याचा आमचा कार्यक्रम सुरू केला. तिथला वैभवसंपन्न निसर्ग आणि तितकाच आधुनिक तंत्रज्ञानाने सुसज्ज असा आजचा माणूस यांत साधलेला सुंदर तोल बघून आम्ही भारावून गेलो. वनस्पती, प्राणी व माणूस गुण्यागोविंदाने नांदत होते तिथे. हे आटोपल्यावर एके दिवशी आम्हाला एका मोठ्या हॉलमध्ये भरलेल्या सभेत नेण्यात आलं. तिथं जमलेल्या प्रमुख व्यक्तींनी आमचं मनापासून स्वागत केलं. सर्वांत वृद्ध नेत्याने आम्हाला अतिशय प्रेमभराने आलिंगन दिले. त्यानंतर सभेच्या प्रमुख नेत्याने आमच्याशी संवाद साधायला प्रारंभ केला.'

'आमच्या गॅलक्सीमधील धाकट्या बंधू ग्रहावरच्या म्हणजे पृथ्वीवरच्या लोकांचे प्रतिनिधी असलेल्या तुमचे मनापासून स्वागत. प्रथम तुमचा अंतराळवारीचा कार्यक्रम थोडा बिघडवल्याबद्दल क्षमस्व! पण तुम्हाला लवकरात लवकर भेटणं फार गरजेचं होतं. पृथ्वीवासीयांच्या कधी फारसं लक्षात आलं नसेल; पण आमची स्पेसप्रोब म्हणजे मानवविरहित यानं अनेकदा पृथ्वीजवळ येऊन गेली आहेत; त्यामुळे पृथ्वीची आम्हाला चांगलीच माहिती आहे. अगदी प्रमुख भाषेसह.'

'सर, मग यापूर्वीच तुम्ही पृथ्वीशी संपर्क का नाही साधलात?' जॉननं आश्चर्यानं त्यांना विचारलं, तेव्हा किंचित हसून ते म्हणाले. 'मुद्दामच नाही संपर्क साधला तुमच्याशी. अर्थात आपल्यातील संवादाची ही पहिलीच पायरी आहे. हे सगळं तुम्हा दोघांना आत्ताच्या आता समजावून सांगणं कठीण आहे. म्हणून 'ज्योती' ग्रहाची संपूर्ण माहिती भरलेली ही कालकुपी आम्ही तुमच्या स्वाधीन करीत आहोत. पृथ्वीवरचे नेते ही कुपी उघडतील, तेव्हा तुम्हाला या प्रश्नांची उत्तरे आपोआप मिळतील. तुमच्या वाटचालीला आमच्या शुभेच्छा!' असं म्हणून त्यांनी सभा आटोपती घेतली आणि आता आम्ही तुमच्यासमोर उभे आहोत.'

या निवेदनाने त्या दुसऱ्या कालकुपीत काय आहे हे समजून घेण्याची सर्वांची उत्सुकता शतपटीने वाढली. 'ज्योती नावाच्या ग्रहावरील लोकांनी केव्हाच पृथ्वीचा शोध घेतलेला आहे, ही गोष्टच मुळी अत्यंत सनसनाटी होती. याचा अर्थ 'ज्योती' ग्रहावरचे ते लोक आपण आत्तापर्यंत केलेल्या सर्व कल्पनांपेक्षा खूपच वेगळे आहेत, असं दिसतंय. त्यांना ना आपल्यावर हल्ला करायचाय ना पृथ्वीला जिंकायचंय.' लोक नवल करत होते.

मग 'ज्योती'वरची डॉक्युमेंटरी सुरू झाली. सगळं जग या कार्यक्रमाचे साक्षीदार होतं. डॉक्युमेंटरी बघताना प्रेक्षक पुन्हा एकदा दचकले; कारण तिथल्या उत्क्रांतीचे टप्पे, इतिहासाचे कालखंड, आधुनिक काळातली प्रचंड प्रगती हे सगळं काही जवळजवळ 'केवन'प्रमाणेच दिसत होतं. धीरगंभीर आवाजात सांगितलं जात होतं, 'आम्ही कालगणना सुरू करून पन्नास हजार वर्षं पूर्ण झालीत. तुम्ही बघताच

आहात ‘ज्योती’ ग्रह सर्वच बाबतींत किती सुसंपन्न होता; पण बघा हा ग्रह भिन्नभिन्न संस्कृती, देश, धर्म, भाषा, वर्ण, जात यांत किती विभागला गेला होता; नव्हे, चिरफाळलाच गेला होता. सगळ्या जगावर आपलीच सत्ता हवी या महत्त्वाकांक्षेतून वारंवार युद्धे, महायुद्धे उद्‌भवत होती. एका बाजूने टेक्नॉलॉजी अफाट वेगाने पुढे जात होती. प्रत्येक देशाला शेजारी देशापासून भय होते. त्यातच असंतुष्ट समूहातून भयंकर टेररिझम उदयाला आला होता. न्यूक्लिअर सायन्सचा फायदा होत होता, त्यापेक्षा न्यूक्लिअर वेपन्सची दहशत जास्त भयंकर होती.

‘अर्थात मानव-उत्क्रांतीच्या प्रत्येक युगात आमच्याही ग्रहावर परमेश्वराचे अवतार झाले, प्रेषितांनी जन्म घेतला होता. संत, विचारवंत, दूरदर्शी आदर्श राज्यकर्ते शतकातून एकेकदा जन्म घेत होते; पण या सगळ्यांचं आम्ही काय केलं? आम्ही त्यांची पूजा बांधली आणि मग त्यांना त्यांच्या थोर विचारांसह देवळातील मूर्तींमध्ये, पुतळ्यांमध्ये, स्मारकांमध्ये आणि पवित्र ग्रंथांमध्ये डांबून टाकलं. त्याचाच परिणाम म्हणून आम्ही सर्वनाशाच्या शेवटच्या कड्यावर उभे होतो. एक पाऊल पुढे आणि महाविनाश! त्याच काळात आमचे अंतराळवीर अंतराळात ‘वसाहतीला योग्य’ असा ग्रह शोधण्याची धडपड करत होते. त्या प्रयत्नात ते पोहोचले केवनवर. तो जरी मृत ग्रह असला, तरी त्याने कालकुपीची भेट जमिनीखाली ठेवलेली होती आमच्याचसाठी. आतापर्यंत ‘केवन’वरून आणलेल्या कालकुपीत आम्हाला काय सापडलं आणि कोणता संदेश मिळाला, हे तुम्हाला कळून चुकलंच असेल, कारण तुम्हीही त्या कालकुपीतला संदेश पाहिलाच असेल. ‘केवन’च्या कालकुपीने आमच्या त्या वेळच्या सत्ताधीशांचे डोळे खाडकन उघडले. ते साल होते ३५,०००. अर्थात आमच्या कालगणनेप्रमाणे. ‘केवन’ हा कितीतरी शतकांपूर्वी या सर्व अवस्थांमधून गेला होता आणि तेथील मानवी अस्तित्वाच्या बाल्यावस्थेतच म्हणू या, अविवेकी, आत्मघातकी कृतींमुळे मृत झाला होता.

‘केवन आपला मोठा भाऊ होता. जाताना त्याने दिलेल्या संदेशाची डॉक्युमेंटरी बनवून सर्व ‘ज्योती’वासीयांना पुनःपुन्हा दाखवली गेली. अत्यंत गंभीर चर्चा, सभा आणि मुख्य म्हणजे खोल आत्मपरीक्षण होऊ लागले. शेवटी एकमताने काही निर्णय घेण्यात आले, तेव्हापासून प्रत्येक देशाने, अगदी अतिरेकी गटांनीसुद्धा क्रांतिकारी निर्णय घेतले. जीवनाच्या प्रत्येक प्रांतात शुद्धीकरणाला सुरुवात झाली. महात्म्यांचे विचार मोकळे केले गेले. अंतराळाच्या शोधाबरोबरच मानवी मनाचा, थोर संस्कारांचा शोध घेतला गेला. मग मनातून राग, संताप, ईर्ष्या, द्वेष, सत्तासंपत्तीची अनिवार लालसा या भावना बाहेर पडून जाऊ लागल्या. हा ‘कॅथार्सिस’ पूर्ण व्हायला तब्बल तीन शतके लागली, तेव्हा कुठे आम्ही पूर्णपणे मनाने शुद्ध झालो. देशादेशांतील सीमा केव्हाच पुसून गेल्या होत्या. देश ही संकल्पनाच विलयाला

गेली. त्याबरोबरच जात, धर्म, पंथ, वंश यांचा अभिमानही पूर्णपणे गळून पडला. भयमुक्त मनांनी अनेक धाडसी पावले उचलली. आता मिलिटरीची गरज उरली नव्हती की, शस्त्रांची सज्जता जरुरीची नव्हती. अण्वस्त्रधारी देशांनी स्वतःच ती नष्ट करून टाकली. युद्धे, महायुद्धे हा आता फार पुरातन इतिहास झाला आहे. युद्ध हे कोणत्याच समस्येचं उत्तर नसतं. प्रत्येक जिंकलेलं किंवा हरलेलं युद्ध पुढच्या युद्धाचं बीज असतं, हे केव्हाच कळून चुकलं होतं. असं सगळं असतानाही केवनची डॉक्युमेंटरी आम्ही पुनःपुन्हा नव्या पिढ्यांना सावध ठेवण्यासाठी दाखवीत असतो. त्याबरोबर आमच्याही इतिहासाची रक्तलांच्छित चित्रे दाखवतो.

'आता आम्ही सगळे फक्त 'ज्योती'वासीय आहोत. आमच्या भाषातज्ज्ञांनी मिळून एक भाषा तयार केली आहे. तीच आमची विश्वभाषा. मानवता आणि सहिष्णुता हा आमचा विश्वधर्म. पूर्वी युगायुगांतून एखादा थोर अवतार जन्म घेई. आज प्रत्येक 'ज्योती'वासीय हा विश्वमानव आहे.

'तुम्हाला असं वाटणं स्वाभाविक आहे की, वाद, भांडणं नाहीत; राष्ट्राभिमानातून उद्‌भवलेली युद्धे नाहीत; वंश-जातीच्या अभिमानातून उद्‌भवलेले उच्च-नीच स्तर नाहीत; त्यामुळे आमचे जीवन अळणी, नीरस आणि रंगहीन झालेले असेल; कंटाळवाणा एकसूरीपणा भरून राहिला असेल; पण मी शपथपूर्वक सांगतो की, एकदा या दैवी आनंदाने मनाच्या आणि आत्म्याच्या निर्विवाद मुक्तीने, या स्वर्गीय शांततेने, या सर्वश्रेष्ठ प्रसन्नतेने तुमच्या मनाला स्पर्श केला की, तुम्ही माणूसजातीच्या त्या अपरिपक्व टप्प्यावरील मूर्ख इतिहासाकडे, त्या भयंकर युगांकडे परत वळण्याचा विचारसुद्धा करणार नाही. हे एवढंच आमच्या धाकट्या बंधू-ग्रहाला – पृथ्वीला – आम्हाला सांगायचं होतं. जर भविष्यात तुम्हीही विश्वमानव बनलात, तर आपली भेट होईलच; तोपर्यंत आम्ही तुमच्याशी कोणताही संपर्क साधणार नाही.

'आता तुमच्यासमोर आहेत दोन ग्रहावरच्या दोन कालकुप्या. दोन मार्गांची दोन महाद्वारे तुमच्यासमोर खुली आहेत.

'आता तुम्हाला ठरवायचं आहे.
ज्योती की केवन?
जीवन की मरण?
टू बी ऑर नॉट टू बी?'

'निर्णय तुमचा आहे.
चॉइस इज युवर्स!'

◆

दार

'ए, यंग मॅन!' कारमधल्या गृहस्थांनी डोकं किंचित बाहेर काढून हाक मारली, तसा रस्त्याच्या कडेनं निघालेला तेजस त्यांच्याजवळ गेला. 'इंजिनिअरिंग कॉलेजकडे जायचा रस्ता हाच ना?' त्यांनी विचारलं. त्यांना उत्तर देणार एवढ्यात 'ए भाऊ, दयाराम इंजिनिअरिंगकडं हिकडूनच जायचं नव्हं?' असं विचारीत एक खेडवळ माणूस तेजसजवळ येऊन उभा राहिला.

'हो हो, असंच सरळ जायचं. जरा उंच टेकडीवर गेल्यावर दिसेलच कॉलेज.'

तेजसचं लक्ष त्या दोघांच्या हातांतील लिफाफ्यांकडे गेलं म्हणून तो पुढे म्हणाला, 'तिसऱ्या गेटमधून आत गेलात, तर समोरच ॲडमिनिस्ट्रेशन बिल्डिंग दिसेल. ऑफिस समोरच आहे.'

'थँक यू! तू पण तिकडेच वर?' त्या गृहस्थांनी विचारलं.

'हो. त्याच कॉलेजमध्ये मी लास्ट इयरला आहे.'

'अरेच्चा! मग बस ना गाडीत. म्हणजे रस्ताही चुकायला नको.'

'ओ.के. सर! यांना पण तिकडेच जायचंय. कुड यू अकोमोडेट?'

'शुअरली,' असं किंचित नाइलाजानं म्हणत त्यांनी दरवाजा उघडला.

'या काका, बरोबरच जाऊ', म्हणत तेजसनं त्या खेडुतालाही गाडीत बरोबर

घेतलं. बसल्यावर कारवाल्या गृहस्थांनी आपली ओळख करून दिली.

'मी एस. टी. बेल्हेकर. माझा मुलगा परेश. तुला माहीत असेल?'

'माहिती आहे. आमच्याच होस्टेलला आहे तो. मी तेजस.' नंतर त्या खेडुताकडे वळून त्यानं विचारलं.

'तुम्ही अशोकला भेटायला आलात ना?'

'हां बराबर. आमचा मुलगा अशोक पण हाय ना इंजिनिअरिंग हास्टेललाच. वळीखता तुम्ही त्याला?

'म्हणजे काय? दोस्तच आहे माझा तो. एका रूमवरच राहतो आम्ही दोघं.'

'व्हय का? मग बरंच झालं की! ते काय कालिजकडनं पत्रं आलतं, पालकांनी येऊन भेटावं, म्हनून आलतो इथवर. नायतर समदं त्याचं तोच बगतो. आमाला हितवर यायची येळ न्हाई आली कंदी. पत्रातलं मला काई समाजलं नव्हतं तवा आमच्या रामवाडीच्या सरांना दावलं. ते म्हनले, अशोकची हाजरी कमी भरतीय. परत समदे पेपर बी सुटले न्हाईत म्हनून. बगू आता प्राचार्यसायेब काय म्हनतात ते.'

बेल्हेकरसाहेब यावर काहीच बोलले नाहीत. तेजसनेही त्यांना मुद्दामहून काही विचारलं नाही. बेल्हेकरांच्या येण्याचं कारणही तेच होतं – परेश बेल्हेकरची सततची गैरहजेरी आणि वाईट रिझल्ट. त्यांच्या कोटाच्या खिशातून डोकावणाऱ्या लिफाफ्यावरून ते ओळखणं तेजसला अवघड गेलं नाही; पण त्यांना ऑकवर्ड वाटू नये म्हणून तो गप्प बसला. कॉलेजच्या मॅनेजमेंटने आता ही नवीनच पद्धत सुरू केली होती. कॉलेजमध्ये न कळवता पंधरा दिवसांपेक्षा जास्त दिवस गैरहजर राहणाऱ्या विद्यार्थ्यांच्या पालकांनाच थेट पत्र पाठवून बोलावून घ्यायचं. त्यातून काही पेपर्स राहिले असतील तरीही पालकांच्या कानावर घालायचं, म्हणजे पालकांकडूनही मुलांवर दाब राहील. मुलं नेमकी काय करतात, यावर लक्ष राहील; त्यामुळे वचक राहून कॉलेजची शिस्त आणि पासिंग पर्सेंटेज दोन्ही सुधारेल, ही अपेक्षा!

गेट नं. तीनमधून गाडी आत आली. तेजस त्या दोघांना घेऊन ऑफिसकडे आला. ऑफिस नुकतंच उघडलं होतं. 'प्राचार्यसाहेब यायला बराच वेळ आहे. आपण बसा', असं क्लार्कनं सांगितलं. सूट-टाय-ब्रीफकेसवाले साहेब एका खुर्चीत व्यग्र चेहऱ्यानं बसले. पलीकडे दोन खुर्च्या सोडून साध्या पायजमा-शर्ट-टोपीतले अशोकचे वडील कॉलेजच्या एकूण भव्यपणाला दबून बसले. दोघंही नाइलाजानं आल्यासारखे चेहऱ्यावर काळजी साठवून होते. तेजस जायला वळला, तोच बेल्हेकर म्हणाले, 'तेजस, लेक्चर्स नसतील तर बस ना जरा.' त्यांना नक्कीच मनातलं काहीतरी बोलायचंय, हे तेजसनं ताडलं. आज नाहीतरी 'नॉन-इन्स्ट्रक्शनल डे' जाहीर केल्याने लेक्चर्स नव्हतीच. तो बसल्यावर साहेबांनी सहज विचारलं,

'तुझा रिझल्ट कसा आहे?'

'मला डिस्टिंक्शन आहे.' तेजसला त्यांना रिझल्ट सांगताना उगीचच संकोचल्यासारखं झालं.

'अरे वा!' साहेब कौतुकानं म्हणाले, मग त्यांच्या चेहऱ्यावर पुन्हा चिंतेचं जाळं विणलं गेलं. थोड्या जडपणे खासगी आवाजात ते म्हणाले, 'आमच्या परेशचं मला काही समजतच नाही बघ. दरवर्षी इतक्या पेपर्सचा बॅकलॉग कसा राहतो, देव जाणे! पी. एल.मध्येही इथेच असतो. एरवी रेग्युलर क्लास अटेंड करायला काय होतं? अटेंडन्स इतका कमी का भरतो? विचारलं तर धड उत्तर देत नाही. आताही मोबाइल ऑफच आहे त्याचा. त्यात तिकडे कारखान्यात एवढा मोठा प्रॉब्लेम झालाय की, त्या क्रायसिसमधून बाहेर कसं पडायचं, याच चिंतेत आहे मी. त्यातून हे चिरंजीव. पुढे इंडस्ट्रीत येईल म्हणून मेकॅनिकलला प्रवेश मिळवून दिला. वाटलं, हाताशी येईल, नवी टेक्निक्स शिकून कारखाना अद्ययावत करील; पण होतंय भलतंच! याचं लक्षच नाही. सगळ्या पेपर्समध्ये साधं पासही होता येत नाही. सगळी सुखं हात जोडून उभी आहेत ना. राहण्याची, क्लासची कशाची ददात नाही; पण मनच करंटं. चैनीत दिवस चाललेत राजेश्रींचे. बाप कुठल्याकुठल्या आपत्तींना तोंड देतोय? यांच्या जगण्यावर जरासा ओरखडाही नाही. कशाकशाची चिंता करू? याची का कारखान्यातल्या प्रॉब्लेम्सची?'

'कसला कारखाना आहे?' तेजसनं उत्सुकतेनं विचारलं. एरवी बेल्हेकर तसे रिझर्व्ह्ड; पण अडचणींचं प्रेशर इतकं वाढलं होतं की, त्यांचं मन मोकळं व्हायची वाट शोधत होतं. तेजससारखा भावस्पर्शी नजरेचा तरुण भेटल्यावर स्टेटसचं वगैरे दडपण झुगारून सहानुभूतीच्या छोट्याशा झरोक्याचं राजद्वार बनून, त्यांच्या मनातलं सगळं बाहेर आलं.

'फाउंड्री आहे. पंचवीस वर्षांपूर्वी सुरुवात केली होती. स्क्रॅप आणि मेटल वितळवण्याचं मुख्य काम चालत होतं.'

'इंडक्शन फरनेस?'

'येस! त्याच्याच जोडीला इतर व्यवसायांना लागणारे जॉब्ज बनवण्याचा जोड-व्यवसाय सुरू केला. कपॅसिटी दुप्पट झाली.'

'मशीनरी कोणत्या प्रकारची आहे?'

'आता नवीन सी.एन.सी. मशीन बसवलंय. दिलेल्या ड्राइंगप्रमाणे ते अचूकपणे काम करतं; म्हणजे करत होतं. एकदा मायक्रोप्रोसेसरवर प्रोग्रॅम करून दिला की, त्याप्रमाणे जॉब्ज कट करणं, ड्रिल करणं सगळं शिस्तीत चाललं होतं. कस्टमरही वेळेत आणि परफेक्ट काम झाल्याने खूश असायचे. मोठ्या ऑर्डर्स मिळायला लागल्या. आतातर एका प्रिसिजन इंडस्ट्रीची खूप मोठी ऑर्डर आलीय आणि नेमका प्रॉब्लेम सुरू झाला.'

'सी.एन.सी. असल्यावर कसा काय?'

'कसा न् काय!' तेच तर कळत नाही. आधी इलेक्ट्रॉनिक कंपोनंट्स बंद पडतात, मग कंट्रोलर, मग पॉवर सप्लायच फेल जातो. कामाची सगळी लिंकच खराब होऊन जाते; त्यामुळे जॉब्जचा एक लॉटच्या लॉट तसाच बाहेर येतो. नाहीतर चुकीच्या पद्धतीने होतो. कामाची क्वालिटी घसरते. कधी नव्हे तो माल रिजेक्ट होऊन, परत यायला लागलाय. नवीन ऑर्डर्स घेतच नाही; पण जुन्यांच्याच डिलिवरी तारखा चुकतात. त्या कस्टमरचं पुढचं प्रॉडक्शन खोळंबून राहतं अन् कितीतरी नुकसानही होतं त्याचं, ते वेगळंच! इतक्या वर्षांच्या गुडविलवर कसाबसा बिझिनेस टिकवून ठेवला आतापर्यंत; पण आता असंच होत राहिलं तर...?'

'पण मग कारण काय ते कुणाला कळलं का?'

'तीच तर पंचाईत आहे. हेल्परपासून एक्सपर्ट्सपर्यंत सगळ्यांनी हात, पाय, डोकी सगळं चालवून पाहिलं. कुणाला थांगपत्ताच लागत नाही त्या स्पॉटचा. त्या विंगचे कामगार रिकामे बसायला लागलेत,' म्हणतात -

'भुताटकी आहे. मांत्रिकच बोलवा.'

'भुताटकी? यंत्रात?'

'त्यांचं काय चूक आहे सांग. प्रत्येक पार्ट, प्रत्येक फंक्शन तज्ज्ञांनी डोळ्यांत तेल घालून तपासलंय. काही हाती लागलं नाही. अरे, लागणार कसं? जनरली मशीन फॉल्ट असले तरी त्यात काही रेग्युलॅरिटी असते. म्हणजे उदा., प्रत्येक पाचवा जॉब खराब निघणं, तिसरा लॉट बिघडणं किंवा सगळ्या जॉब्जच्या एखाद्या विशिष्ट भागाचं कटिंग नीट न होणं. काहीतरी सिस्टिम असतेच. या इरेग्युलॅरिटीतही एक रेग्युलॅरिटी असते; ती सापडली की, फॉल्ट शोधणं अवघड नसतं.'

'मग तुमच्याकडे तसं नाही?'

'ऑल इरॅटिक! कधी सलग पाच दिवस मशीनरी शहाण्यासारखी चालते. शंभर टक्के ॲक्युरेट जॉब्ज. मग अचानक अंगात आल्यासारखे लॉट्स खराब यायला लागतात. कधी दुसरा, कधी पंधरावा, काहीही! कधी नुसताच सुटा एखादा पीस खराब तर कधी सलग अनेक. कुठलीही निश्चितता नाही. आता फक्त मांत्रिकच बोलवायचा राहिलाय. त्यांचेही दोन पत्ते खिशात घेऊन आलोय.'

'सर, काहीतरीच काय?' तेजस धक्का बसून म्हणाला.

'मग काय करू? आहे का काही सोल्युशन? सांग.'

तेजसने मान वळवली. अशोकचे वडील कुतूहलानं त्याचं बोलणं ऐकत होते. एवढ्या मोठ्या माणसामागेही जीवघेण्या कटकटी आहेतच, असा भाव त्यांच्या चेहऱ्यावर होता. अशोक! तेजसच्या डोक्यात वीज चमकली.

'सर, मी काही सुचवलं तर लहान तोंडी...'

'छे, छे! बोल ना. तुम्हा तरुण मंडळींकडे माहितीचे, ज्ञानाचे सोर्सेस खूप असतात. बोल आहे काही उपाय?'

'आहे. म्हणजे माझ्या मित्रानं, याच प्रॉब्लेमचा अभ्यास करून सोल्युशन काढणारा प्रोजेक्ट केलाय.'

'अरे, कुठाय तो? भेटव ना त्याला. नाहीतर असं करू या – मी हे ऑफिसचं हजेरीचं लफडं निस्तरतो, तोवर तू त्याला घेऊन येशील का? प्लीज!'

'येतो सर. तुमचा सेलनंबर द्या.' येतो काका असं म्हणत तो झपाझप होस्टेलकडे निघाला. त्याला नवल वाटलं. एक तो परेश आणि दुसरीकडे अशोक... अशोक–

अशोकची अवस्था परेशच्या अगदी उलट होती. आधी तेजस आणि मंगेश रूम पार्टनर्स होते आणि शेजारच्याच रूममध्ये अशोक आणि भावेश. मंगेशला अभ्यास करताना जराही डिस्टर्बन्स चालत नसे; पण तेजसला तर कुठलीतरी संगीताची धून मागे चालू असल्याशिवाय पुस्तकाचं पान उलटावंसं वाटत नसे. जोडीला गुणगुणणं, प्रॉब्लेम सॉल्व्ह करताना टेबलावर ताल धरणं असायचंच. मग दोघांचे खटके उडत.

'तेज्या, प्लीज यार. बंद कर ना गाणी. मला नाही जमत.'

'ओ.के. ओ.के.' म्हणत तेजस टेप बंद करी; पण थोड्या वेळानं परत हळू आवाजात का होईना सुरू होईच. अशातच एकदा भावेश घाबऱ्याघाबऱ्या धावत त्यांच्या खोलीत घुसला.

'अरे यार, तेजा - मंग्या, तुम्ही इकडं म्युझिकबिझिक लावून निवांत बसलाय. तिकडं अशक्याचं बघा काय झालंय.'

'काय झालं?' दोघांनी एकदमच विचारलं.

'अशक्याचं काय खरं नाही दिसत. प्रॅक्टिकल्स इतकी फर्स्टक्लास करतो की, ती खडूस बर्वेमॅडमही आउट ऑफ मार्क्स देते त्याला; पण थिअरीतच कायतरी जांगडगुत्ता करतो. मग बॅकलॉग! आता तसा बॅकलॉग काय कुणाचा नसतो का? कॉमन गोष्ट. किती समजावलं. आता पुढच्या दोन पेपरचे पण बारा वाजलेत. जाम डाउन झालाय. या अशक्याचं काय करावं ना, कळतच नाही.'

'चल, चल बघू या' म्हणत तेजस भावेशबरोबर त्यांच्या खोलीकडे गेला. अशोक कोपऱ्यात जमिनीवर गुडघ्यांत डोकं घालून बसलेला. तेजसने भावेशला खूण केली. तो मग शहाण्या मुलासारखा पुस्तक उचलून बाहेर निघून गेला. एकदा केस तेजसकडे गेली की, काळजी नाही, या विचाराने निवांत झाला. तेजसचे दोस्त गमतीनं म्हणायचे, 'कुणाला चांगलं गाणं येतं, कुणाला मस्त पेंटिंग, तर आमच्या तेजाला माणसं येतात. डोळ्यांत जणू मनाचा एक्स-रे असल्यासारखा कुणाच्याही थेट मनाला भिडतो भिडू. ज्यालात्याला तेजा जवळचा दोस्त वाटतो. कोणत्याही

प्रॉब्लेमवर एकही अक्सीर इलाज – तेजसभाऊ!'

'अशोक, काय झालं? काय प्रॉब्लेम आहे? मित्राशी शेअर कर ना.' तेजसने अशोकच्या पाठीवर हात ठेवून म्हटलं.

अशोकने मान वर केली, चेहरा भकास उद्ध्वस्त. 'माझं बी.ई. काही होत नाही; मी संपलोय', म्हणत तो चक्क रडायला लागला. तेजसनं मिनिटभर थांबून त्याला मोकळं रडू दिलं. मग सावकाश बोलायला सुरुवात केली. 'प्रॅक्टिकल्समध्ये आउट ऑफ मार्क्स घेतोस ना? ट्राय वन्स अगेन! सुटतील ना पुढच्या टर्मला. इतकं हताश व्हायला काय झालं? एखादं वर्ष मागे-पुढे. डझनावारी पोरांचे राहतात पेपर्स.'

'ते तुमच्यासारख्यांना परवडतं. माझी तर आताच गोची झालीय.'

'असू दे. हेही दिवस जातील निभवून.'

'आमचे नाही निभत रे! मघाशी मेधाताईचा फोन आला होता. माझी मेधाताई खरंतर इतकी हुशार व शार्प की, खरंतर तीच इंजिनिअर व्हायला पाहिजे होती; पण ती पडली मुलगी. घरच्यांचं म्हणजे वडिलांचं स्वप्नं की, मी इंजिनिअर व्हावं. रामवाडीला शेती आहे; पण अगदीच तुटपुंजी. बारावीला मला चांगले मार्क्स पडले म्हणून सत्कार झाला होता. ओ.बी.सी. कोट्यातून इथं ॲडमिशन मिळाली. आमच्या जातीच्या संस्थेतून हुशार गरजू मुलांची फी भरली जाते अगदी पूर्ण. अट एकच – सर्व विषयांत पास झालं पाहिजे. पहिल्या वर्षाची फी तर संस्थेनं भरली. सेकंडला मात्र पहिल्या टर्मला दोन पेपर्समध्ये मार खाल्ला. दुसऱ्या टर्मपासून फी मिळणं बंद झालं. मग दादांनी शेतीवर कर्ज काढलं आणि फी भरली. ते वर्ष पार पडलं कसंतरी. पुढे पुन्हा दोन पेपर्स राहिले. मग घरावर कर्ज. तालुक्याच्या सोसायटीचंही कर्ज आहेच. त्या सगळ्यांना मी म्हणजे उगवता सूर्य वाटतोय. अर्धपोटी राहूनही मला शिकवायची तयारी असते त्यांची; पण मीच आता मावळून गेलोय. सारखे पेपर्स राहतात. काढलेल्या कर्जाचं, सगळ्यांच्या अपेक्षांचं ओझं मला दडपतंय. माझा धीर खचलाय. काही लिहिता येईल, असं वाटतच नाही. नापासच होईन. आता आणखी पैसा उभा करायची ताकद आमच्या दादांमध्ये नाही रे! संपलं सगळं. जातो गावाकडं आणि तिथंच बघतो काहीतरी.'

'ए अशोक, अरे तुझा प्रॉब्लेम फक्त थिअरीचाच आहे ना? आपण बघू ना काय करायचं ते.'

'आता अजून काय न् कसं बघायचं? मी कशाच्याच लायकीचा नाही. माझं आता काहीही होऊ शकत नाही.'

'गप रे! मी आहे तुझ्याबरोबर. भाव्या जाईल मंगेशबरोबर राहायला आमच्या रूममध्ये. मी येतो इकडे. माझ्याबरोबर अभ्यास कर. बघू मग पेपर कसा राहतो ते. चॅलेंज घ्यायला शिका राजे. शेपूट घालून पळून जाणं सोपं असतं. अब डरना नही।

हम साथ साथ हैं।'

'तेजस तू... तू खरंच घेशील माझा अभ्यास?'

'हो बरं कुमार अशोक, इयत्ता पाचवी ब. घेईन बरं!'

'खेचा तुम्हीसुद्धा. माकडच झालंय ना आमचं!'

'अरे, तुला येतंच आहे. फक्त पेपरमध्ये प्रेझेंट करायचं टेक्निक कमी पडतंय. चार युक्त्या सांगतो.'

मग तेजस त्याचं चंबूगबाळं आवरून अशोकच्या खोलीत शिफ्ट झाला. तेजस मूळचाच हरहुन्नरी, प्रसन्न व्यक्तिमत्त्वाचा आणि माणूसवेल्हाळ! समोरची व्यक्ती लहान-थोर कोणीही असो; प्रत्येकाला तेजसबद्दल एक प्रकारचा विश्वास वाटे. त्याच्याशी जिव्हाळ्यानं बोलावं, आपले प्रॉब्लेम्स शेअर करावेत, असं वाटायचं. त्याचं वागणं आश्वासक होतं अन् वृत्ती होकारात्मक! उत्तरं शोधण्याची, दुसऱ्याला हात देऊन उभं करण्याची. काय झालं? कसं झालं? कुणाचं कसं चुकलं? कुणी काय करायला पाहिजे होतं? असल्या चर्चेमध्ये गुंतून न पडता आत्ताच्या समस्येतून मार्ग काढण्याचा विचार त्याला महत्त्वाचा वाटे. अशा तेजसच्या येण्याने अशोकला हुरूप आला नसेल तरच नवल! स्वतःचा अभ्यास सांभाळून तो अशोकला शिकवायचा. उत्तरं कशी लिहावीत? आधीच्या प्रश्नपत्रिकांवरून सराव कसा करावा? एक ना दोन! तो परीक्षेची तंत्र सांगत गेला. मग अशोकला थोडा आत्मविश्वास आला. अत्यंत अवघड वाटणारे दोन पेपर्स त्या टर्मला चांगल्या मार्कांनी सुटले होते.

तरीही या शेवटच्या इयरला अवघड परिस्थिती होतीच. अजूनही दोन पेपर्सचा बॅकलॉग होताच. फीचा प्रश्नही आ वासून उभा होताच. प्रोजेक्ट मात्र छान मिळालं होतं. टेक्फेस्टसाठी त्याने तयार केलेल्या डिवाइसेसनी अशोकची बुद्धी आणि तंत्रज्ञानातलं त्याचं इंप्रोव्हायझेशन सगळ्यांना चकित करून गेलं. प्रोजेक्ट तर त्यानं सगळ्यांच्या आधीच पूर्ण केला होता आणि अचानक काहीतरी अर्जंट कामासाठी त्याला मध्येच गावी जावं लागलं. गेला तो बरेच दिवस आलाच नाही. नंतर आला, तेव्हा खूपच काळजीत दिसत होता. तेजस जर त्याचा रूम पार्टनर झाला नसता, तर त्याची गाडी इथवरही आली नसती. अशोकला त्याने डिप्रेशनमधून कसंबसं बाहेर काढलं खरं; पण एकूण परिस्थितीच इतकी बिघडत चालली होती की, अशोक पुन्हा आतल्याआत निराशेच्या अंधारात विरत चालला होता. त्याला वाटलं, आता जर सगळे पेपर्स क्लिअर झाले असते, तर जाती-संस्थेकडून फीचे पैसे मिळण्यासाठी पुन्हा अर्ज करता आला असता. तेजसची मदत होती म्हणून वायडी नाही झालं नशीब. आता तर घरी पत्रं पाठवली होती कॉलेजनं. इतके दिवस इतकं सगळं दादांपर्यंत गेलं नव्हतं. पोरगं शिकतंय, तिथं खूप फी असते इतकंच त्यांना वाटत होतं. आता तेही गेलं. मेधाताईला मात्र सगळं माहीत होतं. तो आहे म्हणून तर...

ताईच्या आठवणीनं अशोकला भरून आलं. 'किती शहाणं असावं एखाद्या बहिणीनं? तिचा त्या वेळचा तो विवेकी निर्णय...'

'दादा, होस्टेलची पण फी भरावी लागेल. त्याची सोय कशी होईल?' गेल्या वर्षाच्या सुरुवातीला गावाकडनं येताना त्यानं विचारलं होतं. 'हां. ते पन हायेच. तू हो म्होरं. आमी हिकडनं कायतरी येवस्था करतो.' दादांनी मोघम सांगितलं. त्याला काळजी पडली होती की, फीअभावी होस्टेलही सोडावं लागतं की काय?

'अशोक, तुमची एम.ओ. आलीय, ऑफिसमध्ये या.'

निरोपासरशी अशोक तिकडे धावला. 'होस्टेलची फी भरायला पैसे पाठवत आहे. बाकी सर्व ठीक. – मेधाताई'

पैसे मिळाले, प्रश्न सुटला होता; पण त्याला कळेना की, आत्ता दादांनी ही रक्कम कशी उभी केली असेल? गहाण टाकायला तर काहीच उरलं नव्हतं. दुसऱ्या दिवशी भावेशचा फोन वाजला.

'अशक्या, तुझ्या मेधाताईचा फोन. बोल.'

'हॅलो अशोक, मनिऑर्डर मिळाली ना?'

'हो गं, कालच... पण कसं जमवलं हे?'

'त्याची काळजी तुला नको. मी आहे ना.'

'म्हणजे?'

'अरे, मी तालुक्याच्या क्लासमध्ये शिकवायला सुरुवात केलीय ना, तो पगार बाजूला ठेवला होता. शिवाय सरांनी ॲडव्हान्स म्हणून दिलेत काही. तू काळजी करू नकोस. तब्येत सांभाळ आणि सगळे पेपर्स कसे सुटतील, तेवढंच बघ. ठेवते.'

ताईच्या फोननं त्याला जास्तच अपराध्यासारखं वाटलं. त्याचे डोळे भरून आले. त्याच्या गावातल्या ताईच्या वयाच्या झाडून सगळ्या पोरींची लग्नं केव्हाच झाली होती. आई-दादा मेधाताईचं लग्न ठरवायचं बोलायला लागले, तेव्हा तिनं दोघांची समजूत काढली होती, 'लग्नं काय, होतंच राहतात. दादा, आपलं घर वर यायचं असेल, तर आधी अशोकला त्याच्या पायांवर उभं केलं पाहिजे. आपल्यासाठी ते कितीपण कठीण असलं, तरी झालंच पाहिजे.'

'अगं, पन त्यापायी तुझं लग्न रखडवायचं? लोकं तोंडात शाण घालतील.'

'आई, लोक पोटाला घालायला येतील? अशोकची थकलेली फी देतील?'

'ते बगू आमी. त्यात तू काय करणार हायेस? बारावी झालीस. तालुक्यात पहिली आलीस. लई झालं.'

'आई, तालुक्याच्या देसाई क्लासमध्ये गणित, शास्त्र शिकवण्यासाठी माझी निवड झालीय. दादा, माझ्या लग्नाचा विचार बाजूला ठेवा जरा. घर वर येऊ दे आपलं. नुसत्या शेतीवर अन् ते पण गहाण पडलेल्या शेतीवर आपलं भागंल का?'

अशी न तशी तिनं समजूत काढली होती त्या वेळी. 'तर अशा सगळ्यांच्या आशा माझ्या पास होण्यावर!' अशोक पुनःपुन्हा अंधाराच्या दिशेने निघाला होता. 'आणि मी? उंच फांदीवरचं फळ मिळवण्यासाठी जीव खाऊन उडी मारावी, दरवेळी फांदी हाताला लागतालागता सुटावी, तसं नशीब! तेजससारखा दोस्त ऐनवेळी धावून आला देवासारखा, नाहीतर वायडी ठरलेलंच होतं. ताई आभाळाला ठिगळं लावतीय, तिच्या पैशावर मी आरामात होस्टेलला राहिलो; गहाणवट, कर्ज यांवर आतापर्यंत कसंबसं भागवलं. ताईचा पगारही आता व्याजापोटी जाईल. या टर्मची फी भरणं केवळ अशक्य. दोन विषय राहिलेत म्हटल्यावर तोंड कोणापुढं वेंगाडायचं? फांदी कायमची हुकणार. तेजस, ताई कुणीच माझं नशीब नाही बदलू शकत. मी मूर्ख, नालायक, बिनउपयोगाचा, खायला काळ आणि भुईला भार, कुचकामी....' स्वतःला खेचतखेचत अशोकनं अगदी नीच पातळीवर आणलं. 'छे! मी जगायलाच नको. कोणाला तोंड दाखवायला नको.' त्याच्या डोळ्यांत निराशेचं पाणी जमलं. 'तेजस सकाळीच काहीतरी आणायला खाली गेलाय, अजून परत नाही आला. आज होस्टेलही शांतच दिसतंय. जाऊ दे, मी संपलो तर सगळंच संपेल,' असं म्हणत अशोकनं खिडकी लावली. दार लावण्याचा प्रयत्न केला. कडीकधी धड लागायचीच नाही. 'मरू दे. आता कुणीच इकडे येणार नाही.' त्यानं एका सणकीतच टेबल पंख्याखाली ओढलं. कपडे वाळत घालायच्या दोरीचा फास करून पंख्याला बांधला. 'चिठी लिहावी का?' असा स्वतःलाच प्रश्न केला. तेवढ्यात 'अशक्या, अशोक' म्हणत, धाडकन दार उघडून तेजस आत आला. तेजस जवळजवळ पळतच आला होता. त्याला थोडी धापही लागली होती; पण चेहरा मात्र विजयी वीरासारखा दिसत होता.

खोलीत शिरताच तेजसचं लक्ष मध्ये ओढून घेतलेल्या टेबलाकडं गेलं. तशीच नजर वर पंख्याला लटकलेल्या दोरीच्या लूपकडे गेली. तो मनातनं भयंकर दचकला; पण क्षणात त्यानं स्वतःला सावरलं आणि आपल्याला काही समजलंच नाही, असं दाखवत त्यानं अशोकला मिठी मारली.

'अशक्या, आपला प्रॉब्लेम सुटलाय.'

अशोक बावळटासारखा चेहरा करून सुम्म उभा.

तेजसनं भराभर खिडकी उघडली. टेकडीवरचा मस्त वारा खोलीत शिरला. सहज ओढत त्यानं टेबल जागेवर नेऊन ठेवलं. म्हणाला, 'अशक्या, आता कोणतंही रडकं कारण न सांगता माझा लॅपटॉप उघडून तुझा प्रोजेक्ट ड्राइव्हर घे. पटकन तयार हो. आपल्याला जायचंय.'

'कशाला? कुठं?'

'सांगतो ते कर. तुझे दादा आलेत ऑफिसमध्ये.'

‘काय? दादा आले?’ अशोकच्या पोटात विहिरीएवढा खड्डा!

‘पण मग प्रोजेक्टचं...?’

‘तू ऐकणार आहेस माझं. सांगतो तेवढं कर.’

‘हो.’ प्रश्न न विचारता अशोक वेगानं कामाला लागला.

‘अशोक, अरे आपल्या परेशचे वडीलसुद्धा आलेत ऑफिसमध्ये. येताना भेटलो आम्ही. त्यांच्या इंडस्ट्रीत एका ठिकाणी जाम लोचा झालाय. आपण, आय मीन तुझं आताचं प्रोजेक्ट माझ्या मतानं त्यांना हंड्रेड पर्सेंट क्रायसिसमधून बाहेर काढणार आहे आणि तुला पण.’

‘मला?’

‘येस. चल, जाताना सांगतो सविस्तर.’ ते बाहेर पडताना परेशच्या खोलीकडे गेले. त्याच्या मित्राजवळ परेशचे बाबा आल्याचा निरोप ठेवला आणि दोघे गेट नं सातजवळच्या छोट्या दुकानाकडे गेले, प्रोजेक्टची हार्डकॉपी असावी जवळ म्हणून. तिथे बाहेरच्या बाजूला उभे राहिले.

‘अरे, मी खाली गेलो होतो ना, तर वर येताना बेल्हेकरसाहेब आणि तुझे दादा एकदमच भेटले. एकत्रच आलो गाडीतून. बेल्हेकरांचा प्रॉब्लेम त्याच वेळी समजला मला. प्रॉब्लेम म्हणजे...’ तेजसने अशोकला सगळं सविस्तर सांगितलं. मग मध्येच थांबून म्हणाला, ‘ते हजेरीचं, म्हणजे मला एक सांग, तू मागच्या वेळेला गावाकडे इतके दिवस काय करत होतास? ते तू कधी मला नीट सांगितलंच नाहीस.’

‘काय सांगणार? आमच्यामागच्या कटकटीच वेगळ्या. इतकी वर्षे आमची जात ओबीसीत गणली जायची; पण मध्येच पुन्हा जातपडताळणीचा फतवा निघाला, म्हणून मग गेलो, तर तिकडं सरकारी खाक्या. आज या, उद्या या, तुमची जात कुणबी... ओबीसीत आहे का नाही बघायला पायजेल. इथपासनं घोळ सुरू केले. पंधरा दिवसांनी कसंबसं सर्टिफिकेट मिळालं.’

‘पण त्यानंतरही तू लगेच नाही आलास, का?’

‘जाऊ दे. ते काय सांगण्यासारखं नाही.’

‘मला पण...?’ तेजसनं दुखावून विचारलं. ‘इतकं लपवण्यासारखं काय आहे?’

‘लपवण्यासारखं काही नाही; पण सांगायलाही अवघड! बरं सांगतो; पण आपल्यातच राहू दे.’

‘प्रॉमिस!’

‘तेजस, काय सांगू? अरे, असं छाप-काट्यासारखं आयुष्य असतं आमच्यासारख्या विद्यार्थ्यांचं. इथं असतो ना, तेव्हा छापाचा राजा असतो. म्हणजे नीटनेटक्या खोलीत कॉटवर आरामात झोपू शकतो. पोटभर दोनदा जेवू शकतो. इथल्या पॉश क्लासरूममध्ये

पॉश पोरा-पोरींमध्ये शिकतो. अंगावर जरा बरे कपडे असतात; पण तिकडं गावाकडं गेलं की, काट्याची बाजू वर असते. राजा जमिनीकडं तोंड करून पालथा. ती काट्याची बाजू फार टोचरी असते.'

'तू जरा दम काढ अशोक. कठीण असला तरी हा काळही जाईल.'

'पण पुढे सरकणाऱ्या या वर्तमानकाळाच्या मागण्या फार भयंकर जीवघेण्या आहेत. आताच संपून जाईन असं वाटतं. हे बघ' म्हणून अशोकनं हात पुढे केले. खूप घट्टे पडले होते. त्यानं शर्टाची कॉलर बाजूला करून उघडा खांदा दाखवला. काळानिळा व निबर झालेला.

'अशोक, काय रे हे?' तेजसचंही पहिल्यांदाच लक्ष गेलं होतं.

'हे शेतकऱ्याचं नशीब!'

'म्हणजे?'

'त्या जातपडताळणीच्या वेळी गावाकडं गेलो होतो ना, तेव्हा आमच्या दोन बैलांतला एक बैल बसला. शेत, घर सगळं गहाण. गुंजभर सोनं नाही. ताईला नुकतीच नोकरी लागलेली. टीचभर पगार. आजूबाजूला सगळ्यांच्याच पेरण्या चालू; त्यामुळे बैल गुंतलेले.'

'मग ट्रॅक्टर?'

'अरे बाबा, एक रुपयाही नव्हता जवळ. तुम्ही कल्पनाही करू शकणार नाही अशी अवघड परिस्थिती झाली होती दादांची. शेवटी मीच उभा राहिलो एका बैलाच्या जोडीला जू खांद्यावर घेऊन. दादा खूप रडले त्या दिवशी; पण पेरण्या महत्त्वाच्या. त्या नाही झाल्या तर जगणंच थांबलं असतं. म्हणून मग आठ दिवस आणखी उशीर झाला यायला. तिकडे काय अन् इकडे काय, दोन्हीकडं मी बैलच ठरलोय. हे कारण कसं सांगू? शरम...'

'नाही रे अशोक. यू आर सिंपली ग्रेट!'

'मी कसला ग्रेट? तिकडे ये. रोज मरणाची लढाई खेळणारी ग्रेट माणसं जागोजाग दिसतील. वर्तमानकाळाशी शेतकऱ्याइतकी वाईट तडजोड दुसऱ्या कुणाला करावी लागत नाही. अरे, घरात मयत झाली तर प्रेत झाकून ठेवून आधी पेरण्या उरकून घेतात, मग मयतीचं बघतात. पेरणी करताना सगळे कढ आवरून धरून, आधी काळ्या आईची ओटी दाण्यांनी भरतील; मग तितक्याच मोकळेपणी गहिवर घालून न लाजता दुःख जाहीर करीत पोहोचवायला जातील. मोस्ट प्रॅक्टिकल. दुःख, वेदना, जेव्हाच्या तेव्हा व्यक्त करण्याचीसुद्धा चैन परिस्थिती करू देत नाही.'

हं, हा खरा इंडियातला भारत! जवळ, तरी खूप लांब. मध्ये भिंती असलेला; पण त्या भारतातून इंडियात येण्याकरिता तुझ्यासाठी तरी एक दरवाजा उघडतोय आता. चल. तेजसने त्याच्या खांद्यावर हात टाकला आणि ते दोघे ऑफिसकडे

निघाले. निघताना तेजसनं बजावलं, 'अशोक नीट लक्षात ठेव. ही प्रिंटआउट अगदी गरज पडली, मी सांगितलं, तरच बाहेर काढायची. कुणालाही आपल्या टेक्निकल गोष्टींच्या डीटेल्स ओपन करून सांगायच्या नाहीत. सोल्युशनचं सिक्रेट आपल्यापाशीच ठेवायचं. लोकं फार हुशार असतात. म्हणायचं, 'फल खाओ, पेड़ मत गिनो।'

'यस बॉस!' अशोक गमतीनं म्हणाला.

ऑफिसबाहेर बेल्हेकरसाहेब आणि दादा दोघेही वाट बघत होते. अशोक दादांकडे बघून कसनुसा हसला. तेवढ्यात तेजसने अशोकची ओळख करून दिली. मग म्हणाला, 'तुमचा नाश्ता-चहा? इथे बोलण्यापेक्षा कँटीनमध्ये बसू. चला, चला दादा, तुम्हीही चला. सगळेच जाऊ. परेशही आलेला असेल तोवर.'

अशोकच्या सगळ्या कन्सेप्ट्स, त्यांच्याच प्रॉब्लेमच्या लाइनवर केलेले प्रोजेक्ट, विशेषतः तयार केलेल्या डिवाइस हे सगळं ऐकून बेल्हेकर चांगलेच इम्प्रेस झाले.

'सुपर्ब!' ते म्हणाले. 'आमच्या प्लांटवर हे बसवून वर्कआउट झालं, तर यू नो यंग मॅन, माझे सगळे प्रॉब्लेम्स एकदम सॉल्व्ह होतील; पण त्यासाठी तुम्हाला तिकडे यायलाच हवं.'

अशोक एकदम अवाक् झाला. त्याला काय बोलावं, ते सुचेना. तसं बेल्हेकर म्हणाले, 'खर्चाची काळजी करू नकोस. वर्कआउट नाही झालं तरीही तुझा खर्च मी देणारच आहे. तू आकडा सांग; पण प्लीज! आता नाही म्हणू नकोस.'

'ओ.के. डन!' तेजसच अशोकच्या वतीनं म्हणाला. परेशही तोवर तिथे येऊन उभा राहिला होता. डॅडींचा बरा मूड बघून त्यालाही बरं वाटलं.

प्रिन्सिपलसाहेबांची परवानगी घेऊन सगळे बेल्हेकरसाहेबांच्या गावी, त्यांच्या कारखान्यावर येऊन दाखल झाले. साहेबांनी सर्व स्टाफशी त्यांची ओळख करून दिली. एक-दोन इंजिनिअर्स बरोबर घेऊन स्वतः साहेबांनी त्यांना सगळं वर्किंग समजावून सांगितलं. जरासं लांब गटागटाने उभं राहून कामगार आणि इतर स्टाफ चर्चा करत होता.

'ही कालची पोरं. एक्सपर्ट्स गेले हात हलवीत, तिथं ही काल मिसरूड फुटलेली पोरं काय दिवे लावणार?'

'साहेबांना लागलंय येड. कुनालापन आनत्यात. मला वाटलं, एखादा देवर्षी-बिवर्षी आनलाय का काय?'

'असं समजू नका हं. आजकालची मुलं – टॅलेंटच्या जोडीला जगभरातली इन्फर्मेशन असते त्यांच्या हाताशी – शार्प असतात.'

'बगू या. कोनाच्या का कोंबड्यानं उजाडू दे एकदा, म्हंजे झालं.'

अशोक, तेजस आणि परेशनेही सर्व मशीनरी फंक्शन्स पाहिली. दीड दिवसानंतर सुरळीत चाललेल्या लिंकमधून अचानक फॉल्टी पीसेस यायला लागले, तेव्हा

अशोकने पॉवर सप्लायची बारकाईने पाहणी केली आणि प्रॉब्लेम बरोबर आयडेंटिफाय झाला.

'तेजस, आपण अगदी परफेक्ट लाइनवर आहोत.' तेजसचा हात अत्यानंदाने दाबत अशोक म्हणाला.

'गुड! पण नो एक्साइटमेंट.' तेजसनं बजावलं. मग तो बेल्हेकरसाहेबांना म्हणाला, 'सर, आता ही अशोकने तयार केलेली डिवाइस आम्ही बसवतो. त्यानंतर काही दिवस प्रॉडक्शनचं चेकिंग करावं लागेल. आम्ही उद्या परत जाऊ.'

'उद्याच? पण मग...'

'प्रत्येक तासाचं, दिवसाचं, आठवड्याचं असं रेकॉर्ड ठेवायला हवं. म्हणजे फॉल्ट वगैरे निघतो का किंवा इतर काही परिणाम. आम्हाला रोज फोनवर कळवलं जावं. आता हे सगळं तात्पुरतं अ‍ॅरेंज केलंय. रिझल्ट्स आल्यावर तुम्ही म्हणाला तसं...'

'अरे, पण हे चेकिंग आणि रेकॉर्ड्स ठेवणं म्हणजे नेमकं कोण...'

'परेश.' तेजस ठामपणे म्हणाला.

'मी?' परेश एकदम गोंधळला.

'हो. तुला आता बऱ्यापैकी माहिती झाली आहेच की! तुझ्यापेक्षा इथे जास्त जाणकार, म्हणजे आपल्या प्रोजेक्टच्या बाबतीत तरी, कुणी नाही. शिवाय तू चोवीस तास राहू शकतोस, तेव्हा तूच करशील?'

'नक्कीच!' आपल्याला या सगळ्यात काही महत्त्वाची भूमिका मिळतेय, याचंच परेशला अप्रूप वाटलं. 'डोंट वरी! मी करतो हे डॅडींना बरोबर घेऊन आणि देतो रोज रिपोर्ट.'

दरम्यान, साहेबांना बाजूला घेऊन तेजसने अशोकच्या अद्वितीय टॅलेंटबद्दल आणि तितक्याच कठीण आर्थिक पार्श्वभूमीबद्दल सगळं सांगितलं. खरंतर या प्रोजेक्टमध्ये तेजसचाही बराच मोठा सहभाग होता; पण त्यानं आपलं नाव फार पुढे येऊ न देता अशोककडेच कसं जास्तीतजास्त श्रेय जाईल, हे पाहिलं.

दोघे होस्टेलवर परत आले. प्रचंड हुरहुर, आकांक्षा, काळजी आणि त्याचबरोबर खूप मोठी आशा आणि वाढीस लागलेला आत्मविश्वास या सगळ्याचं चमत्कारिक मिश्रण मनात होतं. सारा दिवस लेक्चर्स, प्रॅक्टिकल्स करतानाही एक अधीर अस्वस्थता मनाला व्यापून राहिली होती. पहिल्या रात्री परेशचा फोन आला, 'दिवसभर सर्व जॉब्ज व्यवस्थित निघालेत. आजतरी काही फॉल्ट दिसला नाही.'

दोघांनाही हायसं वाटलं. मग असे सलग पंधरा दिवस 'ओ.के.' रिपोर्ट मिळत गेले. बेल्हेकरसाहेब फारच खूश झाले होते. त्यांनी शनिवारी दुपारी मुलांसाठी गाडी पाठवली. तिकडे पोहोचल्यावर बेल्हेकरसाहेबांनी अक्षरशः अशोकला मिठी मारली.

तेजसलाही जवळ घेतलं. परेशही तिथेच होता. त्यांच्या डोळ्यांत आनंदाने अश्रू जमा झाले होते.

मग सीनियर इंजिनिअर्स व टेक्निकल स्टाफच्या आग्रहावरून एक मीटिंग झाली. अशोक व तेजसचा सत्कार करायचं ठरलं होतं. तेजसने परेशलाही हाताला धरून आपल्याबरोबर खुर्चीवर बसवून घेतलं. आज अशोक मुख्य पाहुणा होता. सर्वांना उत्सुकता होती, प्रॉब्लेमचं स्वरूप नेमकं कळलं कसं? आणि ती समस्या दूर करण्यासाठी अशोकने नेमकं काय केलं? कसलं यंत्र बसवलं? प्रश्न विचारले जात होते. तेजसने बजावून सांगितलं होतं, त्याप्रमाणे अशोक सगळ्यांना सर्वसाधारण समजेल, असं सांगायला उभा राहिला.

'आपल्या मशीनरीत कुठेही दोष नव्हताच', त्याने बोलायला सुरुवात केली. 'दोष होता तो वीजप्रवाहात म्हणजे पॉवर क्वालिटीत.'

'अहो, पण इथे तर वीज नाही जात फारशी. हाय टेन्शन तारा हो.'

'बरोबर आहे तुमचं. मी वीजप्रवाहाच्या सातत्याबद्दल नाही क्वालिटीबद्दल बोलतोय.' क्षणभर तो थांबला. हे सगळ्यांना जरा नवीनच होतं. 'सतत एका दाबाने वीजप्रवाह सुरू असला, तरी तो नेहमीच प्युअर नसतो. नळाच्या पाण्याच्या धारेत, जसे कचऱ्याचे कण येऊ शकतात, तसे वीजप्रवाहात स्पाइक्स येतात.' असं म्हणून त्यानं प्रोजेक्ट सुरू करून काही स्लाइड्स दाखवल्या. त्यात वीजप्रवाहातून ताऱ्यांसारखे टोकदार चमकणारे काटेरी स्पाइक्स स्पष्ट दिसत होते. त्यावर पॉइंटर नेऊन अशोक म्हणाला, 'या स्पाइक्समुळे डिस्टर्बन्स तयार होतो आणि तो लक्षातही येत नाही. वीजप्रवाह चालू आहे, इतकंच पाहिलं जातं. इंडक्शन फर्नेससारख्या हेवी मशीनमुळे मग संपूर्ण इलेक्ट्रिक सिस्टीमवर ताण येतो आणि केबल प्रमाणाबाहेर तापून कपॅसिटर उडतो. हे असं अधनंमधनं होत होतं.'

'पण तुम्ही बसवलेली डिवाइस हे सगळं कसं थांबवते?'

'थोडक्यात सांगायचं तर करंटचा फ्लो शुद्ध राहणं गरजेचं होतं म्हणून प्रायमरी आणि सेकंडरी वाइंडिंगमध्ये ॲल्युमिनियम शीट लावली. जणू विजेच्या नळाला गाळणीच लावली. प्रश्न सुटला.' फार डिटेल्स स्पष्ट न करता तो पटकन खाली बसला. मग इतर गोष्टी सुरू झाल्या.

अपयश ही यशाची पहिली पायरी वगैरे असते असं कितीही म्हटलं, तरी यशासारखं यशस्वी काहीच नसतं. हे शंभर नंबरी यश अशोकच्या चेहऱ्यावर आत्मविश्वासानं झळकत होतं. तेजसच्या आनंदाची जात तर औरच होती. बेल्हेकरांना तर तो जादूचा दिवाच वाटला. एकूण कारखान्यावरचं, कामगारांच्या रोजी-रोटीवरचं इतकं मोठं संकट कायमचं टळलं; नव्हे, अशोकने ते परतवून लावलं. सर्वत्र जल्लोष झाला. हार, पेढे, पार्टी. तो कौतुकात न्हाऊन निघाला. मुख्य म्हणजे 'हे

आमच्या परेशचे मित्र,' असं बेल्हेकरांनी सुरुवातीलाच सांगितल्यानं आधी नाइलाजाने हजर राहिलेल्या परेशलाही या उत्साहाची, यशाची, कर्तबगारीची थोडीशी चव चाखायला मिळाली, कारण परेशसाहेब म्हणून जो तो त्यालाही मान देत होता. बेल्हेकरांनी दोघांना बाजूला नेऊन अशोकला योग्य रकमेचा चेक दिलाच; परंतु पुढे याबाबत पेटंट घेण्यासाठी सगळी मदत करायची हमी दिली.

'बी.ई. झालास की, थेट इथेच जॉइन हो.' ते गमतीनं म्हणाले.

'आधी पेपर्स तर सुटायला हवेत आमचे,' अशोक म्हणाला.

'इतक्या अडचणी सुटल्या. आता पेपर्स कसे सुटत नाहीत तुझे, ते मी बघतोच', तेजस जोरात म्हणाला. 'तुला आता मी ताब्यातच घेतलंय.'

'आणि मला?' न राहवून परेश म्हणाला.

'या, राजश्री. तुम्ही पण!' तेजस म्हणाला.

भारत आणि इंडियाच्या मधल्या दारात अशोक, तेजस आणि परेश उभे होते.

◆

मैत्रीण

दुपारचे साडेबारा वाजत आले होते. तिनं सगळा स्वयंपाक करून एकएक पदार्थ टेबलावर नेऊन ठेवला. लोणचं, चटणी सगळं पुरेसं आहे का, ते बघून ट्रेमध्ये मांडून ठेवलं. मग ओट्यावरचं आवरायला घेतलं. सकाळपासून ओट्याशी कामं करून पाय अगदी भरून आले होते. पाच मिनिटं टेकल्याशिवाय पुढचं काही सुचणार नव्हतं.

'तुम्ही नंतर जेवणार असाल ना?' कुणीतरी पुसटसं विचारलं.

'हो.' तिचं पाठमोरं उत्तर. घशात पुनःपुन्हा हुंदका येत होता. कुसुमला जाऊन आज चार दिवस लोटले होते. दादांनी आपलं दुःख आतल्याआत कोंडून ठेवलं होतं की काय न कळे! आजूबाजूला माणसं वावरत होती म्हणून म्हणा किंवा कुसुम आपल्याला कायमची सोडून गेलीय ही जाणीव मनानं शंभर टक्के स्वीकारलीच नसावी म्हणून म्हणा, ते नुसते हलत्या पुतळ्यासारखे झाले होते. अंघोळ करा, केली; जेवा, जेवले आणि मुकाट कोपऱ्यातल्या आरामखुर्चीवर कुठेतरी नजर लावून बसले. त्यांच्याभोवती दुःखाचं एक अदृश्य बेटच तयार झालं लहानसं.

वैशूआत्या, पमामावशी, गोविंदकाका आणि कोणकोण, सगळ्यांनी कुजबुजत वाढून घेतलं. पहिल्यांदा दबक्या आवाजात सुरू झालेली बोलणी नंतर हळूहळू

नेहमीसारखी सहजच्या पातळीपर्यंत पोहोचली होती. ती नुसती ऐकत होती. पुनःपुन्हा तेच नि तसंच!

'फारच अघटित घडलं हो, कुसुमवहिनीचं हे असं.'

'बघा ना, माणसाचं काही खरं नाही हो. तिचं तरी काय म्हणायचं? रोजच्यासारखी फिरायला बाहेर पडलेली. सकाळची साडेसहाची वेळ. रस्त्यावर गर्दी नव्हती, काही नव्हतं; पण त्या एका मोटरसायकलवाल्याच्या रूपात काळच आला हो जसा अंगावर. सुसाट येत होता अन् ताबा सुटला म्हणे त्याचा. पार फुटपाथवर चढली त्याची गाडी आणि ताईला उडवून गेला. स्वतःही धडपडला; पण उठून मागेही न बघता पसार झाला.'

'परमेश्वरा! अंगावर काटा येतो हो, फार अवघड. खरंच नाही वाटत अजून. जाणारा जातो, मागं उरतं ते दुःख. ते सोसायचं आता दादांनी.'

'दादांचं मात्र कठीण हो पुढे आता. अविनाश, मंजू तिकडं अमेरिकेत. त्यालाही नुकताच हार्टचा खूप त्रास झाल्याचं ऐकलं. इकडे येता येणार नाही म्हणे! सख्खी मुलगा-सून, शेवटची भेट नाहीच; पण दिवसवारालाही नाही येता येणार. नातूच यायचाय. रमण हो, अवीचा मुलगा, चांगला मोठाय की आता.'

'दादांचं कसं होईल पुढे?'

'तेच तर. केवढा धक्का या वयात! आजारपण नाही की दुखणं नाही. एका क्षणात उचलून नेलं काळानं तिला, कावळ्यानं झडप घालून घास पळवून न्यावा तसं. नशिबाचे भोग. अवी नेईल म्हणा; दादांना तिकडं काही दिवस. नाहीतर आपण नेऊ ना चार-चार दिवस. अशा वेळी नातेवाइकांनीच बघायचं. तुमचं काय म्हणणं आहे आत्या?'

'आपण ढीग नेऊ हो; ते येणार आहेत का आपल्याकडे इथल्यांना सोडून? आत्तापर्यंत कधी आले होते?'

असं काय न् किती ती आलटून-पालटून ऐकत होती. दादांचंच दुःख दिसतंय सगळ्यांना. कुसुमचा नवरा म्हणून, बरोबरच आहे म्हणा ते. पण नी? त्या वेळच्या माझ्या कठीण परिस्थितीत कुसुमनं केवढा आधार दिला. माझी नोकरी नुकतीच संपलेली. नवरा फार वर्षांपूर्वीच गेलेला. मुलं नव्हतीच आणि सासर-माहेरची वडीलमंडळीही कुणी उरली नव्हती. पुढच्या पिढ्यांनी फारसा संपर्क वाढू दिला नाही, 'उगाच येऊन राहिली तर'ची धास्ती होती त्यांना. म्हणून एकटी. तशातच भाड्याची जागा. 'खाली करून द्या' म्हणून घरमालकानं नाना परीनं त्रास द्यायला सुरुवात केली. त्या वेळी एका कार्यक्रमात कुसुम भेटली. किती बोललो, किती रडलो एकमेकींच्या गळ्यात पडून. भीतभीतच कुसुमला सगळी परिस्थिती सांगितली आणि म्हटलं, 'तुझ्या आसपास एखादी बेताची खोली मिळेल का गं? म्हणजे मला

परवडेल अशी?' तशी कुसुम म्हणाली, 'बघू. खोली मिळेल तेव्हा मिळेल. आता माझ्याकडे येऊन राहा कशी. एवढ्या मोठ्या घरात दोघंच तर असतो आम्ही. आहे कोण आमच्याबरोबर आता?' दादांनीही मान डोलवून समाधानानं होकार दिला होता. इथं आले आणि या घरातलीच होऊन गेले. त्या दोघांत विरघळून गेले जशी. सकाळच्या हास्य क्लबपासून संध्याकाळच्या व्याख्यानापर्यंत सगळीकडे आम्ही तिघं बरोबर जात होतो. कधी गाडीतून, कधी रिक्षानं तर कधी पायी. तीन म्हातारे जीव एकमेकांची दुखणी, पथ्यं सांभाळत होतो. आवडीनिवडी जपत होतो. सगळं कसं जमून आलेल्या रांगोळीसारखं आणि अचानक कुणा खोडकर व्रात्य मुलानं पायानं ती रांगोळी फिसकटून टाकली. कुसुम कधीकाळी आपल्यात नसेल, ही कल्पनाच मनाला कधी शिवली नाही.

'ही सगळी आता जमलेली माणसं – कुसुमच्या नात्याची, दादांच्या गोतावळ्याची. आणि मी? सतत बरोबरच राहत असलेली मी कोण? तर परकी- फक्त कुसुमची मैत्रीण. माणसांचा आणि पैशाचाही भरभक्कम आधार नसलेली.' तिनं पुन्हा कान टवकारले.

'मला काय ऐकायला यावं वाटतंय या लोकांच्या कुजबुजीतून? ही माणसं माझ्याबद्दल काहीच का बोलत नाहीत की बाबा, इतक्या वर्षांची मैत्री. सख्ख्या बहिणींसारखं प्रेम दोघींत. हिलाही किती यातना होत असतील या वयात? हिचं पुढं काय? असं काहीतरी?' पण असं काही बोलतच नाहीत ते. म्हणजे माझ्या समोर नाही; पण कदाचित बाजूला माझ्या ऐकण्याच्या टप्प्याबाहेर; पलीकडच्या बाल्कनीत, जिन्यापाशी, टेरेसवर, कुठंतरी उभं राहून माझ्याबद्दल चर्चा होतच असणार. की मी नात्याची नाही म्हणजे त्यांच्या कुटुंबाच्या चौकटीतून हद्दपारच झाले आपोआप? कुसुम अशी कशी गेलीस गं मला चकवून? की लपून बसलीस कुठे लपंडावाच्या खेळात लपायचीस आणि मला सापडायचीच नाहीस तशी? मला सर्वार्थानं पोरकं केलंस. मन आक्रोश करतंय. तुझ्याशिवाय बावरून, घाबरून गेलंय. आता हे लोक काय म्हणत असतील बरं?

'आता हिचं काय? कुसुमताईची मैत्रीण ही. आगा ना पिछा. थोडीफार पेन्शन येतीय वाटतं. त्यानं काय होतंय? पण बालमैत्रीण, निराधार म्हणून जवळ केली होती ताईनं. त्रिकुटाचं मेतकूट मात्र जमलं होतं चांगलं. अगदी सगळीकडे बरोबर असायची घरातल्यासारखी.'

'कुसुमआत्या होती, तेव्हाची गोष्ट वेगळी; पण आता ही कुठं राहणार?'

'कुठं म्हणजे? ती आणखी कुठं जाणार?'

'तेच म्हणते मी. आता बरं का दिसणार ते? ना नातं ना गोतं. अगदी मानलेलं-सुद्धा दिसलं नाही कधी.'

'आपल्याला काय करायचंय? तिचं तिनं बघावं. आपण आपलं दादांपुरतं बघायचं.'

असं? हो, नेमकं असंच म्हणत असतील. का म्हणू नये? दादांच्या - माझ्या नात्याला कुठलंही लेबल नाही, तेव्हाच अक्कलहुशारीनं भाऊबिऊ म्हणून राखी बांधून टाकायला हवी होती का? पण राखीशिवायच त्यांनी इतकी वर्षं मोठ्या भावासारखं निर्मळ प्रेम दिलं ना? आणि इतकं सगळं सुरळीत चाललेलं म्हटल्यावर माणूस भविष्य बधिर होतोच ना? आपण तिघं कायम बरोबरच असणार, अशा विश्वासात दिवस कसे छान जात होते.

'या कोण?' असं दादांना कुणी विचारलं तर तेही 'दूरची बहीण' वगैरे फालतू नातं न सांगता हसून स्वच्छपणे सांगत – 'कुसुमची मैत्रीण. अगदी जिवाभावाची!'

दादांच्या पोटाचं ऑपरेशन झालं, नंतर कुसुमच्या पाठीचं दुखणं कितीतरी दिवस चाललं. एकमेकांच्या घट्ट सोबतीनं सगळं पार पडलं. नातेवाइकांची फारशी गरज भासली नाही त्या वेळी. 'ही आहेच' म्हणत भेटायला येणाऱ्यांनीही अलगदपणे पाय सोडवून घेतला होता त्या वेळी. 'तुम्ही आहात म्हणून, नाहीतर पोहोचवला असता डबा, आलं असतं कुणी झोपायला सोबत पण...' प्रत्येकाच्या घरी अडचणींचे डोंगर उभे होतेच. त्या वेळी किती उपयोगाची वाटले मी! आता कुणाला आठवण त्या गोष्टींची? की 'राहायला दिलंय ना जवळ दादांनी मग तेवढं करायलाच पाहिजे तिनं,' हा फुकटचा उपकारी भाव मनात होता त्यांच्या? पण तेव्हा तोंडभर हसणाऱ्यांच्या मनात, 'हिच्यामुळे दादा-वैनीला आमची गरजच वाटत नाही', ही खदखद असणार. हं. म्हणून आता सगळेजण एकत्र आल्यावर हे असं. कुसुमच्या जाण्यानं सगळे संदर्भच झटपट बदलले. मनातले कढ दाबून अत्ताही सगळ्यांचं स्वयंपाकपाणी, ऊठबस करतेच आहे की! पण डोळ्यांतली ओळखच पुसून टाकलीय या लोकांनी. कोरडा परकेपणा दाखवत, तुटकपणे वागून अनुल्लेखानं मारताहेत. माझं इथलं असणं, खड्यासारखं बाजूला काढताहेत. माणसं एकेकटी भेटतात, तेव्हा कशी जिव्हाळ्यानं बोलतात. समूहात असली की, रंग बदलतात. लपलेली नखं धीटपणे बाहेर येतात. त्यातून माझ्यासारखं निरुपद्रवी एकटं सावज सापडलं, तर मग बघायलाच नको. कुसुमच्या जाण्यानंतर हा डंख किती विखारी! कुणाला सांगू? माझं कुणीच नाही.

'कितीही झालं तरी आपलं ते आपलंच. कापलं तरी आपलं!'

'मातीचेच कुले ते, किती चिकटवले तरी पडायचेच.' कुठल्याकुठल्या संभाषणातली शेलकी वाक्यं कानावर येत होती आणि दुखरं मन अपराधी माणसासारखं उगीच ओशाळं होत होतं. काय करू मी? जोरात रडू की, आक्रस्ताळा आक्रोश करू? ते करायलाही अवसान उरलेलं नाही. शून्यवत झालंय सगळं. कुसुमशिवाय या

घरातलं माझं अस्तित्व, त्यावर लागलेली प्रश्नचिन्हाची मोहोर. कुसुमच्या मरणाच्या दुःखाचा केंद्रबिंदू सरकतसरकत स्वतःच्या भविष्यावर येऊन स्थिरावला; कधी, कसा, कळलंच नाही. आता माझीच दोन-तीन मनं आपसात भांडत बसलीत.

'आम्ही दोन म्हातारे जीव, राहिलो एकमेकांच्या आधारानं यापुढे तर जगाचं काय बिघडतं?'

'बिघडेल कशानं? आयतंच खाद्य मिळेल. दुसऱ्याचं वर्म काढणं ही तर खरी क्रूर करमणूक असते ना माणसाची. त्याचीच जास्त भीती वाटते. मीसुद्धा जनरीतीला, लोकापवादालाच घाबरतेय ना?'

'दादांवरच सोपवावं की मग सगळं.'

'छे! ते आधीच काळीजव्याकूळ. कुसुम तशी गेली आणि मीही अशी निघून गेले त्यांना टाकून, तर कसं वाटेल? आणि दादा तरी बिचारे काय सांगणार? 'राहा की जा!' त्यांनी कोणतंही उत्तर दिलं तरी ते पूर्णपणे बरोबर नसणारच. कुसुमऐवजी मलाच मरण आलं असतं, तर किती बरं झालं असतं! कुणाला कसला प्रश्नच पडला नसता. आता हे कुसुमशिवाय अवघड, उजाड, उघड्यावर पडल्यासारखं जगणं आलं.' दिवस पुढं सरकत होते.

मग रमण आला आणि सगळ्यांच्याच विचारांचा, नजरांचा फोकस त्याच्यावर केंद्रित झाला; कारण त्याच्याबरोबर आली होती भैरवी.

'आता ही कोण?' भुवया उंचावल्या गेल्या. अशा वेळी सरळसरळ चौकशा करता येत नाहीत, बरंही दिसत नाही ते; पण हळूहळू अन्वयार्थ लावणं झालं. 'ता' वरून ताकभात ओळखण्यात मंडळी वाकबगार. पुन्हा कुजबुज, ताज्या विषयावर नव्या चवीनं चर्चा सुरू झाली.

'रमणची मैत्रीण आहे म्हणे! तिकडंच असते. दोघं एकत्र शिकत होते म्हणे! म्हंजे तोच दादांना सांगत होता तसं.'

'मैत्रीण? पण मग आत्ता इकडं तिचं काय?'

'अगं, आली असेल त्याच्या सोबतीनं.'

'छे गं! ती तर म्हणत होती इंडियात तिचे क्लोज रिलेटिव नाहीतच फारसे. म्हणजे अगदी जाऊन भेटण्या-राहण्यासारखे तर नाहीतच.'

'म्हंजे मग इथंच राहायचीय की काय भैरवी? नाही म्हणजे रमण चांगली महिन्याची सुटी घेऊन आलाय, असं म्हणत होता.'

'असेल बाई. हीऽऽ पण इथंच राहायची असेल.'

'तुम्हाला अंदरकी बात माहीतच नाही.'

'काय ती?' दोघींनी एकदमच विचारलं.

'अहो, ती दोघं रिलेशनमध्ये आहेत. लिव-इन रिलेशनशिप.'

‘लग्न करणारेत?’

‘लगेच लग्नापर्यंत पोहोचता बाबा तुम्ही. लिव-इन म्हणजे नाही पटलं, तर लीऽऽव आउट.’

‘अरे कर्मा! म्हंजे आता आपल्या घरापर्यंत आलं का हे लोण?’

मग काय, कुजबुज, चर्चा, भोचक उत्सुकता या सगळ्यात तिचा विषय बाजूला पडला. तिलाही बरंच वाटलं, आपलं आपलं एकटं. थोडी सुटका झाल्यासारखं. रमण-भैरवी मात्र तिच्याशी छान वागत होते. रमणनं तिला पाहताच ‘मावशीआजी’ अशी हाक मारली, तेव्हा तिला आतून झरे फुटल्यासारखं झालं. खूप बरं वाटलं. कसं ते सांगता येणार नव्हतं; पण या घराला जोडणारा एक नाजूक धागा सापडल्यागत झालं. दादांच्या सख्ख्यातल्या कुणीतरी, प्रत्यक्ष नातवानंच ‘आजी’ अशी हाक मारावी? केवढी सुखाची गोष्ट वाटली तिला! या उपऱ्या नातेवाइकांच्या प्रश्नार्थक गुंतवळीतून सुटका झाल्यासारखं झालं; पण क्षणभरच! पुन्हा दक्ष मनानं बजावलं, ‘एका ‘आजी’ या हाकेवर पुढचं सगळं आयुष्य बेतता येत नाही. आपलं आपणच बघायला हवं.’

मग ती तळ्यात-मळ्यात करणाऱ्या स्वतःच्या मनावरच चिडली. का मी स्वतःसाठी नीटनेटका स्वतंत्रपणे विचार करू शकत नाही? दादांजवळ राहणं खरंतर खूप सोयीचं, सुरक्षिततेचं. दोघांच्याही मानसिक आणि कौटुंबिक गरजेचं. मनातनं इतकं वाटतंय, तर ठणकावून सांगण्याचं बळ का नाही माझ्यात? इतरांच्या नात्यांचं अन् मतांचं दडपण का घ्यायचं? माझं, दादांचं म्हातारपण, अडचणी, माझं आणि दादा-कुसुमचं सख्य, सगळ्या गोष्टी स्वतःसाठी खासगीपणे का नाही पाहायच्या? सतत इतरांच्या डोळ्यांनी आपल्या प्रश्नांकडे का बघायचं? जगण्याचे संदर्भ, आयुष्यातले महत्त्वाचे निर्णय ‘लोक काय म्हणतील?’ म्हणत लोक नावाच्या बेजबाबदार समूहाकडे नेऊन का सोपवायचे? प्रश्नांची नेमकी सोपी उत्तरं जवळ असून नाकारायची. त्यांच्या बहिणीला काय वाटेल? इतर नातेवाईक, लोक काय म्हणतील? अशी असंख्य प्रश्नांची मालिका आपल्याच मनानं आधी तयार करायची आणि मग नकारार्थी उत्तरं शोधत बसायचं. यात आपली इच्छा, दादांची गरज सगळंच अडगळीत पडतंय. का असं? ‘मी इथून पुढेही इथंच राहणार आहे, असं जाहीर केलं, तर कसे होतील सगळ्यांचे चेहरे? इतकी वर्षं निभावलेल्या सहवासानंतर हा हक्क नाही का मला? पण हे लोक तर मलाच दादांच्या आयुष्यातून आणि कुसुमच्या आठवणीतून हद्दपार करायला निघालेत. पुढं वेळ आली तर दादांचं करायला हे कोणी धावून येणारेत का? चार दिवस नेण्याच्या गोष्टी करताहेत. तेसुद्धा ‘आपण ढीग नेऊ; पण दादा येणारच नाहीत’, या खात्रीवरच!

या माणसांनी मला परकी ठरवलंय; पण सहवासाचा इतका नैसर्गिक निर्मळ

हक्क आहे की, खरंतर दादा आणि मी एकमेकांच्या कुशीत शिरून मनसोक्त रडू शकू. त्यांच्या अश्रूंना वाट मिळेल, ती माझ्याचपाशी; माझंही तसंच! आम्हा दोघांचं काळजाजवळचं माणूस एकाच वेळी अचानक नाहीसं झालंय. मी जर दादांचा मित्र असते, तर हे केव्हाच घडलं असतं. कितीही म्हातारं झालं तरी अखेर माझं शरीर बाईचं आहे. त्या बाईपणाचं ओझं वाहावंच लागणार शेवटपर्यंत. त्यातून कोणत्याही नात्याचं लायसन्स नाही माझ्याकडे. दादांचे अश्रू माझ्या हातांनी मला कधीच पुसता यायचे नाहीत आणि कितीही भरून आलं तरी त्यांना माझ्या पाठीवर हात ठेवून सांत्वन करता यायचं नाही. 'अशी कशी गेलीस गं तू कुसुम? आपल्या बंदिस्त त्रिकोणाची एक मितीच हरवलीय. उरलेल्या दोन बाजू आता अधांतरी लोंबकळताहेत. मधल्या कोनाचं अंतर कसोशीनं सांभाळताहेत. त्या अभंग बंदिस्त आकृतीची तुझी बाजू उघडी पडलीय. अचानक त्यातून नातलग, लोक त्यांचे संदर्भ घेऊन वेगानं आत शिरलेत. उरल्या दोन मिती, त्या दोन मिती जुळवणारा कोन यांतलंही काहीच जोडलेलं राहू नये, तुटून विखरून जावं असं त्यांचं वागणं. कसं सावरायचं यातनं आमचं सहजीवन?' 'जाऊ दे. तेराव्या-चौदाव्यापर्यंत तरी राहावंच लागेल इथं. मग पाहू पुढचं पुढं', म्हणत तिनं मानेला झटका दिला. कामाला उसंत नव्हतीच.

तेराव्या-चौदाव्याचे विधी पार पडून ब्राह्मणांची पानं वाढायची वेळ आली. गुरुजी म्हणाले, 'घरातल्या बायकांनी वाढायची ती पानं.' निरोपासरशी कुसुमची भाचेसून, दादांची पुतणी, सोलापूरची मामी करतकरत एकएक 'घरच्या' म्हणून वाढायला बोलावल्या गेल्या. भैरवी उठून समंजसपणे तिला टेरेसवर घेऊन गेली. त्या क्षणी तिला भैरवी फार म्हणजे फार जवळची वाटली. म्हणून मग न राहवून ती म्हणाली,

'बाळा, एक विचारायचंय. मला ठाऊक नाही तुला आवडेल का ते? पण...'

'आजी, विचार ना!' भैरवी सहजपणे म्हणाली.

'आजी हाक मारलीस, बरं वाटलं. म्हणजे कुसुम असती तर तिनं विचारलंच असतं आता.'

'नो प्रॉब्लेम! विचार.'

'तू आणि रमण, जोडी खूप छान आहे; पण तरी म्हणजे हे असं किती दिवस...?'

भैरवी किंचित गंभीर झाली. क्षणभर काही बोलली नाही.

'तुला आवडलं नसेल विचारणं, तर राहू देत.'

भैरवी पटकन म्हणाली, 'नाहीनाही. खूप आवडलं विचारलंस ते. खरं सांगू का, आतापर्यंत असं कुणी विचारलंच नाही आम्हाला. त्याचे आणि माझेही मम्मी-पपा आमचा निर्णय आमच्यावर सोपवून त्यांच्यात्यांच्या रुटीनमध्ये बिझी आहेत.

म्हणजे आम्ही निर्णय घेऊन आपणहून त्यांना सांगायचं. इतर कुणी विचारणारच नाही. तशी पद्धतही नाही तिकडं. तू विचारलंस ते खूप जवळचं, आपलं वाटलं; पण काळजी करू नकोस. आमची दोन वर्षांची आम्ही आम्हालाच घालून घेतलेली मुदत दोन महिन्यांनी संपतेय. तरीही आम्ही केव्हाच ठरवलंय की, लग्न करायचं. आम्ही परफेक्ट आहोत एकमेकांसाठी.'

'खूप बरं वाटलं, हे ऐकून. आता लवकर या घरची सून म्हणून ये बाळा.'

'नक्कीच!' भैरवीचा चेहरा आपलेपणानं ओथंबून आला होता. काही संबंध नव्हता, कारण नव्हतं; तरी लग्नाचं ऐकून तिलाच खूप मोठं दडपण दूर झाल्यासारखं वाटलं. मनापासून आनंदही झाला.

उदकशांत झाल्यावर सगळेजण पुन्हा एकदा दादा आणि रमणला भेटून आपापल्या घरी गेले. घरात ते चौघेच उरले. संध्याकाळी रमण-भैरवी दादांजवळ बसली होती. रमणनं दादांना त्यांच्या रिलेशनशिपबद्दल सांगायला सुरुवात केली. तेही चर्चा करून, ही नवी पद्धत समजावून घ्यायचा प्रयत्न करत होते.

'ही मधली ॲडजस्टमेंट स्टेज कशासाठी?' दादांनी विचारलं.

'प्रथम आपण एकमेकांना अनुरूप आहोत, असं वरवर वाटतं दादा. आजच्या जमान्यात प्रत्येकजण प्रचंड इंडिव्हिज्युअलिस्टिक झालाय. एकदम लग्नबंधनात अडकण्याची रिस्कच वाटते. स्पेस जपणं, आपली आणि पार्टनरचीही; तरीही एकमेकांसाठी खूप काही करणं, खूप प्रेम करणं, तरीही एकमेकांवर स्वतःला न लादणं, नव्या नात्याचं प्रथम आकर्षण ओसरल्यावरही नात्यातले धागे मजबूत राहतात की नाही ते अजमावणं. थोडक्यात, भावी संसाराची इंटर्नशिपच म्हणा ना!'

दादांना जरा गंमतच वाटली, 'पण बाळा, हे तुझं-तुझं, माझं-माझं सांभाळून दोघांमधलं नातं कसं जपता येतं?'

'येतं ना! ॲडजस्टमेंट तर कोणत्याही दोन माणसांच्या एकमेकांजवळ राहण्यात गृहीत असतेच; पण कुणा एकाचाच हट्टीपणा, इगो किंवा अगदी टोकाची विरुद्ध आवडनिवड हे सहन केलं जात नाही; जे अनेक वेळा नेहमीसारखं लग्न केल्यानंतर केवळ ते लग्न टिकवून धरण्यासाठी कुणा एकाला, तर कधीकधी दोघांनाही सहन करावं लागतं. ते असतं लोकांसाठी केलेलं नॉर्मल संसाराचं नाटक. एकत्र राहणं, मुलं जन्माला घालणं आणि एकमेकांना पूर्णपणे न ओळखताच आयुष्य ओढत संपून जाणं. दादा, कुसुमआजीसारखी लाइफपार्टनर तुम्हाला मिळाली; पण सगळेजण इतके भाग्यवान असतात का?'

'खरं आहे बाळा. तसं पाहिलं तर लग्न म्हणजे जुगारच किंवा अंधारात उडी घेणं म्हणतात ते काही खोटं नाही; पण तुमच्या रिलेशनशिपमध्ये जर दुर्दैवानं प्रेम आहे असं वाटूनही पटलं नाहीच, तर किती दुःख सोसायचं?'

'वाईट तर वाटणारच; पण ते तुमचं जुनं गाणं आहे ना ते एकदम परफेक्ट आहे अशा सिच्युएशनमध्ये –

वो अफसाना जिसे अंजामतक लाना ना हो मुमकीन ।
उसे एक खूबसूरत मोड देकर छोड़ना अच्छा! ॥

असं म्हणून चांगल्या टर्मवर रिलेशन संपवता येतं. अगदी 'फिरसे अज़नबी' न होता साधी मैत्री राहू शकते पुढे.'

ऐकून तिलाही गंमत वाटली. 'रमण-भैरवीत इतका समंजसपणा असेल, तर रिलेशनशिप तुटणारच नाही. कुसुम भाग्यवान. लग्न म्हणजे जुगार. खोटं का आहे ते? माझंच उदाहरण आहे ना वानगीदाखल. माझा नवरा रसरशीत फळांमध्ये एखादंच वरून चांगलं दिसणारं; पण आतून किडलेलं फळ असावं तसा शरीरानं आणि मनानंही. स्वतःचा दुबळेपणा लपवण्यासाठी माझ्या निरोगी तारुण्याचा द्वेष वाटणारा, दिवसा जिभेच्या फटकाऱ्यानं अन् रात्री हाताच्या फटकाऱ्याने कणाकणानं माझं आयुष्य नरक बनवणारा. लवकर गेला म्हणून सुटले; पण लग्न शब्दाची इतकी धास्ती बसली की, पुन्हा लग्नाचा विचारसुद्धा केला नाही. दादांनी मात्र कुसुमबरोबर किती सुंदर, समंजस दीर्घ संसार केला. रमण त्यांचाच नातू. एवढ्या तरुण वयात आयुष्याचा किती गंभीरपणे विचार केलाय या मुलांनी! संस्कृती, परंपरा जपण्याच्या नादात स्वतःवर अन्याय करून घेणार नाहीत आजची मुलं. ही अशी आहे का यांच्या रिलेशनशिपची थिअरी? असू दे. एकदम मान्य करायला जड गेलं, तरी खरंच छान वाटतंय की, हे तूर्त तरी. कुणी विचारलं तर सांगायचं, भैरवी रमणची मैत्रीण आहे म्हणून.'

दुसऱ्या दिवशी दुपारी 'जरा जाऊन येते' इतकंच दादांना सांगून ती बाहेर पडली. जरा पुढे जाते, तेवढ्यात रमण मागनं गाडी घेऊन आला. भैरवीही होती बरोबर. कुठंतरी फिरायला निघाली होती दोघं. रमणनं विचारलं,

'आजी, कुठं जायचंय इतक्या उन्हात?'

'मी... मला जरा... पर्वती पायथ्यापर्यंत...'

'बस ना. मी सोडतो.'

ती नाइलाजानं बसली गाडीत. तिनं सांगितलं तिथं त्यानं गाडी थांबवली.

'बरंय, मी परत जाताना जाईन रिक्षानं. तुम्ही जा.' म्हणून ती समोरच्या इमारतीत शिरली. रमणनं पाहिलं, 'सावली वृद्धाश्रम.'

'भैरवी, इफ यू डोंट माइंड, आपण परत घरी जाऊ या का? मला जरा दादांशी तातडीनं बोलावंसं वाटतंय. चालेल?'

'ओ शुअर!' भैरवी समजुतीनं म्हणाली.

मग घरी येऊन, दादांपाशी बसून रमण बराच वेळ बोलत होता. भैरवीही अधूनमधून त्यात भाग घेत होती.

तासा-दीड तासानं ती घरी आली. हातातल्या पर्समधनं काही फॉर्मस डोकावत होते. भैरवीनं पटकन चहा टाकला. इतक्या दिवसांत पहिल्यांदाच तिला कुणी इतक्या आपुलकीनं चहा करून दिला होता, आयता! मग रमणनं तिला टेरेसवर बोलावलं. भैरवीही खुर्ची घेऊन आली तिथं.

'आजी, तुला त्या वृद्धाश्रमात जाताना बघितलं. तुझं काही काम होतं का तिकडं?'

'अं... हो. म्हणजे आता असं...' ती अडखळली.

'आजी, काय मनात आहे ते स्पष्टपणे सांग.'

मग धीर येऊन ती म्हणाली, 'रमण, तू आणि भैरवी 'आजी' म्हणता मला. फारफार बरं वाटतं रे; पण व्यवहार भावनांवर नाही चालत. कुसुम अचानक गेली. आता मलाही स्वतःची सोय बघावी लागेल ना बाहेर कुठेतरी?'

'का? कुसुमआजी गेली म्हणून हे घर एकदम का सोडायचं?'

'अरे, कसं सांगू तुला? तिच्या माघारी मी इथं राहणं बरं दिसेल का?'

'न दिसायला काय झालं? मी दादांशी आत्ताच सविस्तर बोललो या विषयावर.'

'अरे, पण मी तशी दादांच्या ना नात्याची ना गोत्याची. कुसुमची मैत्रीण म्हणून आले आणि दादांनीही निर्मळ मनानं माया केली माझ्यावर, कुसुमसारखीच! आमचं तिघांचं वेगळंच जग होतं. फार छान गेली ती वर्षं. आमच्या सहजीवनाला उगीचच कोणतंही नाव दिलं नाही आम्ही; पण आता कुसुमच्या जाण्यानं ते सगळं संपलं. मला आता माझी सोय बघावीच लागेल ना?'

'काही गरज नाही. तू दादांना सोडून अजिबात जाऊ नकोस. म्हणजे तुझी इच्छा आहे ना इथं राहण्याची?

'हे काय विचारणं? इच्छा तर फारच आहे.'

'तेच तर. आता तर तुम्हाला एकमेकांची जास्तच गरज आहे.'

'पटतं रे! दोघांनाही माहीत आहे ते. अशा अवस्थेत दादांना एकट्यांना टाकून जाणं मला फार अवघड जाणार आहे. खरंतर तो माझा कृतघ्नपणाच ठरणार आहे.'

'पण मग का?'

'अरे, मी कुसुमची मैत्रीण होते. ते मैत्र तिच्याबरोबरच संपलं. आता या घरात दादांबरोबर मी त्यांची कोण म्हणून राहू?'

'मैत्रीण म्हणून!' रमण-भैरवी दोघंही एकदम म्हणाले.

'मैत्रीण?' ती त्यांच्या तोंडाकडे काही न सुचून बघतच राहिली.

◆

उजेडवाट

'हे बघ, काम शंभर टक्के झालं पायजे, नायतर माझ्याशी गाठ आहे.' मी दबक्या आवाजात दरडावून सांगितलं. 'काळजीच सोडा हो. आखिरीला यशवंत-महाराजाचं काम म्हंजे देवाचं काम. त्यात मागंफुडं व्हायचं न्हाई.' जगननं हसून शब्द दिला आणि आला तसा अंधारात दिसेनासा झाला. मी निवांत होऊन आतल्या खोलीत गेलो. अमावास्या, त्यात शाळूचं दिवस. कडुसं पडलेलं. लांबवरच्या घराघरांतून रॉकेलचे दिवे पेटलेले. गावात वीज असून नसल्यासारखीच! बोळाबोळांतून रात्र अंधार ओकत होती. पलीकडच्या खोलीत बायको राजूला औषधं देऊन त्याचं दप्तर आवरीत होती. लाइट नसल्यानं टी.व्ही. बंदच होता. शांतता नुसती भणभणत होती. माझं मन ताणून ठेवलेल्या रबरासारखं झालं होतं. सारखा मोबाइलकडं डोळा. तेवढ्यात मेसेज आला 'काम फत्ते!' अन् मी आनंदानं उडीच मारली. मोबाइलचा मुका घेतला. हात छातीला, गळ्याला, कपाळाला लावूलावू बाबांचं स्मरण करून, मनोमन लोटांगणं घातली.

'जितलो मी आखिर. संपली ती आशाताई... जगन्यानं बराबर काम केलं. खलास केलं तिला. आता गावावर माझंच राज्य. या पोराच्या दुखण्यापायी धंद्याकडं दुर्लक्ष झालेलं. दुर्लक्ष कसलं? संपलोच होतो की मी! आपल्या पोराचं आयुष्य, का

आपला आयुष्यभरचा धंदा, एकच कायतरी हाती लागलं असतं; पण बाबाची कृपा झाली म्हनायची. दोन्हीपन साधलं.' मी बाबाच्या फोटोकडं पाह्यलं आन् विकट हासलो. 'बाबा म्हणजे आपलं जगाला गुरू लागतो दाखवायला म्हनून फोटोत बसवलाय. नशीबनशीब म्हणावं तर याला... नाय. नशीब तर मी माझ्या दावणीलाच बांधलंय. खरी ती माझी अक्कलहुशारी! जा म्हणावं त्या आशाताईला आता स्वर्गात आन् बस धन्वंतरीला औषदपाणी करीत. मोठी आलती गाव सुधरायला, अन् आमच्या धंद्याच्या मुळावर. साप पण मेला आन् आपली काठी बी मोडली नाही. वा रे गबरू! असा स्वतःवरच खूश असताना मला मागल्या दाराची कडी खटखटलेली ऐकू आली.

'जगन्या आला का काय हिकडं? येडंच हाय जरा ते! हिकडं कशाला मरायला आलाय? त्याला बजावलं होतं, काम उरकायचं आन् मेसेज टाकून थेट येडगावला जाऊन -हायचं म्हयनाभर. मी सांगितल्याशिवाय तोंड नाही दाखवायचं इकडं. मागल्या दारानं आलंय बेनं.' मी जराशा वैतागानं दार उघडलं आन् समोर नजर टाकली मात्र, मला भोवळच आली. जीभ दातात अडखळत बोललो,

'आ... आशाताई... तुम्ही... आन् हिकडं?'

'काळजी करू नका. कुणी पाहिलं नाही. मागूनच आलेय.'

'पण तो जगन...' नकळत बोललो अन् चूक ध्यानात येऊन पटकन थांबलो.

'होय हो. जगनची बायको आली ना माझ्याकडे अंधारातनं धडपडत. तापानं, ओकाऱ्यांनी हैराण झाली होती. कपडे घाण झाले होते. शेवटी तिला स्वच्छ करून माझीच साडी नेसवून औषधं देऊन तात्पुरती माझ्या कॉटवर झोपवून आलेय. असो. राजू कसा आहे आता?' असं बोलत ती आत गेली. माझं डोकं गरगरायला लागलं. ही खरंच आलीय? की हिचं भूत? मरतामरता भेटायला आली का काय, माझ्या राजूला? जगनचा मेसेज 'काम फत्ते' आल्याला धा मिन्टं पण झाली नसतील. मग ही आशाबाय डायरेक्ट माझ्या दारात कशी? सदासर्वकाळ गंडे-दोरे, ताईत-उतारे, मंत्र, मसणवटीत जाऊन हाडं-कवट्या घेऊन कार्य करण्यात तरबेज असलेल्या मला आशाबाईचं भूत बघून कापरं भरलं. हा भ्रम आहे का ती जितीच आहे? जिती आसंल तर मेसेज कसा आला? न्हाई, नसणारच जिती.

माझा जीव भीतीनं तितर-बितर झाला. तोंड उघडून कुणाला विचारायची सोय नव्हती आणि खरं कळल्याशिवाय काळजीच्या खोल तळघरात फडफडणाऱ्या मनाच्या पाखराची सुटका होणार नव्हती. नक्की काय झालं? आसं कसं अन् कुठे चुकलं? ही आशाबाय खरी नसूच दे, भूतच असू दे, तरच बरं होईल. भूत मानगुटी बसलं तर कसंबी उतरवता येईल; पण ही जिती बाई आन् तिचं शानपन जर गावच्या मानगुटीवर बसलं, तर माझं कठीण! ते तसं बसायचीच तर पाळी आलती म्हनून

तर तिला वर धाडायचा प्लॅन केलता ना?

आशाताई आत वैजू-राजूशी समजुतीचं काहीबाही मायेनं बोलत होती आन् माझ्या डोळ्यांसमोरून माझी, गावाची आन् आशाताईची चित्तरकथा धावत होती.

साध्या रोजंदारीवरल्या गरीब घरात माझा जन्म झाला होता. दुपारला भाकरी मिळाली तर रातच्याला भाकरीची निस्ती आठवण काढीत, पाणी पिऊन झोपायचं. मिळतील ती बारीकसारीक कामं करायची; पण नेमानं शाळेला जायचं. दहावी झाली, बारावी पण चांगल्या मार्कांनी पास झालो. शहरात जाऊन पुढं शिकण्यासारखी परिस्थिती नव्हती; पण जगायचं तर शहरातच जायला पाहिजे. गाव मागं टाकून शहरात गेलो, पहिल्यांदाच. काही नात्याच्या, ओळखीच्या माणसांकडे टेकण्याचा प्रयत्न केला. कुणी थारा दिला नाही. त्यांचीच हातावरली पोटं अन् वीतभर झोपडीत खंडीभर पोरं. ते तरी काय करणार? बाहेरचं काही माहिती नाही. काम मागायला कुठं जावं सुधरंना. आसंच कामाच्या शोधात रस्त्यातनं फिरताना एका भल्यामोठ्या बिल्डिंगच्या बोळासारख्या दरवाजात दुतर्फा बापे उभे राहिलेले दिसले. 'मजूर अड्ड्यावर जा. तिथं काम भेटतं', आसं कोणीतरी मला निघताना म्हटलेलं आठवलं. मला वाटलं, तो मजूर अड्डाच असंल. लाइन बाहेरपर्यंत आलेली म्हणून लाइनच्या शेवटच्या माणसामागं घुटमळत उभा राहिलो. सगळी उदास, गरीब, कळाहीन माणसं. खाली माना घालून उभी होती गपचिप. कुणाला काही विचारावं, तेवढ्यात भली मोठी भांडी घेऊन चार माणसं आली. मोठाल्या प्लेटा भरून त्यांनी खिचडी वाढून द्यायला सुरुवात केली. एकएकजण आधाशासारखा प्लेट घेऊन बाजूला उभं राहून खायला लागला. मला कसंतरीच वाटलं. कष्ट केले, उपाशी, अर्धपोटी राहिलो; पण आतापर्यंत असं दानधर्माचं लाचार खायची वेळ नव्हती आली. रांग पुढं सरकत होती. पोटातली भूक पुढे ढकलत होती, तर मानी स्वभाव 'भिकेचं अन्न नको,' म्हणून पावलाला मागं खेचीत होता. माझा नंबर जवळ आला अन् एकाएकी सटकन माघारी फिरलो. 'जाऊ दे असलं लाचारपणे जगायला नको. आणखी कुठंतरी जाऊ; नशीब नेईल तिकडं', असं म्हणून रेल्वे स्टेशनजवळ आलो. बरीच माणसं कडेच्या तारा वाकवून आत जात-येत होती. त्यांच्यात घुसून मी फलाटावरच्या नळापाशी आलो. तर नळाला पाणी नव्हतं. मी सुम्म बसून राह्यलो. लांबून गाड्या येत होत्या. कुठून कुठेतरी जात होत्या. लोकं चढत-उतरत होती. प्रत्येकाला कुठं जायचं माहीत होतं, मी सोडून! आसंच कुठल्यातरी गाडीत बसून नशीब अजमावायला लांब कुठंतरी जावं का? पण कुठं? कुठल्या गा...डी...त...? कितीतरी वेळ गेला. तहान-भुकेनं डोळ्यांपुढे अंधारी आली अन् बाकावर मान कलंडली.

किती वेळ गेला कळलं नाही. तशातच एकदम चेहऱ्याजवळ काहीतरी

जाणवलं. किंचित डोळे उघडले, तर एकदम दोन गूढ चमकदार डोळेच दिसले. 'ऊठ!' कानावर शब्द आला; खरबरीत आणि हुकूम सोडावा तसा. काही समजायच्या आत नकळत उठलो. 'चल माझ्यामागून.' मला आता थोडी शुद्ध आली होती, तरी हा कोण बाबा? ना ओळखीचा, ना पाहिलेला. मी का याच्या मागं जायचं? पाय लटपटले. 'भिऊ नकोस बाळा. भुकेनं भोवंडलायस. अनमान करू नको; चल.' तरीपण पाय हलेना. तोंडावर प्रश्नचिन्हांची गुंतवळ होतीच.

'एकएक वेळ असते मुला. मागचं तुटलेलं, पुढचं धुकाळलेलं, आताचं हरवलेलं. अशा वेळी काऽही समजत नाही, तेव्हा अदृष्टातून आलेल्या संदेशाचं ऐकावं. हाही काळ जाईल. चल.'

कसं गूढ, मनातलं ओळखल्यासारखा बोलला. मी भारल्यासारखा त्याच्या मागं, पाय फरफटवत चाललो. त्यानं कँटिनमध्ये नेलं.

'बस.' त्याचा पुरासारखा गंभीर आवाज. त्या आवाजात जादू होती जशी. माझा विचार संपला. मी माझं डोकं त्याच्या ताब्यात दिलं. बसलो. पाण्याचा ग्लास आला. तोंडाची कोरड कमी झाली. मग जेवणाचं ताट आलं. तशातच म्हणालो...

'मी... माझ्याकडं पैसे उरले ना...'

'निचितीनं जेव. मग बोलू सावकाश.'

किती दिवसांनी एवढं भरलेलं ताट पाह्यलं. किती अपूर्वाई त्या राइस प्लेटची. अचानक ती खिचडीची प्लेट अन् लाचार बाप्यांची ती लाइन डोळ्यांसमोर तरळली. मी मान झटकून ते दृश्य मनाआड केलं अन् जेवू लागलो. चार घास पोटात गेल्यावर मधेच थांबून मान वर केली. बाबा किंचित समाधानानं हसत, रोखून बघत होता. लुंगीसारखं भगवं धोतर, भगवी कफनी, त्यातून डोकावणारी प्रौढ पण दणकट काया, काळ्या-पांढऱ्या दाढी-मिशा, जटांचं जंगल, भस्मपट्टे, विभूती, दंडावर, गळ्यात कसल्याकसल्या माळा. एरवी असल्या साधू-बाबांच्या वाऱ्यालाही न उभा राहणारा मी आता निवांत जेवत होतो. त्याच्यासमोर बसून त्याच्याच पैशांनी.

'तुम्ही?' मी ओशाळून विचारलं.

त्यानं नुसती मान हलवली. 'माझं झालंय', असं सांगणारी. मग मी पोटभर जेवून घेतलं. त्यानं बिल दिल्यावर त्याच्या मागं बाकड्यावर येऊन बसलो. मी आता जरा माणसात आलो होतो. म्हणालो,

'तुमचं उपकार...'

'ते ऱ्हाऊ दे. कामाच्या शोधात उपाशी फिरत होतास ना इतके दिवस? मिळालं? दिला कुणी थारा? दोन घास?'

'नाही; पण तुम्ही... तुम्हाला कसं कळलं?'

'उगीच पिकलो नाहीय. दृष्टी असते... नजर असते. बरं, आता पुढं काय

करशील? कुठं जाशील? का गावी जाणार परत...?'

'छे, छे! गावी तर काहीच नाही.'

'मग?'

'कुठंच नाही. काहीच नाही. सगळा अंधार. आज ही वेळ आली. असं भिकेचं खाण्यापरीस जीवच द्यावा गाडीखाली...'

'वा रे! येवढ्यात हारलास? हात तुझ्या...'

'मग काय करू? कुठलंही काम करायची माझी तयारी आहे, कुठलंही; कुठंही... काहीही; पण काम मिळायला हवं.

'त्यानं काय होईल? हमालीकाम, मजुरीकाम, ढोरमेहनत करून झिजून जाशील. या शहरात असल्या महागाईत कसा तरशील? कसा पुढं जाशील?'

'आता तुम्हीच कायतरी मार्ग दाखवा.' माझे डोळे पाण्याने डबडबले. मी त्या साधूबाबाला साष्टांग दंडवत घातला.

'ऊठ लेकरा. तुझा चेहराच सांगतोय, तू साधासुधा आदमी नाहीस. दैवी अंश आहेस, शक्ती आहेस. तुझ्यात खूप काही दडून ऱ्हायलंय. खूप विद्या, नाव, पैसा मिळवणार आहेस.'

तशातही मला कडूकडू हसू आलं.

'हसू नकोस; पण हे मिळवायचं तर तुला निराळं काहीतरी करावं लागेल. स्पेशल विद्या प्राप्त करावी लागेल.'

'कशी?'

'येतोस माझ्याबरोबर? चल...' उत्तराची वाट न बघता तो झपझप चालायला लागला आणि उताराकडे ओढ घेणाऱ्या पाण्याच्या गतीनं मीही भारल्या पावलांनी त्याच्यामागं निघालो. या बाबानं मलाच का हेरलं? माझ्या अडचणींची याला इतकी बारीक माहिती कशी? का नजर ठेवून होता तो? खरं बोलतोय की पुढे काही भलतीच आफत? यांतला एकही प्रश्न, तेव्हा मेंदूच्या आसपासही फिरकला नाही. जणू चालण्याची एक तंद्रीच लागली होती. 'याच्या मागनं जाणं हेच माझं प्राक्तन, शंभर टक्के.' इतकंच मनाला निःशंक पटलेलं. स्टेशनचा परिसर मागं पडला. शहरवस्तीच्या उलट्या बाजूने आम्ही निघालो होतो. लांबवर एक टांगा जसा याची वाट बघतच उभा होता. बाबा त्यात चढून बसला. मी पण. टांगेवाल्यानं समजल्यासारखा घोड्याला इशारा केला. टांगा निघाला. टप् टप्...च्या गुंगीत बराच वेळ गेला. जराशा निर्जन ठिकाणी उतरलो. त्याच्यामागे त्याच्या गढीसारख्या भल्यामोठ्या वाड्याच्या दिंडी दरवाजातून आत शिरलो. बरीच रात्र झाली होती. त्यानं फक्त एका खाटल्याकडं बोट केलं. काही विचार न करता मी त्यावर बसलो अन् कधी, कसा, किती झोपलो, ते कळलंच नाही.

दुसऱ्या दिवशीपासून बाबाकडची माझी ड्युटी सुरू झाली. बाबाचा आधीचा पठ्ठ्या गणोबा दोन-चार दिवसांपूर्वीच सोडून गेला होता. त्याची सगळी कामं मी अंगावर घेतली. 'मनोभावे सेवा केलीस, तर तूच माझा वारस. माझी विद्या तुलाच!', हे बाबाचं वाक्य मनावर कोरून घेतलं. खायला-प्यायला भरपूर. वर बाबा पगारही देणार होता. ही दुनिया मात्र विचित्रच होती. एकात एक अंधाऱ्या खोल्या, जादूटोणा, गंडेदोरे, ताईत, यंत्रे, विभूती, एकधारी लिंबं, कोंभाचे नारळ, असलं कायकाय, शिवाय हडप्यात कुलूपबंद असलेल्या मंत्रांच्या वह्या, एक ना दोन.

पहाटे उठल्यापासून बाबाच्या सेवेत राहायचं. हळूहळू सगळं अंगवळणी पाडून घेतलं. मंगळवार, शुक्रवार, पौर्णिमा-अमावास्या अशा खास दिवशी त्याचा दरबार भरत असे. मंत्रतंत्र, तोडगे, ताईत, उतारे सगळं जोरात असे. लोक गाड्या-घोड्यातून, टांगे, रिक्षा-कारमधून यायचे. एकेकाला खोलीत पाठवायचं. मला मात्र आत जायला मज्जाव होता. मी मनात म्हटलं, 'आपण खूप सेवा करू. बाबाला खूश केलं की, तो शिकवेलच सगळं. दिवस कामाच्या रगाड्यात जाई. माझ्याकडून भरपूर काम करून घेत होता तो. अन्न, वस्त्र, निवारा वर पैसा ही सोय झाली; पण ज्याच्या आधारावर पुढचं आयुष्य बेतायचं ते ज्ञान मला कधी मिळणार, याची मला आधी हुरहुर, मग चिंता वाटू लागली. बाबा त्या बाबतीत काही बोलायला तयार नव्हता. एकदा धीर करून मी विचारलं,

'मी... मला कधी शिकवणार? कधी करायची सुरुवात?'

'थंड हो, थंड हो. कच्चं मडकं आहेस अजून. आज्ञा झाली की, शिकवीन. माझ्या गुरूचा नको का कौल घ्यायला? वेळ येईपर्यंत सेवा करावी. मग मंत्र मिळतोच.'

मी विश्वास धरला होता. मन लावून दिवस-रात्र राबत होतो. अशीच काही वर्षं गेली. मी आशेवर दिवस काढत होतो; पण एका प्रसंगानं माझा सगळा भ्रमनिरास झाला.

त्याचं असं झालं – एकदा बाबाचे एक गुरुबंधू लांबून त्याला भेटायला आले होते. रात्रीपर्यंत मी त्यांची सगळी ऊठ-बस पद्धतशीरपणे केली. झोपायला जायच्या आधी बाबा म्हणाला, 'हे बघ. आता तू जा. आम्हाला काही खास मंत्र जागवायचेत. आमचं चालूच राहील. तू इकडं थांबू नकोस.' त्या दोघांना दंडवत घालून मी माझ्या खोलीकडं जायला वळलो. माझी झोपायची खोली गढीच्या पार दुसऱ्या टोकाला होती. थोडं पुढं गेल्यावर लक्षात आलं की, रात्री त्या गुरुबंधूंना दूधबिध लागत असलं तर ते ठेवायचं राह्यलं. म्हणून दुधाचा तांब्या घेऊन परत तिकडं गेलो. मी कानोसा घेतला, तर दार लोटलेलं होतं अन् आतून आवाज येत होते. मी कान देऊन ऐकू लागलो. खरंतर, ते कोणता मंत्र जागवतात तो ऐकायची उत्सुकता होती; पण

कशाचं काय? मंत्राच्या ऐवजी जोरात हसण्याचा आणि टाळ्या दिल्याचा आवाज आला. मी ऐकू लागलो,

‘कसा काय धंदापानी तुमचा?’

‘एकदम बेश!’

‘आमचा पन तिकडं जोरात चाललाय.’

‘गिऱ्हाइकं?’

‘तोटाच न्हाई.’

‘लोकं लईच भाविक झाल्यात म्हणा की आजकाल.’

‘भाविक कशाची? हावरी म्हण.’

‘हावरी म्हण, आपल्याच पापानं कावरी-बावरी म्हण. आपलं काय जातं? बक्कळ पैसा आहे या धंद्यात. जोवर लोकं मिळवत्यात धन पापाचं, लुबाडाया काय जातं आपल्या बापाचं?’

‘वा रे! हा खरा यशाचा मंत्र आहे आपल्या आन् हा नवा शिष्य कोन रे? तेज दिसतोय. कुठून पैदा करतोस रे? हा तर फार निष्ठावान दिसतोय.’

‘शहरातनं हेरलं रे. तो माझ्याकडं गिऱ्हाइकं पाठवणारा बाबू जगनाड्या म्हायती आहे ना? त्याचं लक्ष असतं घारीवानी सगळीकडं. गरिबी वाईट रे. कुठनं खेड्यातनं शहरात आलतं. काम भेटना. भुकेल्या पोटी वणवण करून, मराया लागलं. बरोबर तेव्हाच गाठलं न् आणलं. आपली विद्या द्यायच्या आशेवर धरून ठेवलंय.’

‘त्याला काय वारस बनवणार? विद्या देणार?’

‘देऊ की! घाई काय? हा: हा: हा:’ बाबा मोठ्यांदा हसला अन् टाळी दिल्याचा आवाज आला. तो पुढं बोलत होता, ‘करू दे सेवा. दहा-पंधरा-वीस वर्षं तरी घासू देत. मग पुढचं पुढं. जेवूनखावून थोडंफार पगारपाणी दिलं की, चोवीस तास सेवेला हजर असतो. आपलं काम होतंय. पोरगं आशेवर राबतंय. आताच शिकवलं तर पाखरू उडून जाईल. शेवटपर्यंत अडकवून ठेवायचंय त्याला.’

ऐकून माझं तोंड कडूझार झालं. बाबा माझ्या कष्टावर खोऱ्यानं पैसा ओढणार. मला मात्र शेवटपर्यंत आशेवर झुलवत ठेवणार काय? डोक्यात सणक गेली. वाटलं, दुधाचा तांब्या बाबाच्या टाळक्यात घालावा; पण मन आवरलं. बाबाचे ‘थंड हो, थंड हो’ शब्द म्हणत मनाला शांत केलं. बरं, वेळेवर सगळं समजलं. मागल्या पावली खोलीकडं परत फिरलो. झोप येत नव्हती. डोक्यात विचारांचा धिंगाणा. मग मात्र एक नक्की केलं. जग असंच असतं. चोरावर मोर व्हायला पायजे. मग बाबासारखाच थंड माथ्यानं विचार केला. पुढचे बेत आखले. बाबाच्या खाचाखोचा, हडप्यातल्या वह्यांतली विद्या, जडीबुटी, औषधं, उतारे, मंत्र सगळं चोरून शिकायचं. जितकं जमेल तितकं. तसंही तो शिकवणार नव्हताच कधी म्हणा. मग मी लक्ष

ठेवून, चोरून - ऐकून शिकू लागलो. नोंदी करून ठेवत गेलो. बाबानं उदार होऊन मोबाइल घेऊन दिला होता. कामाला सोयीचं जात होतं ते, त्याच्याच म्हणून. बाबा बड्या आसामीकडे गेल्यावर त्याचे हडपे उघडून मी त्यातल्या यंत्रांचे फोटो काढून ठेवले. जडीबुटी तर मला पाठच होत्या. बाबा लोकांना मंत्रून विभूती द्यायचा. पुड्या करून, त्यात ही औषधं बेमालूम मिसळून द्यायचं काम मलाच करायला लागत होतं. कोणत्या प्रकारच्या अडचणीतल्या माणसाला तो कोणते मंत्रतंत्र करतो, ते मी चोरून ऐकू लागलो. घोकून मोबाइलमध्ये रेकॉर्ड करू लागलो. बरंचसं असं गोळा केल्यावर माझा निर्णय झाला. गावात जाऊन सामान आणायचं काम माझ्याकडेच असायचं. असंच एकदा जाऊन आल्यावर म्हणालो,

'परवा काष्ठौषधीच्या दुकानात गावाकडचा वामन भेटला होता. माझ्या आईची तब्येत पार ढासळलीय, असं म्हणाला. बहिणीचं लग्नही रखडलंय असं कळलं.'

'किती पैसे लागतील ते सांग. पाठवून दे. तुला जायचं कारण नाही. सेवेत खंड पडला तर गुरूला चालत नाही. तपश्चर्या फुकट जाईल.'

'बरं नाही जात. तेवढे पाच लाख आता द्या. आयुष्यभर काम करून फेडीन.'

'नाही कोण म्हणतंय?' बाबांनी पाच लाख काढून दिले. मी काही औषधं आणायला शहराकडे जातो, असं सांगून पोबारा केला. बाबांनी मला कधी गाव-पत्ता विचारला नव्हता; तरीसुद्धा सावधगिरी म्हणून लांबलांब गावी फिरून सावकाश माझ्या गावात येऊन पोहोचलो. बहिणीचं लग्न केव्हाच झालेलं होतं. मध्यंतरी आई वारली होती. झोपडी भुईसपाट झालेली. मग मी गावाच्या बाहेर एकटाच्या एकटा उभा असलेला जुना वाडा काही हजारांत विकत घेतला. गावातली तरणी मुलं हाताशी धरली. मी काहीतरी विद्या शिकून आलोय, भगत झालोय, असं गावात उठलंच होतं. तशातच एक-दोघांना गुण आला. मग मी जमा केलेल्या भांडवलावर आस्तेआस्ते बाबाचाच व्यवसाय सुरू केला. बस्तान बसू लागलं. पैसा जमू लागला. फक्त बाबासारखा वेश न करता साध्या शर्ट-पायजम्यातच राहिलो. तरीपण बाबाचा फोटो, गुरूंचे फोटो असं सगळं वातावरण होतंच घरात. चांगला जम बसला. मंत्र-तंत्र, गंडे-दोरे इथपासून सुरुवात केली. हळूहळू स्मशानात जाऊनही कवटी-हाडं असलं काहीबाही जमा करून, विधी करू लागलो. जडीबुटींच्या पुड्या, औषधं मदतीला होतीच. नाव गावाबाहेर गेलं. पंचक्रोशीतून माणसं वाहनं करून यायला लागली. अखंड लोक येत होते. भरपूर पैसे देऊन जात होते. वाडा बरकतीत आला. चांगलं उत्पन्न देणारी वाड्यामागची शेतीही विकत घेतली. यथावकाश लग्न झालं. बारावी शिकलेली रूपवान बायको मिळाली.

दुसरीकडं गावाचं रूप मात्र सुस्तपणे बदलत होतं. ग्रामपंचायतीचा दवाखाना आला; पण डॉक्टर मात्र सटीसामाशी उगवायचा. दवाखान्याचा उपयोग इतर

कामांसाठीच व्हायचा. तशात एक महत्त्वाचा बदल झाला तो म्हणजे गावासाठी नेमलेली आरोग्यसेविका खरोखरच गावात दाखल झाली. 'आशाताई', सरकारनंच दिलेलं नाव. ती गावात फिरून, मुलांच्या तब्येतीची तपासणी करू लागली. बाया-माणसांशी गोडगोड बोलून, त्यांच्याच भाषेत घर स्वच्छ कसं ठेवावं, मुलांना, परिसराला स्वच्छ कसं राखावं, कुटुंबातल्या लोकांना आरोग्याच्या सवयी कशा लावाव्यात, प्रथमोपचार कसे करावेत, असं काहीबाही सांगायला लागली. आधी गावात डॉक्टर नसल्यानं पोर जास्त तापलं की, लोक माझ्याकडंच घेऊन यायचे. विंचू चावला, दमा लागलाय इथपासून बाहेरचं झालंय, लागीर झालंय असं वाटून पीडा घालवायला यायची. मग लिंबू, नारळ, कोंबडी, मंत्र, उतारे सुरू झालेच. गरज जशी मोठी, तसा तोडगा मोठा. पैसाही जबर. लांबूनलांबून माणसं येत होती, तरी पण अलीकडे माझ्या लक्षात यायला लागलं की, आजारी पोरांना घेऊन गावातल्या बायका आशाताईकडं जायला लागल्या होत्या. दिवस गेलेल्या बायका तर तिच्याकडनंच धडे घ्यायच्या. टॉनिक, गोळ्या घ्यायला लागल्या होत्या.

मी माझ्या दिमतीला चार टगे ठेवले होते. थोडेफार पैसे अन् दारू दिली की, गडी खूश! दादागिरी करीत फिरायला मोकळे. त्यांच्यामार्फत त्या आशाताईला एकदा चांगलाच दम भरला. 'गवरमेंटनी नेमलंय म्हणून इथं सुखानी राहतीस. नेमलं तेवढंच काम करा. बायकांच्या टाळक्यात जास्तीची अक्कल घालू नका. अंधश्रद्धा-फिंदश्रद्धा असली लेक्चरबाजी केलीस तर...' असं बोलून गळा दाबून टाकू अशी खूण केली. असा सज्जड दम, अगदी माझं नाव घेऊन दिलेला. त्यावर गोड हसून आशाताई म्हणाली, 'बाबांनो, तुमच्या मालकाला काय कमी? तो मोठा माणूस. लोकांची किती सेवा करतो. मी बिचारी नोकरदार. त्यांच्याशी माझी काय टक्कर? मी आपलं जमेल तेवढं करीन. कुणाला काही जादाचं बोलत नाही. गवरमेंटनी सांगितलंय त्याच्याबाहेर ब्र शब्द काढणार नाही.' तिच्या नम्रतेनं आणि हात जोडून सात्त्विक गरीब चेहऱ्यानं केलेल्या विनवणीनं रिकाम्या खोपडीची गुंड पोरं पण एकदम वरमली; पण माझा तिच्यावर राग का होता, हे त्या पोरांना कसं कळावं? मला शंका येत होती की, उंदीर जसा हळूहळू घर पोखरतो, तसं ही बया माझ्या धंद्याचा पायाच पोखरणार की काय? उद्या गावातले लोक खरोखरच शाणे झाले तर? आशाताईचं नाव काढलं की, माझा जळफळाट व्हायचा. अमावास्येच्या दाट अंधाराला पहाटेच्या पहिल्या किरणाचा द्वेष वाटायचाच.

असं असलं तरीपण फार काही बिघडलं नव्हतं. बाहेरून येणाऱ्या लोकांच्या रांगा वाढतच होत्या. अपाइंटमेंट घेऊनच त्यांना भेटता येत होतं. काळच असा आलाय. कुणाला रोगाचा उतारा हवा असायचा, कुणाला वंशाला दिवा, कुणाला वशीकरण मंत्र तर कुणाला कोर्टकज्जे जिंकायचे असत. धनलाभ, भाग्योदय यांचा

लोभ तर भल्याभल्यांना होताच! पोटाला पोरगा व्हावा आणि गुप्तधन सापडावे, यासाठी तर लोकांची काहीपण करायची तयारी असे. कोंबड्या, बकऱ्यांची मोजदाद तर कुणी करीतच नव्हतं; पण बाहेर कुठेकुठे गुपचूप नरबळी द्यायलासुद्धा लोक कचरत नव्हते. जग असं झटपट श्रीमंतीच्या मागं धावत होतं. त्यासाठी मग कुणाचं शिक्षण, डिग्र्या आड येत नव्हत्या. भरपूर पैसा खर्च करायची त्यांची तयारी असे. अडाणी बायांपासून पुढाऱ्यांपर्यंत माणसं नादावलेली. सगळीकडं हेच चाललेलं. मीपण या वाहत्या गंगेत हात धुऊनच काय चांगली अंघोळ करून घेत होतो. दोन डेंजर गोष्टींपासून मात्र कायम लांब राह्यलो होतो – त्या नरबळीच्या वाटेला कधी गेलो नाही अन् कुठल्याही बाईकडे वाकड्या नजरेनं पाह्यलं नाही. बाकी चांगली बरकत होती. कुणाला अंगाऱ्यातून मिसळून दिलेला डोस लागू पडला की, तो कानात गोष्ट सांगावी तसं दहाजणांना माझं कौतिक सांगी. ज्याला गुण येत नसे तो काहीबाही बोलला, तर मी गुरगुरून म्हणे, 'लोक आसलेच, विटाळचंडाळ पाळाय नको, सांगितलेलं नेमधर्म कुठंतरी चुकवत्यात आन् गुन नाही आला की, भगताच्या नावानं शिमगा!' मग बोलनारा गप होई. माझा चढा आवाज, उग्र अवतार, लालभडक नजर पाहून 'आणि कशाला नादाला लागा, काई उफराटी करनी केली तर?' असं म्हणून बोक्याला घाबरून बिळात लपणाऱ्या उंदरागत सगळे दबून बसत.

एकंदरीत झकास चाललं होतं आमच्यासारख्यांचं. शहरात अंधश्रद्धा निर्मूलनवाले समित्या स्थापीत होते, मासिकातून, पेपरातून पानं भरभरून लिहीत होते, आठवड्याच्या आठवड्याला बैठका भरवीत होते, मोर्चे काढीत होते. कायदा पास करावा म्हणून ते सुखाचा जीव विस्तवावर धरीत होते; पण कशाचं काय? पब्लिकला आपल्या ताकदीभायेरचं, नशिबाच्या पलीकडलं हवं असायचं. दुःखं, भोग, भोगून संपवायचे नसत, तर पैसा खर्च करून, मंत्रतंत्र करून, पेटत्या गवरीच्या धुरासारखं उडवून लावायचं आसत. कॉम्प्युटरवर निस्ती साइट ओपन करा – अक्षरशः हजारो माताजी, अम्मा, बुवा, बाबा, महाराज यांच्या जाहिराती सेवेला हजर! खूप पैशासाठी लोक जवळचा पैसा ओतायला तयार. त्या अंधश्रद्धा निर्मूलनवाल्यांची मला तर काय भीती नव्हती. ते उगीच जीव पाखडत कुठले अघोरी यज्ञविधी बंद पाडायला जात. लोक खवळून त्यांची डोकी फोडत, हातपाय मोडून जायबंदी करीत. जिवावर उदार झालेली येडी जात त्या निर्मूलनवाल्यांची. ते काय मलेरियाच्या डासांचं निर्मूलन होतं का? नाय म्हणायला थोडेफार लोक शाणे होत होते; पण गोमोचा एखादा पाय मोडला तर ती काय लंगडी होत नाही. परत आपले एजंट होतेच गावोगावी गिऱ्हाइकं दारात आणून हाजर करायला. दिवसेंदिवस माझा दरारा आन् मग्रुरी वाढतच चालली होती. तिकडं इंडियातले शास्त्रज्ञ मंगळावर यान धाडून

अमेरिकेच्या मांडीला मांडी लावून बसले होते. ते सगळं जनतेनं गारगोट्या डोळ्यांनी बघितलं. धाडलं तर धाडलं आसंल यान. ते इंडियात होतं सगळं; भारतात नाही. आम्ही अजून अमंगळातच मंगळ शोधत होतो. बरं, लोकानलाच गरज. आपण उठून थोडंच त्यांच्या दारात जातोय?

सुरुवातीला बायको मात्र फार नाराज असायची. गावातल्या बायाबापड्या कारणाशिवाय आमच्या घराकडं फिरकायच्या नाहीत. घरपण जरा तुटकच होतं. पहिल्या वर्षी तिनं गौरीच्या सणाला सगळ्या बायांना बोलावणं धाडलं. ही एवढी आरास, खऱ्या बायकांच्या उंचीच्या, सोन्याचे खरे दागिने आणि शालू-पैठण्यांनी सजवलेल्या गौरी. स्वतःपण तशीच गौरीवाणी सजलेली. फराळाची ताटं, सरबताचे ग्लास, सगळी तयारी करून बसलेली; पण आमच्या पठ्ठ्यांच्या घरातल्या दोन-तीन बाया सोडल्या तर एक बाई काही हळदी-कुंकाला आली नाही. बायकोला फार वाईट वाटलं. हिरमुसली होऊन तिनं कामवाल्या शांतीला खोदून विचारलं, तर ती भीतभीत म्हणाली,

'वैनी, रागावणार नसाल तर सांगते.'

'नाही रागवत. सांग.'

'बाया घाबरत्यात हिकडं यायला. म्हनतात, सणावाराचं तसल्या घरात कशाला जायचं? म्हंजे तुमच्या घरात ते सामान आसतं ना सगळं, पार मेल्या बाळातनीची हाडं-कवटी... म्हनून मग...'

'बास! कळलं. जा तू.'

बायको तेव्हा खूप रडली. मलापण जरा हेच वाटलं. एरवी दिस नाही, रात नाही, कुठं एखादा विंचू चावला तर ठोऽऽठो बोंबलत बाया माझ्या दारात यायच्या, मांडीपर्यंत लुगडं वर धरून मंत्र घालून घ्यायच्या, पोटाला पोर व्हावं म्हणून कितीतरीजणी. जाऊ द्या. तर तेव्हापासून वैजू उदास होती; पण तिथंही नशिबानं हात दिला. वर्षातच पाळणा हलला अन् ठणठणीत पोरगा जन्माला आला. मग तिनं आपलं सुख-दुःख त्या पोरातच बांधून घेतलं. तिला माझा उद्योग-व्यवसाय मनापासनं आवडत नव्हताच. लग्न ठरवताना मध्यस्थांनी बरोबर लांबची मुलगी बघितली. माझा जमीनजुमला आणि शेती तेवढी दाखवली तिच्या बापाला. माझ्या धंद्याबद्दल काही बोलायचं नाही, असं ठरलेलंच होतं. हिकडं माप ओलांडून आल्यावरच तिला माझी 'करणी' कळली होती. बिचारी! रडली-चिडली आसंल आतल्या आत; पण कुठं ब्र नाही काढला वैजूनं. आता तर राजू हाच तिचा जीव झाला होता. मला तरी कुठं सवड होती तिच्या राजी-नाराजीचं कौतिक करीत बसायला? चुलीतलं लाकूड चुलीत जळतंय आन् पायातली व्हाण पायात फिट बसतीय; मग बाकीचे उमाळं कशाला बघत बसायचं? आसं सगळं भाद्रपदातल्या तुडुंब भरलेल्या नदीसारखं

मस्त, निवांत सुखात चाललेलं असताना ते वादळ आलं.

वैजूची नजर चुकवून राजू काडेपेटीशी खेळत होता. कसा काय अचानक त्याच्या टेरलिनच्या शर्टानं पेट घेतला. तो घाबरून किंचाळायला लागला, तशी वैजू धावली. राजू पेटलेल्या स्थितीत किंचाळत होता ते बघून तो पहिल्यांदा खूप घाबरली. मग अंगावर चादर टाक, पाणी टाक, असं करत कशीतरी आग शमवली तिनं; पण शर्टचे तुकडे कातडीला चिकटले. ते काढताना कातडी सोलवटून जखमा झाल्या. कुणीतरी धावत मला बोलवायला आलं. मी असाच नदीकाठी काहीतरी मंत्रविधी करीत बसलेला. राजू भाजला? बापरे! तसाच धावत घरी निघालो. तोवर गावभर बातमी पसरलेली. बाया, पोरं, गडीमाणसं सगळी घरात, बाहेर गर्दी करून राह्यलेली. मी आल्यावर सगळी चूपचाप मागंमागं सरकून जराशी लांब उभी राह्यली.

'आले आले, भाऊ आल्यात. वैनी रडू नका. राजूला काही होनार नाय.'

'व्हय, साक्षात बापच मांत्रिक म्हनल्याव कशाचं भ्या?

'ते काय आता उपचार करत्याल. आपल्यासारखं हाय का त्येचं?'

लोकांची बडबड सुरूच होती. मी राजूपाशी बसलो. वैजू हतबल होऊन उसासत होती. राजू गुरासारखा ओरडत होता आणि कधी नाही ते मी सुम्म झालो. मला काय करावं तेच समजेना. भाजल्याबिजल्यावर माझ्याकडं रामबाण उपाय नाहीत, हे मला पक्कं माहीत होतं; पण तसं बोलायची चोरी.

'अहो, काहीपण करा; पण राजूचं रडणं थांबवा.' वैजू कळवळून बोलत होती.

'बरं', असं म्हणून मी सगळ्यांना बाहेर काढून मुख्य दार बंद करून टाकलं. त्याला सुचतील ती औषधं चाटवली. तो जास्तजास्तच तळमळत होता. शेवटी धीर सुटून वैजू म्हणाली, 'त्याला तालुक्याच्या डॉक्टरकडं...?

'मी मेलोय काय?' माझं संतापानं लालभडक झालेलं तोंड पाहून ती गप्प बसली. मी उगीच मंत्र पुटपुटत बसलो. सारी रात्र तो तळमळत होता. वैजूची उलघाल होत होती. जरा नदीकडं उताराबितारा टाकून येतो, असं म्हणून मी बाहेर पडलो. तिथं आंधळ्यासारखं काहीबाही करीत बसलो. इकडे वैजूनं ती संधी साधली. कामवाल्या शांतीला विश्वासात घेऊन, शपथ घालून मागच्या दारानं आशाताईकडे धाडलं. संध्याकाळनंतर तिनं गुपचूप आशाताईला घरी आणलं.

'पोरगं फार भाजलंय गं वैजू. मी मलम आणलंय; पण तुझ्या नवऱ्याला ते चालायचं नाही.'

'आशाताई, लावा ते मलम. करूनकरून ते काय करतील? माझा जीव घेतील ना? घेऊ देत. मी तुमचं नाव नाही सांगणार. मीच मागवलं मलम असं सांगीन. माझ्या मुलाच्या जिवापेक्षा मला काहीच जास्त नाही.' वैजू रडत म्हणाली. आशाताईनं मलम लावलं. जाताना बजावून गेली, 'पोरगं वाचवायचं असेल तर दवाखान्यातच

न्यायला पाहिजे.' वैजू आधार तुटलेल्या वेलीसारखी मरगळून त्याच्यापाशी बसून होती. येणारं-जाणारं, चवकशा याला तर नुसता ऊत आला होता.

'काय काळजी नको. घरचाच माणूस जबरा भगत असल्यावर मग काय? इतकी मानसं बरी केल्यात. हे तं काय!' लोकांच्या अशा बोलण्यानं माझ्या पोटात खड्डा पडायला लागला. राजूच्या जखमा बऱ्या व्हायच्या ऐवजी जास्तजास्त चिघळायला लागल्या, तेव्हा धीर सुटून वैजू म्हणाली, 'हे बघा, एरवी मी तुमच्या मंत्र-तंत्राबद्दल काही बोलत नाही; पण माझ्या राजूचं जर काही बरं-वाईट झालं ना, तर मी पण जीव देईन.'

'मग मी काय करू म्हणतेस?' मी थोडं नरमाईनं विचारलं. 'भगताचा मुलगा औषदपाण्यासाठी दवाखान्यात भरती केला हे लोकांना कळलं, तर माझी काय इज्जत राहील? काळं कुत्रं फिरकायचं न्हाई उद्यापासनं म्हायती काय?'

'नको येऊ दे. मुलापेक्षा तुमचा धंदा मोठा. मारा, मारून टाका त्याला आणि नंतर मला पण.' असं म्हणून वैजू थडाथडा भिंतीवर डोकं आपटू लागली. राजू वेदनेनं विव्हळतच होता.

ती माझी सत्त्वपरीक्षाच होती. एकीकडे आपला व्यवसाय, तर दुसरीकडे काळजाचा तुकडा. दोन्हीपण वाचायला हवेत. लोकांना पण भारीच कुतूहल! सगळ्यांचं लक्ष राजूच्या तब्येतीकडे. काय करू मी? राजू वाचला नाही तर मी गाळातच जाणार होतो आणि त्याला वाचवण्यासाठी दवाखान्यात नेलं तरी गाळातच जाणार. दोन्ही बाजूंनी बेअब्रूच होणार होती. यातून बाहेर कसं पडायचं? थोड्या वेळानं मी दार उघडून बाहेर पाह्यलं. अंधार पडला होता. लोकही कुणीच नव्हते. तशातच शांतीनं गुपचूप जाऊन, मागल्या दारानं आशाताईला आणलं. अगदी माझ्यासमोरच. 'रागावू नका भाऊ' आशाताई अजिजीनं म्हणाली, 'एक सांगू? म्हणजे तुम्ही बोलावलं म्हणून.'

'बोला.' मी खाली मान घालून म्हणालो.

'काहीही करून राजूला दवाखान्यात ॲडमिट कराच. या वेळी बाकी सगळ्या गोष्टी बाजूला सारा. निदान वैजूच्या काळजाचा तरी विचार करा.'

मी मान उचलून वर पाह्यलं, तोवर ती निघूनही गेली होती. हिचं ऐकायचं? म्हणजे आपणहून शत्रुपक्षापुढे गुडघे टेकणं. ऐकावं? ऐकायचं? नाही ऐकायचं. हो-नाहीच्या भोवऱ्यात जीव गरागरा फिरू लागला. वैजू तर रागानं नुसती धुमसत होती. कधी नाही ते चंडिकेचं रूप घेऊन अंगावर धावून येत ती म्हणाली, 'हे बघा, तुमच्यामुळे राजूचं जर काही बरं-वाईट झालं, तर मी सगळ्या गावापुढं ओरडून सांगीन की...'

'बास' मी ओरडलो, 'बघतो ना मी काय करायचं ते.' ती गलितगात्र होऊन

देवासमोर डोळे गाळत बसली. राजू तडफडत होता. त्याचा ताप चढत चालला होता. मी तिरीमिरीतच उठलो, वैजूला म्हणालो, 'राजूला घेऊन जातोय तालुक्याला; पण तू घरातच तोंडाला कुलूप घालून बस.' मग त्याला हातावर अलगद उचललं, माझ्या मोठ्या कारच्या मागच्या सीटवर नीट झोपवलं.

गाडी बाहेर काढली. गावातलेच रस्ते ते, बोळकांड्यासारखे. त्यात नेमके मारोतराव अण्णा, दाजी अशी तालेवार माणसं चावडीवरनं परत येत होती. त्यांनी थांबून चौकशी केली, 'राजूला कुठं चालवलाय?' मला उत्तर सुचेना. मी नुसताच लांबवर नदीच्या दिशेनं हात केला. 'करा करा. तुमचं उपाय चालू देत. ए, वाट सोडा. घ्या घ्या गाडी वळवून घ्या नदीकडच्या रस्त्याला.'

माझा जीव तडफडला. मला जायचं होतं, एस.टी.स्टँडच्या दिशेनं हमरस्त्यावरून शहराकडे; पण मग कशाला? कुठं? या चौकशा झाल्याच असत्या. त्यांना उत्तर द्यायचं नव्हतं. कसायाकडं हाकलत चालवलेल्या गुरासारखी गाडी दगड-धोंड्याच्या रस्त्यावरून नदीकडं स्मशानाच्या बाजूला आणली. आता काय करायचं? मी सुन्न. शेवटी कधी नाही तो फोन लावला आशाताईला. नशिबानं ती घरी एकटीच होती माझा आवाज घशातून फुटेना. तीच म्हणाली, 'काय म्हणता भाऊ? काही अडचण असली तर मन मोकळं करून सांगा. या कानाचं त्या कानाला कळायचं नाही. पोराचा जीव महत्त्वाचा.'

तिच्या बोलण्यानं माझ्या जिवात जीव आला. तिला त्या वेळची अवघड अवस्था सांगितली आणि 'तुम्हीच यातनं मार्ग काढा' म्हणताना मला हुंदका फुटला.

'भाऊ, एक दहा मिनिटं द्या मला. परत फोन करते.'

समोर नदी, मसणवट, जवळपास कुत्र्या-डुकरांशिवाय कुणी नाही. वारा भण्ण. मी मंतरल्यासारखा कानांत प्राण आणून दहा मिनिटं संपायची वाट बघत होतो. मोबाइल वाजला, 'भाऊ, सगळी व्यवस्था केलीय. एक तासभर आहात तिथंच थांबा. पुढचं सगळं मी करते. म्हणजे तुम्हाला चालेल ना?'

'चालनारच. आशाताई, आता तुम्हीच तारणार.' मी दाटल्या गळ्यानं म्हणालो. कोणत्या देवानं बनवलंय या बाईला? मी किती तिचा द्वेष केला, किती धमक्या दिल्या; पण तिनं आपला सेवेचा धर्म सोडला नाही. मुलगा कुणाचा आहे, याचा विचार केला नाही. अशी उजेडाच्या रस्त्यावरची माणसंही असतात जगात. आमची वाट अंधाराची. अमावास्येचा काळोख आमचा सखा. श्रद्धेपेक्षा अंधश्रद्धेचा काळोखच लोकांच्या मनामनांत कसा पसरत जाईल, हेच आम्ही बघणार. मी स्वतःचाच पंचनामा करीत होतो. राजू क्षीण कण्हत होता. संध्याकाळ केव्हाच रात्रीत बदलली होती. तेवढ्यात वळणावरनं एक ॲम्ब्युलन्स आली आणि माझं हृदय धडधडलं. आशाताईच त्यातनं उतरली. पांढरी साडी, पांढरं ब्लाउझ. लगबगीनं जवळ आली.

मीही गाडीतनं बाहेर आलो.

'भाऊ, तालुक्याच्या मोठ्या दवाखान्यातले गिजरे डॉक्टर माझ्या चांगल्या ओळखीचे आहेत. त्यांनाच फोन करून, इमर्जन्सी सांगितली. मी पार रोडवरच जाऊन उभी राहिले आणि ॲम्ब्युलन्स बाहेरच्या बाहेरनं इकडेच आणलीय. कोणी पाहिलेलं नाही.'

मग आतील दोघांनी पटकन स्ट्रेचर बाहेर काढलं. राजूला जपून आत ठेवलं. मी बरोबर जायला हवं होतं; पण तिकडंही मला ओळखणारी शेकडो माणसं होतीच. आशाताई म्हणाली, 'राजूची काळजी करू नका. घरी जा. वैजू वाट बघत असेल.' ॲम्ब्युलन्स वेगानं निघून गेली. मी अडीच तास तिथंच गाडीत गप्प बसून काढले. रात्र दाटून आल्यावर, गावात सामसूम झाल्यावर घरी परतलो. दार उघडताच वैजू काही विचारणार, तोच तोंडावर बोट ठेवून गप्प राहायला सांगितलं. आत येऊन सुन्नपणे कॉटवर बसलो. बोलायचं सुचेना. कितीतरी वेळ ती उभीच. मग मात्र ऊर फुटल्यागत ओरडून म्हणाली,

'कुठंय राजू? काय झालंय त्याचं?'

'वैजू, आता काळजी करू नकोस राजूची', असं म्हणून तिला सगळी हकिगत सांगितली. तिला कितीतरी वेळ खरंच वाटेना. मी म्हणालो, 'एक ध्यानात ठेव. आपलं बिंग फुटू नाही म्हणून आशाताईनं इतकी काळजी घेतलीय. तू कुठं एक शब्द पण बोलायचा नाही. शांतीला पण नाही.'

'आशाताई असं वागली ते फक्त राजू वाचावा म्हणून. मग मी जाऊ का तालुक्याला राजूजवळ?' ती काकुळतीला येऊन विचारत होती.

'गऽप! मी सांगतोय तसं करायचं.' मी म्हणालो. मग दुसऱ्या दिवशी मी स्वतःला राजूच्या खोलीत कोंडून घेतलं. कुणी विचारलंच तर वैजू सांगायची 'ते आत काहीतरी थोरला मंत्र-तंत्र करताहेत राजूवर. कुणीही आत जायचं नाही. तिसऱ्या माणसाची राजूवर नजर पडू द्यायची नाही, असं सांगितलंय.'

या मंत्र-तंत्रोपचाराची बातमी गावभर झाली. मीच भेटणार नाही म्हटल्यावर लोक घराकडे यायचे आपसूकच बंद झाले. ठरावीक वेळी आशाताई फोन करून राजूची खबरबात कळवत होती. ॲडमिट करायला बराच उशीर झाला होता; पण चांगले उपचार मिळायला सुरुवात होऊन राजूचा ताप आटोक्यात आला. जखमा चिघळणं बंद झालं. त्या सुकायला लागल्या. जिवाचा धोका टळला. आणखी थोडा जरी उशीर झाला असता, तर मुलगा हातचा गेला असता, असं डॉक्टर म्हणाले होते. आशाताईंनी गावच्या सरपंचाकडे पंधरा-वीस दिवस तालुक्याच्याच दवाखान्यात काम दिलंय, असा निरोप धाडला होता. रात्रंदिवस राजूच्या जवळ होती ती. शेवटी राजू बराच बरा झाला. ज्या मार्गानं त्याला नेलं होतं, त्याच मार्गानं गुपचूप रात्रीच

घरी आणलं. सगळी औषधं, टॉनिक्स, पथ्य, असं सगळं आशाताईंनी सोप्या भाषेत आम्हाला लिहून दिलं.

सगळं पुन्हा पहिल्यासारखं झालं. 'भगतानं आपल्या मुलाला खडखडीत बरा केला' ही बातमी गावभर झाली. मी आशाताईला गुपचूप फोन करून आभार मानले खरे; पण वैजूला तिच्याशी जास्त बोलू नकोस, संबंध ठेवू नकोस; असं जेव्हा दरडावून सांगितलं, तेव्हा मात्र वैजूनं अशा नजरेनं माझ्याकडं पाहिलं की, माझी मान खालीच गेली त्या वेळी. 'आशाताईच्या पायात आपल्या कातड्याचे जोडे करून घातले तरी उपकार फिटायचे नाहीत, असं म्हणणारा हाच का तो आपला नवरा? सापासारखा उलटला.' तिच्या नजरेतली तुच्छता मला क्षणभर फार झोंबली; पण मी ते मनाआड केलं. माझा व्यवसाय आता दुप्पट जोरात सुरू झाला. वैजू मात्र कामापुरतीच बोलायची. तिच्या मनात तिरस्कार भरून राहिला होता. माझं डोकं पुन्हा पहिल्याच वळणावर आलं. आता ही आशाबाई गप बसलीय; पण बायकांचीच जात. त्यांच्या तोंडात तीळ नाही भिजायचा. आज ना उद्या कुणाजवळ काही बोलली तर? बोलणारच. आधीपासनं तिच्यावर राग होताच; आतातर तिची भीतीच वाटायला लागली. संशय-द्वेषाचं कडू जहर मनात पसरायला लागलं. त्यात मग तिनं केलेले कल्पनेपलीकडचे उपकार मी सहज विसरून गेलो. मग्रूर अहंकारानं पुन्हा फणा काढला. केलं ते काय तिनं मोठं? गावातल्या पोरांची काळजी घ्यायलाच तर नेमलंय तिला. घराघरांतनं फिरणारी, समजुतीनं बायकांना शहाणं करणारी, पोटुशा बायकांना आईसारखा आधार देणारी आशाताई; पण तिला बघितलं की, कृतज्ञतेऐवजी मला स्वतःच्या पराभवाची जास्तजास्तच टोचणी लागायला लागली. एक प्रकारचा कमीपणा, भविष्यकाळाचं भय आन् कसलंतरी जड ओझं छातीवर येऊन बसलं होतं. धंद्यात लक्ष लागेना. आखिरीस ठरीवलं आता बास! आपल्यासाठी या बाईचं काम संपलंय. आता तीपण संपायला पायजे, तरच जीव शांत होईल. म्हणून मग हा प्लॅन केला; 'काम फत्ते'चा एसएमएस पण आला. 'आखिर मी जितलो', असं म्हणेपर्यंत ही बया दारात हजर. म्हणतात ना, 'कुठं जाशी भोगा तर तुझ्यापुढं उभा.'

'येते गं वैजू, काळजी घे आपल्या राजूची,' असं म्हणत ती मागल्या दारानं बाहेर पडली. तेवढ्यात बाहेर एकच बोंब उठली. एक पंटर धावत सांगायला आला, 'कुणीतरी आशाताईंच्या घरी झोपलेल्या जगनच्या बायकोचा भोसकून खून केला. खुनी मोटारसायकलवर बसून गेलेला बऱ्याचजणांनी पाह्यला होता.'

दुसऱ्याच दिवशी वर्णनावरनं, बेपत्ता झालेल्या जगनला मोटारसायकलसह येडगावात पोलिसांनी पकडलं. मार खाऊनखाऊन शेवटी त्यानं भगतासाठी काम करतो, खून मीच केला, असं कबूल केलं. मग काय, नरबळी देण्यासाठी खून करवला, अशा भलत्याच आरोपात गुंतवून मलाही बेड्या घालून डांबलं गेलं. काय

करायला गेलो अन् झालं काय? नरबळीप्रकरण म्हणून मला कुणी जामीन द्यायला पुढं आलं नाही. पैसा ओतूनही दोन वर्षं रखडपट्टी झाली. मी जबरा वकील दिला होता. त्याच्यावरच आता माझी भिस्त होती. केस उभी राह्यली. विशेष म्हणजे जगन्यानं, 'बायको माहेरून पैसे आणत नव्हती, म्हणून मी तिला मारली,' अशी शिकवल्याप्रमाणं बरोबर जबानी फिरवली. बाकीचे पुरावे माझ्या वकिलानं फुसके ठरवले. माझी मुक्तता झाली. निर्दोष! पुन्हा एकदा स्वतःची पाठ थोपटून बाहेर आलो. बातमी पेपरात आली. उलटसुलट मतं, लेख, बातम्या सगळं चालूच होतं.

मी ताठ मानेनं गावात परतलो. आता कायद्यानंच मला निर्दोष ठरवलंय; मग भ्यायचं कुणाला? कधी एकदा वैजूला आणि राजूला भेटतोय, असं झालेलं. एकदम मला दारात बघून दोघांना किती बरं वाटंल! आपले जुने पंटर, आपला व्यवसाय, सगळं पुन्हा मिळणार म्हणून मन आनंदलं होतं. स्टँडवरून घराकडं निघालो; पण दोन वर्षांत गावातल्या वातावरणात काहीतरी बदल झालेला जाणवायला लागला. वाटेत भेटणारी ओळखीची माणसं मला बघून दचकत होती. बघून न बघितल्यासारखं करून, मान फिरवून टाळून जायला लागली. मग मी खाली मान घालून कडेनं जाणाऱ्याला हटकलं, 'काय लक्ष्मणराव, लागतीय का ओळख?'

'राम राम! आला वाटतं', असं कसंतरी म्हणून क्षणभरही न थांबता तो सटकला. प्रत्येकाच्या डोळ्यांत विचित्र परकेपणा अन् भीती, त्याचबरोबर तिरस्कारही दिसत होता. 'म्हंजे कायद्यानं मला निर्दोष सोडलंय; पण लोकांनी?' जाऊ देत. आताच येतोय. चार दिवसांत परत पहिलं वळण पडंल. लोकांची आठवणतरी काय आजकालपुरतीच असतीय. उद्या विसरतील सगळं.

घरी आलो तर घराला कुलूप. कित्येक महिन्यांत कुणा माणसाचा वावर नसल्यागत उजाड. धुळीचे थर, पालापाचोळ्याचे ढीग. मागं जाऊन शेताकडे नजर टाकली. तेही उताणंच पडलेलं. कुठं गेले दोघं? काय झालं त्यांचं? तसाच रस्त्यावर आलो, तर शांती दिसली. मला बघून ती मागल्या पावली परत फिरणार, इतक्यात झपाझप जाऊन मी तिची वाट आडवली. ती काही बोलायला तयार नव्हती. शेवटी हात जोडून गयावया करीत म्हटलं, 'बाई गं, मी तुला काही करीत नाही. काय असेल ते खरंखरं स्पष्टपणे सांग.' मग धीर करून ती बोलायला लागली आणि शब्दागणिक मी ढासळत चाललो. मला पकडून नेल्यावर त्या दोघांची फार दैना झाली. हळूहळू लोकांना माझा प्लॅन उमगला होता. आशाताईला ठार मारायची सुपारी कुणी आणि का दिली, हे पण कळलं. नशिबानं आशाताई वाचली आन् जगनची बायको मारली गेली. पोटुशी होती बिचारी. सगळ्यांच्या सगळं बराबर ध्यानात आलं होतं; मग कोर्ट काही का निकाल देईना! त्यातच नरबळीचाही बट्टा लागल्यानं लोक जास्तच चिडले होते. माझ्यावरचा राग वैजू-राजूवर निघाला. घर

वाळीत टाकलं लोकांनी. जगणं मुश्कील झालं त्यांचं. इतकी धीराची आशाताई, तीसुद्धा माझ्या करणीनं हडबडून गेली. तिनं बदली मागून घेतली. गावाचं नाव पंचक्रोशीत फार वाईट झालं. दुसरी कोणी आरोग्यसेविका इथं रुजू व्हायला तयारच नव्हती. वैजू-राजूनं तर माझं नावच टाकलं. सगळं कळल्यावर वैजूचे वडील राजूसह तिला कायमचे घेऊन गेले. घटस्फोट घ्यायचंच ठरवलं होतं म्हणे! वकीलही नेमला होता त्यांनी. 'आमची लेक अन् नातू आम्हाला जड नाहीत. बऱ्या बोलानं घटस्फोट द्या. तुमच्या पापाच्या पैशाची पोटगी आम्हाला नकोच आहे. बऱ्या बोलानं तयार व्हा नाहीतर आम्हीपण मेल्या आईचं दूध प्यायलेलो नाही. परत एकदा आत डांबायची व्यवस्था करू,' असा सज्जड दम देणारा फोन आला. सगळ्याच बाजूनं माझा बुरुज ढासळला. गर्व, अहंकार, फाजील आत्मविश्वास सगळं धुळीला मिळालं. का झालं असं? इतकी पापं केल्यावर माझ्यासारख्या माणसाचं दुसरं काय होणार? जळो ती विद्या, जळो तसला खोटा धंदा. बघताबघता माझं मन चिरडीला आलं. धाडकन दार उघडून मी आत गेलो. गंडे-दोरे यापासून हाडं-कवट्या, हडप्यातली यंत्रं, मांत्रिकपणाचं सगळं सामान पोत्यात गोळा केलं. त्यातच बाबा, भोंदू महाराज यांचे फोटो फेकले. सगळं पार लांबच्या उकीरड्यावर नेऊन टाकलं. नदीवर जाऊन सगळ्यांच्या नावानं अंघोळ केली. संसाराचे आणि धंद्याचे सगळे पाश तुटले. जसा नवा जन्म घेतला मी. त्या बाबाच्या भेटीच्या आधी होतो, तसा होईन का परत? पापाचं प्रायश्चित्त घ्यायला हवं. अंधाराचं राज्य मागं टाकून उजेडाच्या वाटेवर चालायला हवं; पण कसं? अंनिसच्या लोकांची तालुक्याला बैठक भरते. शहरामध्ये तर मोठं ऑफिस आहे. कार्यकर्ते जिवाची पर्वा न करता जनजागृती करतात. त्याच अंनिसचा कार्यकर्ता व्हायचं. तन, मन आणि भरपूर धन सगळं त्याच कार्याला द्यायचं.

निर्मूलनवाल्यांची टर उडवणाऱ्या माझ्यासारख्या भोंदू मांत्रिकाला यापेक्षा जास्त चांगलं प्रायश्चित्त कोणतं असणार? हाच खरा मुक्तीचा मार्ग. आता थांबणं नाही. मी गावोगावी जाईन. माझ्याइतका सच्चे अनुभव सांगणारा कार्यकर्ता मिळाला, तर चळवळ कितीतरी पुढं जाईल. ठरलं. दीर्घ श्वास घेऊन निर्धारानं पावलं उचलत परत स्टँडकडे निघालो. वाटेत पेपर घेतला. हेडिंग वाचून पार हादरून गेलो. 'पुण्याला सकाळच्या प्रहरी भर रस्त्यात डॉ. दाभोळकरांची हत्या झाली. हत्यारे क्षणात पळून गेले.' एरवी या बातमीनं मला आनंदाची उकळी फुटली असती; पण आता मात्र डोळ्यांत पाणी आलं. 'मी आशाताईला, त्या उजेडवाटेवरल्या बाईला सहन करू शकलो नव्हतो. मग नरेंद्र दाभोळकरांचा खून माझ्यासारख्याच काळ्या वाटेवरल्या माणसांनी घडवून आणला असेल, तर त्यात काय नवल?' शून्य नजरेनं स्टँडवरच्या बाकावर बसलो. शहरातनं नुकतीच एस.टी. आली होती. उतरणाऱ्या

लोकांकडे माझी नजर गेली. गाडीतनं माझ्या त्या बाबासारखीच कफनी-माळा घातलेला माणूस उतरला. या धंद्यातली माझी मुरलेली नजर सांगत होती, गावात पुढचा मांत्रिक आलाय. मी समजलो. त्याच्याच मागनं हातात मोठी बॅग घेऊन पांढरी साडी नेसलेली नवी आशाताई उतरत होती. म्हणजे हे चक्र असंच चालू राहणार का? नाही. ते भेदायलाच हवं. तीच एस.टी. परत फिरून तालुक्याला, पुढं शहराकडे जायची होती. मी कधीही न पाहिलेल्या दाभोळकरांना मनोमन नमस्कार केला आणि निर्धारानं गाडीत जाऊन बसलो. आता मी 'दाभोळकर' होतो.

◆